D1679788

புஞ்சைலெ ஒரு நடிகெ இருந்தா

புஞ்சைலெ ஒரு நடிகெ இருந்தா
ந. முத்துசாமி (1936–2018)

தமிழின் முக்கியமான எழுத்தாளர், நாடக ஆசிரியர். தஞ்சாவூர் மாவட்டத்திலுள்ள புஞ்சை என்ற கிராமத்தில் பிறந்தவர். கசடதபற, நடை போன்ற இலக்கிய இதழ்களில் சிறுகதைகளை எழுதிவந்தார்.

'கூத்துப்பட்டறை' என்னும் நாடகக் குழுவை நிறுவி நாடகங்களை எழுதித் தயாரித்துவந்தார். கூத்துப்பட்டறை என்ற நாடக அமைப்பு தமிழில் பரிசோதனை நாடகங்களுக்கு வழிகாட்டியாக இருந்துவருகிறது. தெருக்கூத்தைத் தமிழ்க் கலையின் முக்கிய அடையாளமாக்கியவர்களுள் இவரும் ஒருவர்.

இவர் எழுதிய 'ந. முத்துசாமி கட்டுரைகள்' எனும் நூல் தமிழ்நாடு அரசின் தமிழ் வளர்ச்சித் துறையின் 2005ஆம் ஆண்டுக்கான சிறந்த நூல்களில் நுண்கலைகள் (இசை, நடனம், ஓவியம், சிற்பம்) எனும் வகையின் கீழ் பரிசு பெற்றிருக்கிறது. 2000ஆம் ஆண்டின் சங்கீத நாடக அகாதெமியின் விருது பெற்றிருக்கிறார். இவரது கலைச் சேவையைப் பாராட்டி 2012ஆம் ஆண்டில் இந்திய அரசு பத்மஸ்ரீ விருதை வழங்கியது.

ந. முத்துசாமி

புஞ்சைலெ
ஒரு நடிகெ இருந்தா

காலச்சுவடு பதிப்பகம்

அன்பார்ந்த வாசகருக்கு,

வணக்கம்.

காலச்சுவடு நூலை வாங்கியமைக்கு நன்றி.

நூலின் உள்ளடக்கம், உருவாக்கம், அட்டைப்படம் இன்ன பிற அம்சங்கள் பற்றிய உங்கள் கருத்துகளையும் ஆலோசனைகளையும் காலச்சுவடு வரவேற்கிறது. தகவல், எழுத்து, வாக்கியப் பிழைகள் தென்பட்டால் கட்டாயம் தெரிவித்து உதவுங்கள். நூல் தயாரிப்பில் கடும் குறைபாடு இருப்பின் மாற்றுப் பிரதி உங்களுக்குக் கிடைக்கக் காலச்சுவடு ஏற்பாடு செய்யும்.

மின்னஞ்சல்: **publisher@kalachuvadu.com**

காலச்சுவடு நாகர்கோவில் தலைமையகத்துக்கும் கடிதம் அனுப்பலாம்.

தங்கள்
எஸ்.ஆர். சுந்தரம் (கண்ணன்)
பதிப்பாளர் – நிர்வாக இயக்குநர்

புஞ்சைலெ ஒரு நடிகெ இருந்தா ♦ சிறுகதைகள் ♦ ந. முத்துசாமி ♦ © மு. நடேஷ் ♦ முதல் பதிப்பு: டிசம்பர் 2022 ♦ வெளியீடு: காலச்சுவடு பப்ளிகேஷன்ஸ் (பி) லிட்., 669, கே.பி. சாலை, நாகர்கோவில் 629001

காலச்சுவடு பதிப்பக வெளியீடு: 1164

puncaile oru naTika iruntaa ♦ Short Stories ♦ N. Muthswamy ♦ © M. Natesh ♦ Language: Tamil ♦ First Edition: December 2022 ♦ Size: Demy ♦ Paper: 18.6 kg maplitho ♦ Pages: 192

Published by Kalachuvadu Publications Pvt. Ltd., 669, K.P. Road, Nagercoil 629001, India ♦ Phone: 91–4652–278525 ♦ e–mail: publications@kalachuvadu.com ♦ Printed at Mani Offset, Chennai 600077

ISBN: 978-81-960153-6-7

12/2022/S.No. 1164, kcp 4237, 18.6 (1) 9ss

பொருளடக்கம்

முன்னுரை: சலனங்களோட இளைப்பாறுதல்	9
நெய்ச் சொம்பு	21
யார் துணை	26
சூழ்நிலை	33
கற்பனை அரண்	46
நீர்மை	57
அப்பாவின் பள்ளிக்கூடம்	77
மேற்கத்திக் கொம்பு மாடுகள்	86
கருவேல மரம்	100
கல்யாணி	113
தம்பி கல்யாணம்	129
பிற்பகல்	139
மன்னிக்க வேண்டும் மகாஜனங்களே	150
செம்பனார் கோயில் போவது எப்படி?	169
பாஞ்சாலி	177

முன்னுரை

சலனங்களோடே இளைப்பாறுதல்

தமிழ்ச் சிறுகதை இலக்கியத்தின் கணிசமான பகுதியைக் கூரிய விமர்சன மனங்களே ஆட்கொண் டிருப்பதாக வரையறுப்பது அத்தனை தவறில்லையென நினைக்கிறேன். மெய்யியலை மையமிடும் கலை வடிங்களின் மறைவெளியெங்கும் நுண்ணிய விமர்சனக் கூறுகளே மலிந்திருக்க முடியும். இவ்விடத்தில் விமர்சனம் என்பதை எதிர்மறைப் பண்பாக எடுத்துக்கொள்ள வேண்டியதில்லை. நேரும் எதிரும் சமநிறுவையில் பயணிக்கும் கருதுகோள் அது; இணக்கத்தையும் விலக்கத்தையும் ஒரே நேரத்தில் சாத்தியப்படுத்துவது. மாயங்களுக்கும் மிகுபுனைவு களுக்குமே ஆதாரம் அதுதானெனினும் நவீன இலக்கியத்தில் யதார்த்தவாதம் மேலெழுந்ததும் அடித்தளத்திலிருந்து பெருமளவு அதை ஊக்கியதும் அதுவே என்றுதான் சொல்ல வேண்டும். சிறு சட்டகத்துக்குள் இயங்குவோருக்கும் விமர்சனப் பாங்கில் ஒற்றைத்தன்மை இருக்கும் சாத்தியப்பாடுகள் குறைவு என்பதாலும் அது படைப்பாளியின் பண்பாட்டு/கலாச்சார/அரசியல் சார்பியல்வாதத்தை அடிப்படையாகக் கொண்டது என்பதாலும்தான் சமயங்களில் ஒரே 'கதை' கூட வெவ்வேறு 'சிறுகதைகளாக' வடிவம்பெற முடிகிறது.

வேளாண் மண்டலங்களிலிருந்து பெருநகரங் களுக்குப் பெயர்ந்தவர்களுக்கு இயல்பாகவே இருக்கக்கூடிய ஒப்பீட்டு மனநிலை பெரும்பாலும் மேம்போக்கான அழகியல் புறக்காரணிகளைக் கொண்டு முந்தையதை அதீதப்படுத்துவதைக்

கவனிக்க முடியும். மேற்பூச்சுகளை ஒதுக்கிவிட்டுப் பார்த்தால், அது ரத்தபந்தங்களை விட்டுத் தூரம் போயிருப்பதால் உருவாகும் நிலைப்பாடு என்றொரு கோணமும் மறைந்திருப்பது தெரியவரும். பெயர்தலிலிருக்கும் இப்படியான ஏக்கத்தைக் குழு சார்ந்த மனோபாவமாகக் கொள்ளும் சாத்தியக் கூறுகள் இல்லாமலில்லை. பந்தப் பிடிமானமே சாதிய மனோபாவத்தின் மிக அடிப்படையான மூலக்கூறு என்பதை, வளரும் தொழில்நுட்பங்களுக்கிடையேயும் இந்தியக் கிராம வடிவங்கள் எப்படிச் சாதியத்தை அழியாமல் தகவமைத்து வைத்திருக்கின்றன என விளக்கும் பல்வேறு ஆய்வுகளிலிருந்து அறிய முடியும்.

தமிழிலக்கியத்தில் நிலவியல் சார்ந்த எழுத்துகளுக்கு நீண்ட மரபு இருக்கிறது. அவற்றின் நீட்சியை இன்றுவரை காண முடிகிறது. நாட்டார் வழக்காறுகளையும் கதைகளையும் நாட்டுப் பாடல்களையும் பதிவுசெய்யும் முறையென்ற நிலையிலிருந்தும் சற்றுக் கீழிறங்கி ஒரு நிகழ்வை வெறுமனே வட்டார மொழியில் பதிவுசெய்வதே நிலவியல் எழுத்தாகப் பாவிக்கும் முறைமையும் இன்று வழக்கில் இருக்கிறது. நிலவியல் கூறுகள், மொழியைத் தாண்டி அரசியல் எனும் மேற்தளத்தில் தொடங்கிச் சம்சாரியின் உளப்போக்குவரை அத்தனையையும் உள்ளடக்கியவை. பாவனைகள் இல்லாமலும் தன்னளவில் இயங்கக்கூடியவை. நிலத்தின் கதைகள் கலை வடிவம் பெற யத்தனிக்கையில், அவை காட்சிச் சித்திரங்கள் / பேச்சுமொழியின் அழகிய கொச்சைகள் போன்ற அலங்காரத் தேக்கநிலைகளைக் கடந்துதான் பூரணத்தை அடைய வேண்டியிருக்கிறது. படைப்பாளியின் நுண்மையான விமர்சன மனம் மட்டுமே அதன் கேந்திரமாக இருக்க முடியும்.

பழைய அகண்ட தஞ்சாவூர் மாவட்டத்தின் புஞ்சை எனும் கிராமத்திலிருந்து சென்னைக்குக் குடியேறிய ந. முத்துசாமி, தன் பட்டணப் பெயர்வுக்குப் பின்னரே சிறுகதைகளை எழுதுகிறார். சிறுபத்திரிகைகளைக் கொண்டு அறுதியிட்டால், எழுத்து காலத்தில் எழுத ஆரம்பித்தவர். சிலவற்றைத் தவிர்த்து அவரது ஒட்டுமொத்தச் சிறுகதையுலகமே புஞ்சையெனும் பேழைக்குள்ளேதான் இயங்குகிறது. இருந்தும் அவருடைய சிறுகதைகளை நிலவியல் எழுத்து என்று மட்டும் சுருக்குவது நியாயமற்றது என்பேன். காரணம், பசுமையும் பண்பாட்டு நிகழ்வுகளுமான இலக்கியச் சௌகரியங்களுக்கான களம் என்பதைத் தாண்டி, புஞ்சை அவருக்கு மானுட ஆய்வுக்கான மாதிரியாகவே இருந்திருக்கிறது. அம்மண்ணில் தன் பூர்வீகம் தனக்குள் உள்வாங்கப்பட்ட விதத்தைப் பேசுகையில், சாதாரண மனிதர்களின் சாதாரண நிகழ்வுகளைப் போலத்

தோற்றமளிக்கும் விவரிப்புகளில், பால்யத்திலும் பதின்மத்திலும் கட்டுக்குள் வைக்கப்பட்ட உணர்ச்சிகளின், அடக்கிக்கொண்ட எதிரீடுகளின், விழுங்கிய பரிகாசங்களின் பாற்பட்டவையாக இக்கதைகள் இயங்குகின்றன. நினைவுகளின் அடுக்குகளிலிருந்து சொல்லப்படுவதாகத் தோற்றம் கொள்ளும் அக்கதைகளின் ஊடாக நனவிலி மனம் நைச்சியமாகப் பேசிக்கொண்டேவருகிறது. மிக அடக்கமாகத் தகிக்கும் விமர்சன மனம் அக்கதைகளுள் அமிழ்ந்து கிடக்கிறது. வாசகருடன் அவர் விளையாடும் இந்த ஆட்டமே அவரது கதையுலகம்.

இக்கரையிலிருந்து அக்கரையைப் பார்த்தல் என்றோ ஈசிச்சேரில் சாய்ந்தபடி புன்னகையுடன் கிராமத்து இனிய நினைவுகளை அசைபோடுதல் என்றோ எளிய வாசக மனநிலை இக்கதைகளைக் கடந்துவிடக்கூடும். தன் ஆளுமையே புஞ்சையால் உருவாகியிருப்பதாகச் சொல்லித் தன்னுடனான அதன் காந்தப் பிடிப்பைத் தொடர்ந்து தன் கதைகளில் முன்வைத்த அவரே அந்நெகிழ்வுக்கு நேரெதிராக, 'புஞ்சை எனக்கு இனிமையான கனவுகளைக் கொடுக்கவில்லை. கசப்பான அனுபவங்களையே கொடுத்தது. அந்தப் புஞ்சையின் அழிவைத்தான் என் கதைகளில் காட்டிக்கொண்டிருக்கிறேன் என்று தோன்றுகிறது' என்கிறார். எவ்விடத்திலும் இக்கதைகள் புஞ்சையின் பௌதிக அழிவைப் பேசவில்லை. பிழையாகக்கூட அப்படியொரு புறத்தோற்றத்தைக் கொண்டிருக்காத கதைகளை எழுதியவர் இப்படிச் சொல்லுவதை, 'புஞ்சை' என்பதைக் குறியீடாக்கும் முயற்சியாகத்தான் பார்க்க முடியும். அவருமே அதை ஏற்கவே செய்கிறார். தற்காலத்திலிருந்து பின்னோக்கிச் சொல்லப்படுபவையான நினைவுக் குறிப்புக் கதைகளிலும் 'தற்காலத்தைக் கைவிடும்' அவரது கூறுமுறையே அவருடைய விமர்சன மனத்தைச் சுவடு தெரியாமல் மறைத்துவைக்கிறது; நிகழ்காலத்தின் நியாயங்களைக் கொண்டு வாசகரைக் கதைக்காலத்துடன் விவாதிக்கச்செய்ய உந்தும் ரகசிய சாட்சியமாக அது பதிவாகியிருக்கிறது. அவ்வகையில் இக்கதைகளை, இளைப்பாறலுக்கே உரிய அக ரணங்களில் பூசிக்கொள்வதற்கான களிம்புகளாகவே பார்க்க முடியும். மருந்து நெடியற்ற சுகந்தத்துடன் அவை வெவ்வேறு வடிவிலான குடுவைகளில் நிரப்பப்பட்டுள்ளன.

பொருளாதாரக் குறையற்ற பிராமணக் குடும்பத்துச் சிறுவன் / இளைஞனின் பார்வையில்தான் அநேகக் கதைகள் நிகழ்கின்றன. 'நீர்மை' தொகுப்பின் முன்னுரையில், ஒவ்வொரு கதையை எழுதி முடித்ததும் தன் மனைவியிடம் அபிப்ராயம் கேட்பதாய்ச் சொல்லுபவர், 'நான் அவளையா கேட்கிறேன்?

என்னிடமே கேட்டுக்கொள்கிறேன். என்னிடமிருந்து என்ன பதில் வருகிறது என்பதுதான் முக்கியமாக இருக்கிறது' என்கிறார். அவ்விதத்தில், இவ்வெழுத்துகளுமே தன்னை நோக்கி எழுதப்பட்ட சுயத்தை ஊன்றிப் பரிசோதிக்கும் தேடல்களாகவும் ஒருபக்கம் தெரிகின்றன. அக்ரஹார வாழ்க்கையின் மீது அவருக்கிருந்த கசப்பும் அக்காலத்தில் வெடிப்புக் கண்ட திராவிடக் கருத்தாக்கங்களின்பாலிருந்த சார்பும் சென்னைக்குப் பெயர்ந்தபோது மீனவக் குப்பத்தில் குடியேறியதும் புஞ்சை மனத்தாலே நிகழ்ந்தவை என ந. முத்துசாமி பற்றிய தன் கட்டுரையில் சி. மோகன் குறிப்பிடுகிறார்.

அப்படியாக, உயர்படிநிலையிலிருந்து விடுவித்துக்கொள்ள விரும்பும் மனங்களின் உடனடிப் பாசாங்கு, சட்டெனச் சாதியத்தைக் காலாவதியாகிவிட்ட நிறுவனமாகக் காட்டிக்கொள்ளத் துடிக்கும். ஆனால் குற்றசாட்டுகளையோ பிரச்சாரங்களையோ பூடகமாகக்கூட இக்கதைகள் எங்குமே தாங்கியிருக்கவில்லை. முற்போக்கு ஆர்ப்பாட்டங்கள் எதுவுமே இல்லாமல், கதையின் மற்றுமொரு காட்சி என்ற அளவில் அக்ரஹாரத்திற்குள் ஆசிரியரொருவர் சேரிக் குழந்தைகளை அழைத்துக்கொண்டு வருவது (நீர்மை) பதிவாகிறது. ஊர்வலம் வந்ததையடுத்துதான் அந்த மூதாட்டி செத்துப்போனாள் என்றொருவர் சொல்லுவதும் அந்த மூதாட்டியை வெறுப்பதற்கான கதைசொல்லிச் சிறுவனின் ஓரிரு காரணங்களும் கதைப்போக்கோடு கரைந்திருப்பவை. பத்து வயதில் கைம்பெண்ணான ஒருத்தியைப் பிரதானப் படுத்தி அவளுடைய தொண்ணூற்றைந்து வருட வாழ்வின் குறுக்குவெட்டை வெவ்வேறு வண்ணங்களைக் குழப்பி வரையும் ஓவியத்தில், அதன் அழகியலைச் சிதைக்காமல் தீட்டும் சாம்பல் நிறக் கோடுகள் அவை.

இடைச்சாதிக்காரன் தன்னுடைய பழியையேற்கப் பண்ணையாளைக் கூட்டி வருவதும் (கருவேல மரம்) அக்ரஹாரச் சாலையில் மாடுகளை ஓட்டிச் செல்ல மறுப்பு சொல்லப்படுவதும் (பிற்பகல், மேற்கத்திக் கொம்பு மாடுகள்) எவ்விதப் பிரகடனப் பதைப்புகளுமின்றிப் பதிவு செய்யப்படுகின்றன. தன் வீட்டுக்கு வரும் முதலியார் சாதி நண்பனுக்குத் தண்ணீரில் மோரைத் தெளித்துக் கொடுக்கச் சொல்லுமிடத்தில் (நெய்ச்சொம்பு), அந்தப் பத்து வயதிலேயே இந்தத் தீமைகள் தனக்குத் தெரிந்துதான் இருந்ததாகச் சொல்லப்படும் இடத்தை நேரடி வாக்கியமாக நிறுவ வேண்டியதற்கான தேவையைக் கதையின் இறுதி வரி விளங்கவைக்கக்கூடும். கலைப் பிரக்ஞையின்றி இங்கே ஒரு சொல்லும் உதிர்க்கப்படவில்லை. பால்ய நண்பனின்

இறப்புச் செய்தியிலிருந்து நீளும் மனப்பதிவுகளில் (கல்யாணி) காங்கிரஸ் காலகட்டத்தில் திராவிட இயக்கக் கொள்கைகள் கிராமங்களுக்குள் ஊடுருவியதும் சாதி நிலப்பிரபுத்துவச் சூழலில் அதன் தெறிப்புகள் எப்படியிருந்தன என்பவையும் கேலியோடு சேர்த்துச் சொல்லப்படுகின்றன. கிராமச் சாதிய வடிவம் விவசாயப் பணி சார்ந்த படிநிலைகளால் அதன் இருப்பைத் தக்கவைத்துக்கொண்டிருப்பதற்கும் அதை பேசிப் பேசியே நியாயமென நிறுவித் தலைமுறைகள் தாண்டிக் கடத்துவதற்கும் கூரிய அரசியல் எதிர்நிலைப்பாடு கொண்டிருந்தவர் ந. முத்துசாமி. இதையே, 'எல்லா அபவாதங்களும் டீக்கடையிலிருந்தே புறப்படுகின்றன. ஒரு காலத்தில் கோயில் வகித்த ஸ்தானத்தை இன்று கிராம டீக்கடைகள் வகிக்கின்றன' என்று தன் படைப்புகளைப் பற்றிய கட்டுரையொன்றில் குறிப்பிடுகிறார்.

சி.சு. செல்லப்பாவுடன் நெருங்கியிருந்த காலத்தில், அவரிடமிருந்து நேரில் சொல்லக் கேட்ட கதை விமர்சனங்களால் பெரிதும் தூண்டப்பட்டு எழுத்துமுறையை மேலும் மேலும் மெருகேற்றிக்கொள்ளத் தொடங்கிய ந. முத்துசாமிக்கு எழுத்து பத்திரிகை மிகப் பெரிய லட்சியமாக இருந்திருக்கிறது. எழுத்துவில் வெளியான முதல் கதையான 'யார் துணை' (சிறுகதை இலக்கணத்தைப் புரிந்துகொண்டு தான் எழுதிய முதல் கதை அதுவெனக் குறிப்பிடுகிறார்) பிரசுரம் ஆவதற்கு முன் சி.சு. செல்லப்பா அக்கதையை அங்கீகரிப்பாரா எனக் காத்திருந்த தருணத்தின் தவிப்பே பின்னர் பெரும் உடைப்பாக மாறி அங்கிருந்து தொடர்ந்து எழுதிக்கொண்டே இருந்ததாகச் சொல்கிறார். கசடதபற, ஞானரதம், கணையாழி என இவரது சிறுகதைப் பயணம் தொடர்கிறது.

செல்லப்பாவை உணர்வுப்பூர்வமாகப் பேராதர்சமாகக் கொண்டிருந்தவர், தனித்து வந்து நடையை ஆரம்பித்தற்கான காரணம், 'இலக்கியச் சிந்தனை' கூட்டத்தில் பேசிய டாக்டர் பிராங்க்ளின் "தமிழின் நவீனச் சிறுகதைப் பாணியை 'முத்துசாமி ஸ்கூல்' என்றுதான் சொல்ல வேண்டும்" என்று சொன்னதுதான். செல்லப்பாவுக்கு அது பிடிக்கவில்லை. தோராயமாக முப்பது சிறுகதைகளே (அவற்றிலும் ஒரு பகுதி 2004க்குப் பிறகு எழுதப்பட்டவை) எழுதியிருப்பவரால் தன் குறைவான பங்களிப்பிலேயே அப்படியான தனித்தடத்தைப் பதிக்க முடிந்திருக்கிறது. புதுமைப்பித்தனும் கு.ப.ரா.வும் மௌனியும் வெவ்வேறு கோணங்களில் நவீனச் சிறுகதைக்கான களங்களையும் வடிவங்களையும் நிறுவித் தங்களுக்குப் பின்னர் வரக்கூடியவர்கள் அடியொற்றி நடக்கப் பாதைகளை

வகுத்திருந்த நிலையில், அவர்களைச் சமீபித்துப் பின்னால் வந்த ந. முத்துசாமி அவற்றில் எந்த வரிசையில் வருகிறாரெனத் திட்டவட்டமாக வரையறுப்பது சிரமமான காரியம்.

வலிந்த முன்னெடுப்பு இல்லையெனினும் ஒன்றிலிருந்து மற்றொன்றுக்குத் தாவிச்செல்லும் எண்ணவோட்டப் பாணி, ஒரு வாக்கியம் நிறைவுகொள்ளும் முன்னரே அங்கிருந்து சங்கிலி இணைப்பாக அதற்குத் தொடர்பான வேறொரு விஷயத்தைச் சேர்த்துக்கொள்ளும். அதைச் சிதறலாக இல்லாமல் ராகமாகக் கோத்து வாசகரைத் திசைமாற்றி மருகவைக்கும். மயங்கி விழிக்கும்போது வேறெங்கேயோ வந்திருப்போம். அடுப்படியை விவரித்து வரும் பத்தியிலிருந்து ஈயத்தின் வகைமைகள் (நெய்ச்சொம்பு) வழியாக மாயவரத்து வீதிகள் வரை போன பிறகு, அவரே மீண்டும் உள்ளிழுத்து மிச்சத்தைத் தொடருவார். இச்சிறுகதைகளைப் பற்றிப் பேசுமிடத்தில் 'சிறுகதை இயல்புகளை ஏற்க மறுக்கும் விவரணங்களைத் துழாவிக்கொண்டு போகிறவர்' என்றே சுந்தர ராமசாமி வரையறுக்கிறார். கதையளப்பதைப் போன்ற தோற்றத்திலிருந்து எப்போது சிறுகதைத் தருணம் மேலெழுந்தது என்றே உணர இடமளிக்காத பிரத்யேகச் சொல்முறை ந. முத்துசாமியுடையது.

பூடகத்தன்மை மலிந்திருக்கும் அதே வேளையில், அருஞ்சிறப்பேற்றப்படும் இலக்கிய மகிமையான சொற்சிக்கனத்தைக் கிஞ்சித்தும் பொருட்படுத்தாத எழுத்துக்காரர் முத்துசாமி. சமயங்களில் வார்த்தைகள் போதாமல்போக, கூடுதல் வாக்கியங்கள் அணிவகுக்கின்றன. பொருளின் நிலையும் கோணமும் குறையின்றிப் பதிவுசெய்யப்பட்டுவிட்டன என்ற தன்னிறைவு கிட்டியதும்தான் அடுத்த சேதிக்கு எழுத்து நகர்கிறது. சமயங்களில் அதை மீறியும் ஒரு வரி. இடமெது வலமெது என்றும் எது மேற்கை நோக்கியிருக்கிறது எது வடக்கு முகத்தைப் பார்க்கிறது என்றும் திசை குறித்த பிரக்ஞை மிதமிஞ்சித் தொனிக்கிறது. தாழ்வாரத்திலிருந்து 'பட்டு' என்றோ (நீர்மை) திண்ணையிலிருந்து 'கண்ணா' என்றோ (நெய்ச்சொம்பு) வரும் குரல்களுக்கு அந்த இடம் எப்படிக் காட்சிப்பட்டிருக்கும் என்பது நீண்ட விவரணைகளால் நமக்குக் காட்டப்படுகிறது. ஆலடியா கோயில் வரிகளை (பாஞ்சாலி) உன்னிப் பின்தொடர்ந்தால் அந்த நிலப்பரப்பே தெளிந்த கோட்டோவியமாக நம் முன்னே வந்துவிடும். சூழ்நிலைகளைத் தத்ரூபப்படுத்தியே நிகழ்வுகளுக்கு உயிரூட்டிக் கவனச் சிதறலை அனுமதிக்காத சொல்முறை. இறுக்கமான வார்த்தைத் தேர்வுகளையும் சரமான சம்பவ அடுக்குகளையும் மீறி அவற்றைத் தாங்கி நிற்கும் ஓசைச் சுவையிலிருந்து

அவரது குவியம் தவறுவதில்லை. தன் கதாபாத்திரங்களை மேடையேற்றுவதற்கு முன் அரங்கத்தில் சிறு பிசிறுமில்லாமல் பார்த்துப் பார்த்து ஒழுங்கு செய்யும் நிகழ்த்துக்கலை மனத்தின் அசட்டுப் பிடிவாதம் அது; சிறுகதை மனத்துடன் துவந்தம் செய்யும் கூத்துக்காரரின் மதர்ப்பு. மனிதர் கூத்துப்பட்டறையை அறுபதுகளிலேயே உள்ளுக்குள் சுமந்துகொண்டுதான் இருந்திருக்கிறார். கவித்துவ உவமைகளோ அநாவசிய மொழித் திருகல்களோ இல்லாமல், அழகியல் கூறுகளால் திகட்டவைக்காமல் வாசிப்பின் ராகச்சுவையை நிறையவே பொருட்படுத்திச் சரமாகத் தொடுக்கப்படும் விவரணைகளால் நிரம்பியவை இக்கதைகள். புறக்கூறுகள் அத்தருணத்து உளச் சமநிலையில் உண்டாக்கும் தாக்கம் குறித்த நான்காம் பரிமாணப் பார்வையே இந்தப் பின்புல உருவாக்கத்துக்கான மெனக்கெடல்கள். அந்தத் தாக்கத்தை மட்டுமே ஊன்றி விவரித்திருக்கும் கதை ‘சூழ்நிலை’. வீழ்ச்சியைப் பேசும் அந்தக் குரலில் அவநம்பிக்கையோ அதம மனவோட்டப் புலம்பல்களோ எங்குமே கேட்கவில்லை.

தஞ்சைத் தமிழ்ப் பல்கலைக்கழகத்தில் இருந்தும் இயங்காமலிருந்த நாடகத்துறையைப் பகடி செய்யும்விதமாக (மன்னிக்க வேண்டும் மகாஜனங்களே), பல்கலைக்கழகத்தின் கிராமியக் கலைவிழாவைப் புஞ்சை மண்ணுக்குத் தளமாற்றம் செய்திருப்பது, வீட்டு விலக்கு நாளில் கோயில் கூத்துக்கு வேஷங்கட்டக் கூடாதென்ற விதியிருக்க, துச்சாதனனின் பிடிக்குள் போகும்போது பாஞ்சாலி விலக்காக வேண்டும் என்பதற்காக, அந்த நடிகையை உட்காரவைக்கும் இடத்தில் ரத்தக் கரைசலை வைக்கும் கூத்து ஏற்பாட்டின்போது அவள் நிஜமாகவே விலக்காவது எனப் படிமங்களைப் பின்னுவது, சித்தப் பிரமைக்கு ஆளாகியிருக்கும் ஆசாமியொருவர் டீக்கடையில் உட்கார்ந்தபடி மனப்பிழற்வுப் போக்கில் தன்னைச் சோழனின் படைத்தலைவனாகக் கருதிக்கொண்டு பேசிப்போவது என்பதாக நவீன நிலவியல் எழுத்துக்குள் அவ்வளவாகப் பொருந்தாத வடிவமீறல்களையும் சிதைவுகளையும் உத்தியாகவோ ஜோடனையாகவோ இல்லாமல் கருவிகளாகத் தொழிற்படுத்தியிருப்பதைக் கவனிக்க முடியும். கதைக் களத்தோடு தொடர்புகொண்ட கூறுமுறை அது. கூறலுக்கு மெனக்கெடாததைப் போலத் தடையற்று ஓடும் மொழியாற்றில், நடுநிசியில் கிடைக்கப்பெறும் தந்தியைக் கொண்டு (யார் துணை?) நித்திரைக்குள்ளேயே ‘காலக்கணக்கைக் கழித்தபடி’ விமானத்தைப் பிடிக்க ஓடுபவனின் தன்னிரக்கம் மெல்லிய அங்கதத்துடன் பதிவாகிறது.

பால்யத்திலிருந்தே புஞ்சை மீட்டுருவாக்கப்படுகையில்கூட இடைப்பட்ட நெடிய பயணத்தில் பதிந்துபோயிருக்கும் காலமாற்றம் விசனமாக வெளிப்படவில்லை. 'திடீரென்று ஒருநாள் தலைமயிரைப் பிய்த்துக்கொண்டு தெருவில் ஓடினேனென்றால் அதற்கும் புஞ்சைதான் காரணமாக இருக்கும். ஆனால் என் பைத்தியக்காரக் குணங்களுக்கு என எழுத்து வடிகாலாக இருக்கும்வரை அது நேரப்போவதில்லை' என்று தன் படைப்புகளைப் பற்றிய கட்டுரையில் சொல்லுபவரின் எழுத்தில் அப்படியான இறக்கிவைக்கும் தொனி எங்குமே தட்டுப்படவில்லை. அதிகாலை நடைப்பயிற்சியில் எதிர்ப்பட்ட அறிமுகமற்ற மனிதரிடம், வலிந்துகொள்ளாமல் தன் கடந்த காலத்தைச் சொல்லுவதைப் போன்ற குரலில் அவை பதிவாகி யிருக்கின்றன. சொல்லப்போனால், மண்சார்ந்த படைப்புகள்தான் அதீதங்களுக்கு எளிதில் இடமளிப்பவை. பொதுப்பார்வைக்குச் சாதாரண நிகழ்வாகத் தெரியக்கூடியவற்றையும் சற்று மிகைப்படுத்திவிடக்கூடும் அபாயத்திற்குத் தேவையான வெளியை அம்மக்களின் ஆகிருதியே அளித்துவிடக்கூடும். ந. முத்துசாமியின் கதைகள் இந்தப் புழுக்கத்திற்குள் சிக்காமல் கூடியமட்டும் உலர்தன்மையுடனே இயங்குகின்றன; காவிரிப்படுகையில் கிடந்தும் வறட்டுக் காற்றையே சுவாசிக்கின்றன; அதிர்வுகளுக்கு இசையாமல் உள ஊடாட்டங்களை மட்டும் நறுவிசாகக் கைப்பற்றுகின்றன.

மகன் பயிலும் அதே பள்ளியில் ஆசிரியராகயிருந்த அப்பா மரணமடைந்ததைத் தொடர்ந்து, அரூபக் கரங்களால் அவனை நெரிக்கும் அனாதைத்தனத்தை (அப்பாவின் பள்ளிக்கூடம்) பாலகனுக்கே சாத்தியமான வகையில் வேறொன்றின் மீது பெயரச்செய்வதை வடிக்கும்போதுகூட அடர்சோகச் சுழிப்புகளை அண்டவிடாத விதரணை நிரம்பியவர் முத்துசாமி. மனவோட்டங்களின் பிரசங்கக் குரல்கள் நெரிக்கப்பட்டுவிடுகின்றன. தேவதாசியான பொண்டாட்டியைத் தன் அப்பனுடைய திவசத்துக்குப் புல்லுப் பிடிக்க இரண்டாம் கட்டிலேயே புருசன் நிறுத்துவதையும் (பாஞ்சாலி) சாஸ்திரிகள் அதற்கு விஷமமாகச் சிரிப்பதையும், அச்சிரிப்பில் கணவனும் மனைவியும் சேர்ந்துகொள்வதையும், 'நான் பாப்பாத்தி ஆயிட்டேனான்னு கேட்டுத் தெரிஞ்சுக்கத்தான்' எனப் பின்னொரு சமயத்தில் தன்னவனிடம் அவள் கேட்பதையும் நிறுத்தி விவரித்துத் தன் காரியவலிமையைப் பறைசாற்றிக்கொண்டிருக்க வில்லை. கொந்தளிப்புகளை அசிரத்தையுடனே கையாளுகிறார். முதுமையின் விரக வறட்சியினால் உண்டாகும் அல்லாட்டமும்

துக்கமும் இடமாற்றம்செய்யப்படும் விதத்தைப் (பிற்பகல்) பரிகசிக்கும் தொனியைத் தவிர்த்தே எழுதியிருக்கிறார்.

காலத்தால் பின்னோக்கிய தவத்தில் மேலடுக்கு கீழடுக்கு என்ற பாகுபாட்டுக்கெல்லாம் வேலையில்லாமல், படிநிலைகள் சீரற்ற முறையிலேயே அணுகப்பட்டிருக்கின்றன. ஆடு மேய்த்துக்கொண்டிருந்த ரங்கசாமி, மிராசுதார் ஆனதாக வரும் ஒரே ஒரு வரியையும் கதையின் தொடக்கம்முதல் முடிவுவரை வரும் கோபாலுவின் உடல்மொழியையும் மாட்டை மேய்ச்சலுக்கு அனுப்பியதையோ வண்டியைப் பட்டறைக்கு அனுப்பியதையோ மறந்துவிடும் அவனுடைய சிரத்தையற்ற போக்கையும் புகைமூட்டமாக இணைத்துக்காட்டுவதில் (செம்பனார் கோயில் போவது எப்படி?), செம்மண் சாலை கப்பியாக மாறும் காலமாற்றத்தோடு பிணைந்த உளப்போக்கு மாற்றமே அடிக்கோடிடப்படுகிறது. கதையில் தனித்து நிற்கும் முதல் வரி ஒட்டுமொத்தக் கதையின் போக்கை உணர உதவும் சிறிய பொறி. ‘டில்லிக்குப் போக முடியவில்லை’ என்பது, கழிவிரக்கத்துடன் நிறைவுகண்ட வேறொரு கதையின் (யார் துணை?) முற்றுப்புள்ளியைப் பென்சிலின் பின்னாலிருக்கும் பொட்டு அழிப்பானைக் கொண்டு சிறுமுறுவலுடன் அகற்றுவது. கதைகளுக்கிடையே இணைப்புக்குறிகள் கொடுத்து வாசகருக்குப் போக்குக்காட்டுவதில் அவருக்கு விருப்பம் இருந்திருக்கிறது.

புள்ளிக்குப் புள்ளி நகர்ந்து நூலாம்படையைக் கட்டுவதைப் போலத் தனித்தனிக் கதைகளைக் கோத்துப் பார்த்தால் வேறொரு முழுவடிவத்திற்கான பூரணத்தையும் பெற முடியும் பிணைப்புகள் இக்கதைகளுக்கு நடுவே உண்டு. அப்பாவின் மரணத்தை உள்வாங்கத் திணறும் சிறுவர்களும் பெரியப்பா அவர்களைப் பொறுப்பெடுத்து வளர்ப்பதும் பெரியப்பாவின் மரணத்திற்குப் பின்னர் தம்பி மட்டும் சுவீகாரம் எடுக்கப்படுவதும் தன்னளவில் தனித்த முழுமையுடன் இயங்கும் மூன்று தனிச் சிறுகதைகளாக இருந்தும், கோவையில் அவை ஒரே குறுநாவலாக அமையக்கூடியவை. சொல்லப்போனால், கதைத் தலைப்புகளை அகற்றிவிட்டுப் புஞ்சைக் கதைகள் அனைத்தையும் அத்தியாயங்களாக எடுத்துக்கொண்டால் முழுப் புதினமும் நமக்குக் கிடைக்கலாம். அப்புதினத்தில், ‘செத்த மாட்டத் தூக்க மாட்டோ’மென நிற்கும் பறையர்களும் லௌகீக அதிருப்திகளோடிருக்கும் அக்ரஹாரத் தெருவாசிகளும் வடுகத் தெருவையும் மேலத் தெருவையும் நிறைத்திருக்கும் நாயுடுகளும் முதலியார்களும் செக்கு ஓட்டும் வாணியச் செட்டியார்களும் காவிக் கறையேறிய வேட்டிகளும்

முடைநாற்றமடிக்கும் சேலைகளுமாக மனிதர்களால் அடைக்கப் பட்ட கதைப்பரப்பின் வரைபடத்தைக் கொண்டு, குழுகங்களின் பண்பாட்டு அடையாளங்களும் அவற்றினூடாகப் பாயும் ஆழ்மனச் சலனங்களும் கறுப்பு வெள்ளையாக நமக்குள் கடத்தப்பட்டிருக்கும். அக்கணத்தில் ந. முத்துசாமி நிகழ்த்திய 'புஞ்சை' ஒரு குறியீடாக நம் முன் நிற்கும்.

❍

மொழிக்கூர்மையும் நடையொழுங்கும் வடிவப் புதுமைகளும் கொண்டு கிளைவிரித்து விழுதுவிட்டு அடர்நிழலைத் தந்திருக்க வேண்டிய பெரும்மரம் அழுத்தமான ஆணிவேரோடு சுணங்கிவிட்டதைக் குறையாகவே சொல்லத் தோன்றுகிறது. 1974முதல் 2004வரையிலான முப்பது ஆண்டுகளில் நாடக உலகம் ந. முத்துசாமியை உள்ளிழுத்துக்கொண்டு சிறுகதைத் தடத்தில் அவரது ஆர்வத்தை மழுங்கடித்திருக்கிறது. ஒருகட்டத்தில், 'இந்தக் கதைகளையெல்லாம் எப்படி எழுதினேன் என்று ஆச்சரியமாக இருக்கிறது' என்பதோடு தன் மன அமைப்பே மாறிப்போய்விட்டதாகவும் சொல்கிறார். புஞ்சையெனும் முழுமையைத் தன் சிறுகதைகளில் வடித்து முடித்ததே போதுமென்று இருந்துவிட்டார்போலும். கடந்துவந்த பெருநகர வாழ்வின் முகங்களையோ கூத்துப்பட்டறைக் களத்தையோகூடப் பின்னாட்களில் எழுதிய கதைகளில் கொண்டுவரவில்லை; மீண்டும் அதே வீச்சில் புஞ்சைக்குள் மனம் போய்விடுகிறது. 'அவரைத் தெரிந்த சிறுவாசகர் குழுவுக்குக்கூட முத்துசாமி நவீனப் படைப்பிலக்கியத்தில் மிகவும் குறிப்பிடத்தக்கவர் என்றொரு உணர்வு ஏற்பட்டிருக்கிறதாவெனத் தெரியவில்லை.' என்று சொல்லும் அசோகமித்திரன், 'இவ்வளவு சிறப்பான சிறுகதைகளைப் படைத்திருந்தும் ஒரு மிகச் சாதாரண எழுத்தாளருக்குள்ள தன்னபிப்பிராயம்கூட அவருக்குக் கிடையாது' எனும்போது ந. முத்துசாமியின் முரட்டு மீசையுமேகூட ஒரு வடிவ மீறலாகவே தெரிகிறது.

❍

காலச்சுவடு கிளாசிக் வரிசையில், ந. முத்துசாமியின் தேர்ந்தெடுத்த சிறுகதைகளின் தொகுப்பைக் கொண்டுவரும் பொறுப்பைப் பேறாகவே நினைத்து, காலச்சுவடு கண்ணன், கவிஞர் சுகுமாரன், அரவிந்தன் மூவருக்கும் நன்றியை உரித்தாக்கு கிறேன். தமிழ்ச் சிறுகதையின் முதல் நூற்றாண்டின் மத்தியப் பகுதியில் தடம் பதித்த படைப்பாளியை, அந்நூற்றாண்டின் இறுதியில் எழுதவந்திருப்பவன் படைப்பாய்வு நோக்குடனும்

வாசக அவசத்துடனும் அணுகித் தொகுத்திருக்கும் கதைகளாக இவற்றை முன்வைக்கிறேன். இந்தப் பதினான்கு கதைகளும் வாசகர்களுக்கு ந. முத்துசாமியின் ஆளுமையையும் தனித்துவ மான அவரது சிறுகதை முறையையும் புஞ்சையின் ஈரத்தோடு கொண்டுசேர்க்கும் என்ற நம்பிக்கை இருக்கிறது.

இப்பெரும்பணியில் கதைகளைத் தேர்விலிருந்து விடுப்பதுதான் உள்ளபடியே மிகச் சிரமமாக இருந்தது. அவ்விதத்தில் அவருடைய கதையெண்ணிக்கை குறைவாக இருப்பதற்கு, சுயநலத்துடன் மகிழ்ச்சிகொள்கிறேன். வாசிப்பதும் எனக்குள்ளே விவாதிப்பதும் மீள்வாசிப்பதுமாக இக்கதைகளோடு கழித்த நாட்களில், நான் வளர்ந்த மாயவரத்திலிருந்து மனவெளியில் ஒன்பது மைல்கள் அப்பால்போய் புஞ்சைவாசிகளுடன் பேசிக்கொண்டிருந்ததாகவே பட்டது. மாட்டுத்தொட்டியில் உப்புப் போடுவதையும் மல்லாரி சொல்லிக் குழந்தைகளுக்கு நடை பழக்குவதையும் சாலைக் குளத்தில் சமீபத்தில் ஒரு சுண்ணாம்புத் தலை முங்கியதற்கான சுவடாக நீர் வளையங்கள் விரிவதையும் அண்மித்திருந்து பார்த்துக்கொண்டிருந்தேன்.

தொகுப்புக்கான தலைப்பைத் தேர்வு செய்யும்போது சிறுகதைத் தலைப்புகளில் ஓரிரண்டைப் பரிசீலித்தோம். ‘புஞ்சைக்கும் எனக்குமுள்ள உறவுமுறையில் ஒரு சிக்கல்; எப்போதும் அது வெளியீட்டுக்கு மனத்தில் காத்துகொண்டிருக் கிறது. அதன் பெயர் சொல்லி அதற்கு அடையாளம் உண்டாக்க வேண்டும் என்ற வற்புறுத்தலோடு இருந்துகொண் டிருக்கிறது’ என்ற ந. முத்துசாமியின் அகக்கிடக்கையே நினைவில் மேலெழுந்து நிற்க, அதிகம் யோசிக்காமல், பாஞ்சாலி கதையின் முதல் வாக்கியத்தைத் தலைப்பாக முன்மொழிந்தேன். அந்த வார்த்தை தலைப்பில் இடம்பெறுவதையே அவரது மேதைமைக்குச் செய்யும் மரியாதையாகவும் நினைக்கிறேன்.

திருச்சிராப்பள்ளி **மயிலன் ஜி. சின்னப்பன்**
டிசம்பர் 12, 2022

நெய்ச் சொம்பு

எங்கள் வீட்டு அடுப்பங்கரையில் இரண்டு தூண்களுக்கு இடையில் இறவாணத்திலிருந்து ஒரு நெய்ச் சொம்பு உறியில் தொங்கிக்கொண்டிருந்தது. மிகவும் புராதனமான அந்த உறி எத்தனை தலைமுறைகளைத் தாண்டி அங்கு வந்து எங்கள் நெய்ச் சொம்பிற்கு ஆதாரமாக இருந்தது என்பது எனக்குத் தெரியாது. நெய்யைத் தவிர அதில் வேறு எதுவும் தொங்கியதாக எனக்கு நினைவில்லை. நெய் அல்லது வெண்ணெய். நெய் காய்ச்சுவதற்கு நேரமில்லாமல் அல்லது மனது இல்லாமல் வெண்ணெயை உபயோகப்படுத்தும்போது அங்கு வெண்ணெய் மட்டும் தொங்கிக்கொண்டிருக்கும். வெண்ணெய் மட்டும் எப்போதும் இருக்கும். எங்கள் வீடு எருமைகளுக்குப் பெயர்போனது. இரண்டு நாளைக்கு ஒருமுறை தயிர் கடைவார்கள். நானும் கடைவேன். எல்லோருமே கடைவோம். அதில் ஒரு சுவாரஸ்யம் இருந்தது. அந்த சுவாரஸ்யத்தைக் கம்பனும் அனுபவித்திருப்பான்.

'தோயும் வெண்தயிர் மத்தொலி துள்ளவும் . . .
ஆயர் மங்கையர் அங்கை வருந்துவார்.'

எங்கள் அடுப்பங்கரை மிகவும் பெரியது. எங்கள் வீடென்ன, எல்லோர் வீட்டு அடுப்பங்கரையும் மிகவும் பெரியதுதான். ஆனால், எங்கள் அடுப்பங்கரையில் உள்ள தொட்டி முற்றம்தான் மிகவும் பெரியது. அதைப் போல நான் எங்கும் பார்த்ததில்லை. அவ்வளவு பெரிய தொட்டி முற்றமாக இருந்ததால் அடுப்பங்கரையில் வெளிச்சம் இருக்கும். பிற வீடுகளில் அது ஒரு விநோத

இருட்டில் இருக்கும். நல்ல நடுப்பகலில்கூட. அப்படிப்பட்ட இருட்டை இன்று நாம் விரட்டிவிட்டோம். பகற்பொழுதிலும் செயற்கையான வெளிச்சத்தில் இருக்கத் தலைப்பட்டு விட்டோம். நம் தோலையும் கண்களையும் தடவிக்கொடுத்துக் கொண்டிருந்த பழைய வெளிச்சம் பிரகாசமாகிவிட்டது. நல்லதுதான்.நியாயங்கள் குன்றியிருந்த மொத்தச் சமூகத்திற்காகவும் நாம் இப்போதுதான் உழைக்கத் தலைப்பட்டிருக்கிறோம். அதற்கு இவ்வளவு வெளிச்சம் தேவைப்படுகிறது.

நெய்ச் சொம்பு தொங்கிக்கொண்டிருந்த இரண்டு தூண்களுக்கு இடையிலான வெளி குறுகலானது. தயிர் கடைவதற்காகவே பிரத்யேகமாக ஒரு தூண் கூடுதலாகக் கூரையைத் தாங்கிக்கொண்டிருந்தது. கிழக்கு மேற்காக நீண்டிருந்த தொட்டி முற்றத்தில் கிழக்கு மேற்காகவும் வடக்கு தெற்காகவும் வந்து இணையும் மூலையில் உள்ள பிரதான தூணுக்கு அருகில் சற்றுக் கிழக்கே தள்ளி தயிர் கடையும் தூண் அமைக்கப்பட்டிருந்தது. அதற்கு மட்டும் தனிப்பட்ட சித்திர வேலைப்பாடுகள்.தூணிலிருந்து மத்தைத் தயிர்ப் பாத்திரத்தில் இணைக்கும் இரண்டு கயிறுகளும் நழுவிவிடாமல் இருக்கத் தேவைப்பட்ட பதிவுகளைச் சித்திர வேலைப்பாடுகளுக்குள் இணைத்துத் தூணைக் கடைந்துவிட்டார்கள் போலும்.

அடுப்பங்கரையின் அமைப்பு சற்று வேறுபட்டது. கிழக்கு மேற்கான தெருவில் இரு சாரிகளிலும் கிழக்கு மேற்காகவே அமையும் அடுப்பங்கரைகள் வீட்டிற்கு வீடு வேறுபட்டிருந்தன. ஆனால், ஏதோ ஒரு கணத்தில் பாகப் பிரிவினைகளால் இரண்டாகப் பிரியாமல் இருந்த வீடுகளில் உள்ள அடுப்பங்கரைகள் தொட்டி முற்றங்களைப் பிரதானமாகக் கொண்டு அமைக்கப்பட்டவை. அத்தொட்டி முற்றங்கள் மூன்று புறங்களில் தாழ்வாரங்களால் சூழப்பட்டிருக்கும். ஆனால், எங்கள் அடுப்பங்கரை இரண்டு தாழ்வாரங்களை மட்டுமே கொண்டிருந்தது. முற்றத்தின் வடக்கு தாழ்வாரத்தால் அல்லாமல் சுவரினால் ஆளப்பட்டது. மேற்புறக் கூடத்தை வடக்கே நீட்டிவிட்டது போலவும், வடக்கே வந்து கிழக்கில் திரும்பும் தாழ்வாரத்திற்கு இணையான ஒரு தாழ்வாரத்தை உள்ளே கொண்டு, இரண்டாம் கட்டிற்கு இடம் கொடுத்து உண்டான வாயிலையும் இரண்டாம் கட்டில் முற்றத்தையும் பிரித்துக்கொண்டு உண்டான ஓர் அமைப்பு இது. கூடத்தை ஒட்டி வந்த தாழ்வாரத்தில் வடகோடியில் தலையை இடிக்கும் ஒரு வாயிற்படி அடுப்பங்கரைக்கு. ஆனால், அதற்கு இணையான தாராளமான ஒரு நிலைப்படி இரண்டாம் கட்டிற்கு வழிவிட்டது. இன்று நிமிர்ந்த நடையில் போவதற்கு உண்டான வாயில்களைப் போலல்லாமல் சற்றுக் குனிந்தே இருக்க அமைக்கப்பட்ட

ந. முத்துசாமி

அளவுகளை மரபாகக் கொண்டிருந்தவை அவை. அதில் இன்னும் வணக்கத்தை ஏற்படுத்தும் அடுப்பங்கரை வாயிற்படி.

உறியில் தொங்கிக்கொண்டிருந்த நெய்ச் சொம்பு தாழ்வாரத்திலிருந்து இந்த நிலைப்படியின் வழியாக வெளியில் இருப்பவர்களுக்குத் தெரியும். வாயிலிலிருந்து உள்ளே வரும் ரேழியைத் தாண்டி இருந்த வாயிற்படியை ஒட்டித் தாழ்வாரத்தின் கீழ்க்கையில் அமைந்திருந்த ஒரு திண்ணையில் ஒருவர் உட்கார்ந்தால் இந்த உறியையும் தயிர் கடைவதையும் பார்க்கலாம். எனவே மேல்புறமுள்ள தாழ்வாரத்தையும் அடுப்பங்கரை ஒட்டி அது திரும்பும் வடகையில் உள்ள தாழ்வாரத்தையும் தூண்களால் பிரிக்கப்பட்ட அங்கணங்களில் மூலையில் இரண்டிரண்டை மறைத்துத் தென்னங்கீற்றால் ஆன நெறைச்சல் கட்டியிருந்தார்கள். ஆகையால் இப்போது சின்னத் திண்ணையில் வந்து அமரும் யாரும் அடுப்பங்கரையை நேரடியாகப் பார்க்க முடியாது. அதனால் இந்த நெய்ச் சொம்பு பார்வையிலிருந்து மறைந்திருந்தது.

நெய்ச் சொம்பு என்றால் அது ஈயச் சொம்பு என்பது பழைய மனிதர்களுக்குத் தெரியும். ஈயப் பாத்திரங்கள் மாயவரத்திலும் கும்பகோணத்திலும் செய்யப்படுகின்றன என்பதும் பழைய தஞ்சாவூர்க்காரர்களுக்குத் தெரியும். இந்த ஊர் ஈயப் பாத்திரங்கள் மிகவும் பிரசித்தி பெற்றவை. ஒருவர் மாயவரத்திற்குப் போவதானால் துலாகட்டத்தை ஒட்டிய பட்டமங்கலத் தெருவின் கோடியில் மேற்குப் பார்த்த கீழ்க்கைச் சாரியில் சில கடைகளில் ஈயப் பாத்திரங்களை லொட்டுலொட்டு என்று தட்டி செய்துகொண்டிருப்பதைக் காணலாம். புஞ்சை மாயவரத்திற்கு அருகில் இருந்ததால் இது எனக்குத் தெரியும். கும்பகோணம் பெயர் அளவில்தான் தெரியும். அங்கு போக வேண்டிய தேவையில்லை மாமாங்கத்தைத் தவிர. மாயவரத்திற்கு ஐப்பசி மாதம் துலா ஸ்நானத்திற்கு நாங்கள் எல்லோரும் போவோம். சுற்றுப்புறச் சூழல் அசிங்கப்பட்டுப் போவதைப் பற்றி இப்போது நாம் அதிகம் பேசுகிறோம். ஒரு அறுபது வருடத்திற்கு முன்னால் ஒருவர் குடமுழுக்கு, கடைமுழுக்கு நாட்களில் துலா கட்டத்தை நினைப்பாரானால் தெரியும், அன்றும் சுற்றுப்புறச் சூழல் அதிகம் உபயோகப்படுத்துவதனால் கெட்டுப்போயிருந்தது என்பது. இந்த ஐப்பசி மாதத்தில்தான் ஈயப் பாத்திரங்களும் கற்சட்டிகளும் அதிகம் வாங்கப்பட்டன. அப்போதுதான் ஜனங்கள் மாயவரத்திற்கு அதிகம் வருவார்கள். இந்த நெய்ச் சொம்பும் ஒரு துலா மாதத்தில் வாங்கப்பட்டதாகத்தான் இருக்க வேண்டும். ஈயப் பாத்திரங்களைப் பற்றிய பிரக்ஞையே இப்போது குறைந்துபோய்விட்டது. சொம்பைப் பற்றிய பிரக்ஞையே குறைந்துபோய்விட்டது. அதன் இடத்தை பிளாஸ்டிக்

குவளைகள் பிடித்துக்கொண்டுவிட்டன. சொம்பு. குவளை. ஈயத்தில் இரண்டு வகை ஈயம்: வெள்ளீயம், காரீயம். பார்த்து வாங்கத் தெரியாவிட்டால் காரீயத்தைக் கொடுத்து ஏமாற்றி விடுவார்கள் என்று சொல்வார்கள். காரீயத்தில் வைக்கும் உப்பு பட்ட பண்டங்கள் கைத்துப்போய்விடும். வெள்ளீயத்தில் அப்படியே இருக்கும். ரசம் வைப்பதற்கும் வெள்ளீயம் மிகவும் ஏற்றது. ஈயச் சொம்பில்தான் ரசம் வைத்துச் சாப்பிட வேண்டும் என்று சொல்வார்கள். ஒருக்கால் ஈயம் உடம்பிற்குத் தேவையோ என்னவோ? இப்போது ஈய விஷத்தைப் பற்றிப் பேசுகிறார்கள். அளவைப் பொறுத்து மருந்தும் விஷமாக மாறிவிடும்போலும். வைத்தியரைக் கேட்டுத்தான் தெரிந்துகொள்ள வேண்டும்.

அந்த ஈயச் சொம்பு ஒரு மண்டை அளவு இருந்தது. அப்போது நிறைய நெய்யோடு தொங்கிக்கொண்டிருந்தது. நான் அடியில் அமர்ந்து பெரிய கற்சட்டியில் தயிர் கடைந்து கொண்டிருந்தேன். தயிர் கடைவது என்றால் அது காலை நேரம் என்று இன்று நகரத்தில் இருப்பவர்களுக்குச் சொல்ல வேண்டும். காலையில் எட்டு மணி இருக்கலாம். கடிகாரத்தை அல்லாமல் முற்றத்தில் இறங்கும் நிழலைப் பார்த்து நேரம் தெரிந்துகொண்டிருந்த காலம் அது. அம்மா அடுப்பில் பிரை ஊற்று வதற்குப் பால் காய்ச்சிக்கொண்டிருந்தாள் என்று நினைக்கிறேன். அடுப்பங்கரையின் கீழ்க்கோடியிலும் வடகோடியிலும் அடுப்புகள் இருந்தன. விறகு வைத்து எரிய விடும் மண் அடுப்புகள். நான் தயிர் கடைந்துகொண்டிருந்த அப்போது அம்மா இருந்தது கீழ்க்கோடியில் இந்த அடுப்படியில்.

என் நண்பன் பழனிவேலு தாழ்வாரத்துச் சின்னத் திண்ணையில் அமர்ந்துகொண்டான்போலும்.

‘கண்ணா’ என்றான்.

எனக்குப் பெரிய சந்தோஷம். ‘பழனிவேலு’ என்று விநோத மாகக் கத்தினேன் நான். மத்தைக் கற்சட்டியில் விழாதபடி சாத்தி வைத்துவிட்டு வருவதற்குள், ‘கண்ணா, தண்ணீ’ என்று அவனிடமிருந்து இன்னொரு உரத்த குரல் வந்தது. நாங்கள் தாழ்வாரத்து நெறைச்சலால் மறைக்கப்பட்டிருந்தோம் என்பது நினைவிருக்க வேண்டும். நான் எழுந்து தண்ணீர் எடுக்கப் போனேன். அவன் என் உயிர் நண்பன். அவனுக்கு நான் குடிக்கும் தண்ணீரைத்தானே கொடுக்க வேண்டும். எனவே, மேற்குத் தாழ்வாரத்தில் வடபுறம் சுவரை ஒட்டிக் கொல்லைக் கொட்டகைக்குப் போகும் வாயிற்படிக்கு அருகில் முற்றத்தின் ஓரமாக அமைக்கப்பட்டிருந்த ஒரு மேடையில் பானையில் வைக்கப்பட்டிருக்கும் காவிரித் தண்ணீரை எடுக்கப் போனேன்.

அடுப்படியில் இருந்தபடியே 'ஏய் இந்தாடா, இந்தாடா' என்றாள் அம்மா என்னைப் பார்த்து. அதற்கு அர்த்தம் என் நண்பனுக்குக் கொடுக்கும் தண்ணீரில் சிறிது மோரைத் தெளித்துக் கொடுக்க வேண்டும் என்பது. அவன் பிராமணன் இல்லை. முதலியார். புஞ்சையில் பிராமணர்களைப் போலவே செல்வாக்கோடு இருந்தவர்கள் முதலியார்கள். அவனுக்குத் தண்ணீரில் மோரைத் தெளித்துக் கொடுப்பது எனக்கு உடன்பாடில்லை. அப்போது எங்களுக்கு வயது பத்துதான் இருக்கும் என்று நினைக்கிறேன். இந்தத் தீமைகள் அப்போது எனக்குத் தெரிந்திருந்தது. அவனுக்கும் தெரியும். பிராமணர்கள் அல்லாத நண்பர்கள் எங்களைக் கேலி செய்துகொண்டிருப்பார்கள் இதற்காக. அப்போது மாட்டுக்காரச் சிறுவர்கள் காவிரிக் கரையில் தொலைவில் நின்று காவிரியில் குளிக்கும் பிராமணர்களைப் பார்த்து 'அக்ரகாரப் பாப்பானெல்லாம் சாக மாட்டானா, அவன் ஆத்தங்கரை ஓரத்திலே வேக மாட்டானா' என்று தங்கள் அடையாளத்தை மறைத்துக்கொண்டு பாடத் தொடங்கிவிட்டிருந்தார்கள் அப்போது.

நான் முறைத்துக்கொண்டு தண்ணீரில் மோரை ஊற்றாமல் டம்ளரை எடுத்துக்கொண்டு கிளம்பினேன். அடுப்படியிலிருந்து அம்மா ஓடிவந்து கற் சட்டியில் கடைந்துகொண்டிருந்த மோரில் விரலைத் தோய்த்து டம்ளரில் தெளித்தாள். அவ்வளவுதான். எனக்குக் கோபம் வந்துவிட்டது. டம்ளரை முற்றத்துச் சுவரில் அடித்தேன். கற்சட்டித் தயிரைக் காலால் முற்றத்தில் உதைத்து உடைத்தேன். உறியில் தொங்கிக்கொண்டிருந்த நெய்ச் சொம்பை எடுத்து முற்றத்துச் சுவரில் வீசி மோதி உடைத்தேன். சுவர் முழுதும், முற்றம் முழுதும் நெய், மோர் ஆறாய் ஓடியது. கோபத்தோடு வெளியில் ஓட எத்தனித்த என்னை, நான் உயரமாய் இருந்ததாலும், வாயிற்படி குள்ளமாய் இருந்ததாலும், அது என் தலையை மோதி உடைத்தது.

'ஐயோ அம்மா' நான் கீழே விழுந்து மயக்கம் போட்டு விட்டேன். இந்த 'அம்மா' என்பது தாயைக் கூப்பிட்ட ஓலமில்லை. இது வலியில் சொல்லும் விளிச்சொல். என் நண்பன்தான் ஓடிவந்து என்னைத் தூக்கிக் கிடத்திவிட்டு வைத்தியனைக் கூப்பிட்டுக்கொண்டு வந்து மருந்து வைத்துக் கட்டினானாம்.

இது எப்படி நடந்ததென்று என் நண்பனுக்குத் தெரிந்திருக்க வேண்டும். இதையெல்லாம் கடந்துதான் அவன் எனக்கு நண்பனாக இருந்தான்.

இந்த நெய்க்கறை இன்னமும் தொட்டி முற்றச் சுவரில் அது உண்டான காரணத்தை இழந்து இருந்துகொண்டிருக்கிறது.

யார் துணை

இது நேற்று நடந்தது.

ஒரே இருட்டு. கும்மிருட்டு. அழுகத் தேங்காய்க்குள்ளே நுழைஞ்சு பார்த்தால் எப்படி இருக்குமோ அப்படி. பிரஸ்ஸிலே மிஷின்மேன் சிலிண்டர் இங்கைத் தொடச்சுப் போட்ட பேப்பர் மாதிரி கீறு கீறா வானத்தில் கொஞ்சம் வெளிச்சம்.

நான் தூங்கிக்கொண்டிருந்தேன். நல்ல தூக்கம். நல்ல தூக்கமா? என்றைக்கய்யா நல்ல தூக்கம் தூங்கினேன்! ஏதோ தூங்குகிறேன். விழித்துக்கொண்டிருப்பதைப் போல ஒரு தூக்கம். நடுநிசி.

"சார் தந்தி."

"கதவு ஓட்டை வழியா போட்டுட்டுப் போய்யா!"

என்றோ என்றைக்கோ – யார் கண்டா? – சொன்னேன். "டேய், உங்க ஊர்லே ஒரு வேலை இருந்தா பாருடா. இங்கே பசங்க ரொம்ப மோசம். நூத்தி ஐம்பது ரூபாய் தரேன்கிறான். நாலுநாள் லீவு போட்டா மூணு நாள் சம்பளத்தே புடிக்கிறான். என்னடான்னா இஷ்டமில்லேன்னா ஓடுங்கறான். நெஞ்சை நிமிர்த்திக்கிட்டு முதலாளிங்கறான். பெட்டியிலே கருப்புப் பணம். கள்ளக்கணக்கு எழுத எனக்குக் கைவந்து போச்சு."

"உடனே கிளம்பு. நாளை, மறுநாளைக்குள் எதிர்பார்க்கிறேன். அவசரம்."

இதுவா தந்தி, கிட்டா கல்கத்தாவிலே இருக்கான். டில்லியிலிருந்து தந்தி, பய என்னிக்கி அங்கே

போனான். பக்கத்து வீட்டிலே எவனாவது என் பேருள்ளவன் இருக்கானா? இல்லே... நானேதான்.

ஓடினேன்... ஓடினேன். குதிகால் தரையில் வேரூன்றிப் போச்சு. ஆணிவேர் அறாமல் எப்படிச் செடியைப் புடுங்குவது – தண்ணி ஊத்தி புடுங்கினா? உளை விழுந்த நிலம் மாதிரி பொதபொதன்னு சேறு. உழப்போன மாடு உள்ளே புதையுது. கொம்பு தெரியுது. மூக்கணாங்கயிறைப் புடிச்சு மேலே தூக்கு.

மெதுவாய் டெலிபோன் பூத்துக்குப் போய்விட்டேன். அழகான சின்ன அறை. உள்ளே இருந்து பேசினால் வெளியே தெரியாது. உள்ளே போனதும் கதவு சாத்திக்கொள்கிறது. வெளியே சிவப்பு எழுத்து எரியுது. 'உள்ளே ஆள் இருக்கு.' இந்தியாவிலே விஞ்ஞானம் முன்னேறிப்போச்சு. ஒரு பட்டனை அழுத்தினா மணி அடிக்குது. ரீசிவரைக் காதில் வைத்துக்கொண்டு "ஹலோ, எய்ட், திரி, ஃபோர், டூ, ஒன், ஸெவன்."

மீண்டும் மணி.

"ஹலோ ஏர்லைன்ஸா–டில்லிக்கு டிக்கட் இருக்கா? எத்தனை மணிக்கு – ஒன்று இருபதுக்கு கிளம்புதா? தேங்க்யூ."

பக்கத்தில் இருக்கும் உண்டியலில் பதினைந்து பைசாவைப் போட்டுவிட்டு வெளியில் வருகிறேன். கதவு சாத்திக்கொள்கிறது. பச்சை வெளிச்சம். 'நீங்கள் உள்ளே வரலாம்' என்று விளக்கு எரிகிறது.

ஒரே வெயில். துருத்தி வைத்துத் தணலை மேலே ஊதுவதைப் போல வெயில் தகிக்கிறது. பெரியம்மை கொப்புளங்களைப் போல உடம்பெல்லாம் வியர்வை முத்துக்கள். சட்டை முதுகோடு ஒட்டிக்கொண்டுவிட்டது. ரத்த வியர்வை. நெற்றி வியர்வையை வழித்துவிட்டால் கீரைப் பாத்திக்கு நீர் பாய்ச்சிவிடலாம். தார் ரோட்டில் எங்கே கீரை விதைப்பது? புஞ்சையில் நான் சிறுவனாக இருந்தபோது விதைத்த கீரை இப்பொழுது முப்பது வருஷங்களுக்குப் பிறகு பசுமையாய் முளைத்திருக்கிறது. அதைப் பறித்து நாளைக்கு மசித்துவிடலாம்.

மவுண்ட்ரோட்டில் ஒரு குடிசை. மிக அழகாக புத்துலக உத்திகளை எல்லாம் பயன்படுத்தி, அமெரிக்கா ரஷ்யா எல்லாம் சென்று திரும்பின கட்டிடக்கலை நிபுணர்களின் கூட்டு முயற்சியில் உருவாக்கியிருக்கிறார்கள். வாசலில் "இண்டியன் ஏர்லைன்ஸ் கார்ப்பரேஷன்" என்ற போர்டு குழந்தை எழுதும் எழுத்து வடிவத்தில் எழுதித் தொங்குகிறது. படியில் அடியெடுத்து வைக்கிறேன். உள்ளே போகலாமா என்ற தயக்கம். "கெட் இன்... கெட் இன்."

"டில்லிக்கு என்ன டிக்கெட்?"

"நூத்திப் பத்தொன்பது ரூபா எட்டு பைசா."

"எட்டு பைசா என்னய்யா எட்டு பைசா? கொசுறா?"

"சரி ரவுண்டாக் கொடுங்க."

"ரவுண்டுன்னா 119 ரூபா 5 பைசாவா?"

"உங்க இஷ்டம்."

"நூத்திப் பத்தொன்பது ரூபாய்தான் தருவேன். கொடுப்பியா?"

"சரி கொடுங்க . . . எட்டு பைசாவை ரைட்டாஃப் செஞ்சுடறேன்."

பையிலே கையை விட்டேன், பாம்புப் புற்றுக்குள்ளே கையை விட்டால் ரொம்ப சுகமாக இருக்கும். ஜிலுஜிலு என்று பேரானந்தம் உடம்பில் ஏறும். நித்திரை. சுக துக்கமற்ற நித்திரை. மூட்டைபூச்சிக் கடியில்லை. என்ன தொல்லையிது. தோள்பட்டைவரையில் கை உள்ளே போகிறது. மேலே போக கை நீளமில்லை. அட ஆண்டவனே? என்னமோ கையில் தட்டுப்படுகிறது. ஏதோ கடித்ததுபோல் இருந்தது. வெடுக்கென்று வெளியில் இழுக்கிறேன். பெண்டாட்டி கழுத்துச் சங்கிலி.

"இது ரெண்டு பவுனய்யா?"

"பணமா கொடுங்க சார்."

"இது பணமில்லையாங்காணும்? பவுனய்யா பவுன். இரண்டு பவுன். இருபத்திரெண்டு காரட், மாமியார் வூட்டுலே செஞ்சு போட்டது."

"..."

"என்னய்யா ஊமை மாதிரி உட்கார்ந்து இருக்கிறீர்? எங்க அம்மா செய்தது இல்லைங்காணும். மாமியார் வூட்டுலே செஞ்சது. பதினாலு காரட் இல்லே, ஸ்மக்ளிங் கோல்ட். திருட்டுத்தனமா ஆசாரியை அடுப்பங்கரையிலே கொண்டுவந்து செய்யச் சொன்னது."

"கொஞ்சம் இமைச்சுப் பாருங்க. பயமா இருக்குது. பொணமும் தெய்வமும்தான் கண்ணை இமைக்காது. நீங்க பொணமா இல்லை தெய்வமா சொல்லுங்க? எனக்குப் பயமா இருக்குது. ஓகோ... பதினாலு காரட்டுன்னு சந்தேகமா? அதான் மாமியார் செஞ்சதுங்கிறேனே. பதினாலு காரட்டுன்னா அவ எனக்குப் பெண்டாட்டி. இல்லேங்காணும், அவ அம்மாவுக்கு மக!"

நகையை வாங்கிப் பையிலே போட்டுக்கிட்டான். ரெண்டு தாளை எடுத்தான். அதை வெட்டி இதிலே ஒட்டு. இதை வெட்டி அதிலே ஒட்டுன்னான்.

"என்னாய்யா இது?"

"டிக்கட்."

"இதுதான் டிக்கட்டா?"

"ஆமாம்."

"ஆட்டைத் தூக்கி மாட்டுலே போடு. மாட்டைத் தூக்கி ஆட்டிலே போடுங்கறதுதான் டிக்கட்டா?"

"ஆமாம்."

"இதை நான்தான் செய்யணுமா?"

"ஆமாம்."

"நீ செஞ்சு குடுத்தா என்ன?"

"நீதானே ப்ளேனுக்குப் போகணும்?"

"ஆமாம்."

"அப்போ ஒட்டு."

அட தெய்வமே! அதில் பாதியை வெட்டி இதிலே ஒட்டுகிறேன். இதில் பாதியை வெட்டி அதிலே ஒட்டுகிறேன்.

"சரியாப்போச்சா?"

"சரிதான்."

"இப்போவே வயசு முப்பது அய்யா... இன்னும் எத்தனை வருஷம் காத்துக்கிட்டு இருக்கணும். ப்ளேனுக்கு நேரம் ஆச்சா."

"இன்னும் நாப்பது நிமிஷத்திலே ப்ளேன்."

"முப்பது வருஷமா காத்துக்கிட்டு இருந்தேனே இன்னும் நாப்பது நிமிஷந்தானா?"

"ஓடு ஓடு நேரமாச்சு. ஓடு"

"இங்கேருந்து ஏரோட்ரோம் வரைக்குமா?"

"இல்லே... வழியிலே டாக்சியெ புடிச்சுக்க."

ஓடுகிறேன். வேட்டி அவிழ்ந்து போச்சு... ஒரு முனையை கையிலே புடிச்சுக்கிட்டு ஓடுகிறேன்.

"டாக்சி! டாக்சி!"

நிறுத்தாமே போறானே! இன்னும் ஓடுவோம். வழி குறுகுமே.

"டாக்சி... டாக்சி!"

பய நிறுத்த மாட்டானா? வேட்டி அவுந்து தரையிலே புரளுது.

"டாக்சி, டாக்சி"

கண்ணெல்லாம் ரோட்டு மேலேயா? அட போகட்டும். காதெங்கே போச்சு... அடைச்சுப் போச்சா... மனிதாபிமானமே மரத்துப் போச்சா... இங்கே ஒருத்தன் காட்டுக் கத்தலா கத்தறது காதிலே கேக்கலையா?

"டாக்சி... டாக்சி"

"பசங்க நிறுத்த மாட்டானுங்க... அவன் அவன் பாடு அவனவனுக்கு. நிறுத்த மாட்டானுங்க. வேட்டி அவுந்து ரோட்டிலே போச்சு... அட போகட்டுமே... போனா போகட்டுமே... ப்ளேனே போகப் போகுதாம்... வேட்டி போனாக்க என்னவாம்"

"டாக்சி... டாக்சி"

எனக்குப் பின்னே வந்து எத்தனை பய முன்னே ஓடிப் பூட்டான். என்னை ஏத்திக்கிட்டுப் போனா என்ன? குடியா முழுகிப்பூடும்? சும்மாத்தானே போறான். அவன்கிட்டே கார் இருக்குங்கற துணிச்சல்லே போறானா?

"டாக்சி... டாக்சி"

அவனுங்க எங்கே நிறுத்தப் போறானுங்க... முப்பது வருஷம் – இருபது நிமிஷம் ஆச்சு. நேரம் குறுகிப்போச்சு. நேரம் குறுகினா வழியும் குறுகணும் இல்லே... ஆனா வழி குறுகல்லியே. நீண்டுக்கிட்டில்லே போகுது. குறுக்கு வழியாப் போனால் என்ன?

புஞ்சையிலேருந்து ஆக்கூருக்குப் போற பாதை குறுக்கு வழி. நிலமெல்லாம் வெடிச்சுக் கிடக்கு. எலி புடிக்க வரப்பெல்லாம் வெட்டிக் கிடக்கு. புழுதி உழுத நிலம் கட்டியும் முட்டியுமாய்ப் பரவிக் கிடக்கு. வரப்பிலே துவரை வெட்டிய அடிக்கட்டை ஈட்டி ஈட்டியா நீட்டிக்கொண்டு நிக்குது. செருப்பு கிழிந்துபோச்சு, ரத்தமும் சதையுமா வழியுது. பக்கத்திலே பெரிய திடல். ஸ்பெயின் தேசத்துக் காளை விளையாட்டு நடக்குது அங்கே. காளையை ஈட்டியாலே மேலெல்லாம் குத்தி இருக்கான்கள். ஈட்டி குத்திக்கொண்டு மேலே தொங்குது. எதிரிலே நின்னுக்கிட்டு கலர் துணியே காண்பிச்சு மிரட்டறான். 'இதுவா மீனம்பாக்கத்துக்குப் போற பாதை? இது ஆக்கூர் பஸ் ஸ்டாண்டுக்குப் போகிற

பாதையில்லையா? இதிலே போனா பொறையார் பஸ்ஸைத்தானே புடிக்கலாம். இல்லே – இல்லே. இது குறுக்குப்பாதை. மீனம்பாக்கம் இன்னும் தொலைவில் இல்லே. தெரியாத பாதையிலே போறதைவிட தெரிஞ்ச பாதையிலே போறது நல்லது இல்லையா? போற இடத்துக்கு சீக்கிரம் போகலாம். மீனம்பாக்கம் ரொம்பத் தொலைவில் இல்லே. முப்பது வருஷம் முப்பது நிமிஷம் ஆச்சு.

"டாக்சி . . . டாக்சி"

எங்கே போறானுங்க இப்படி? "யோவ் நான் ப்ளேனுக்குப் போகணும். ஏத்திக்கிட்டுப் போங்கய்யா!"

"போய்யா... போய்யா கிண்டிலே ரேசய்யா!"

"இந்த அர்த்த ராத்திரியிலேயா?"

"ஆமாய்யா ரேசு... நேரமாச்சு போறேன்."

"நிறுத்துங்கய்யா நானும் வரேன், மீனம்பாக்கத்திலே கொண்டு விட்டுடுங்க."

"போய்யா போய்யா... கிண்டிலே ரேசய்யா"

"ரேசுன்னா என்னய்யா... இப்பிடி குடல் தெரிக்க ஓடுறே. குதிரையா ஓடுது... இல்லே நீயே ஓடுறெயா?"

"பணம் கொட்டிக்கிடக்குது. அள்ளிக்கிட்டு வரப் போறேன்."

"பணமா?"

"என்னய்யா வாயைப் பொளக்கிறே. நீயும் ஓடி வா. அள்ளிக்கிட்டு வரலாம்."

"எப்பிடியய்யா பணம் கொட்டிக் கிடக்கும். குதிரை கொள்ளைத் தின்னுட்டுப் பணம் பணமா லத்தி போட்டுக்கிட்டே ஓடுமா?"

"ஆமான்னு வைச்சுக்க... பணம் கொட்டிக் கிடக்குது. கறுப்புக் குதிரையில்லே ஓடுது அங்கே."

"டாக்சி டாக்சி. காரைப் புடிச்சுக்கிட்டே நானும் வரேன்யா."

"டாக்சி டாக்சி."

முப்பது வருஷம் முப்பத்தொன்பது நிமிஷமாச்சு. இன்னும் ஒரே நிமிஷம். ஒரே ஒரு நிமிஷந்தான். மீனம்பாக்கம் தொலைவில் இல்லே. ப்ளேனைப் புடிச்சுடலாம்.

"டாக்சி, டாக்சி."

நாயைப் போல இறைக்குது, கண்ணை இருட்டுது.

புஞ்சைலெ ஒரு நடிகெ இருந்தா

அதோ . . . அதோ . . . ஒரே உந்தல். ஒரே ஓட்டம்.

கொய்ங்குன்னு சப்தம் காதைத் தொளைக்குது. அடக் கடவுளே! ப்ளேன் கிளம்பிப் போச்சா. எத்தனை வருஷமா ஓடுறேன். முப்பது வருஷம் நாப்பது நிமிஷம் அதுக்குள்ளே ஆச்சா. தலைக்கு நேரே . . . மேலே . . . மேலே கொய்ங்கின்னு பறக்குதே. கண்ணுக்குத் தெரியுதே. ஏணி வெச்சாலும் இனிமே எட்ட முடியாதே. அடக்கடவுளே! மேகத்துக்குள்ளே பூந்து மறைஞ்சு போச்சே.

கண்ணை இருட்டுது. காதை அடைக்குது. நாக்கு வரண்டு போச்சு. இமையைப் பாரமாய் அழுத்துது வாழ்வு. இமைக் கதவை நீக்கி வெளியிலே பார்க்கிறேன். இருட்டு . . . ஒரே இருட்டு. ப்ளேனோட சத்தம் அடிவானத்தில் போய் அழுந்திப் போச்சு.

அடக் கடவுளே! இதற்குக்கூடவா நான் கொடுத்து வைக்கவில்லை. நான் அன்றாடம் காய்ச்சி. அவனெல்லாம் குதிரிலே மொத்தமாய்க் காய்ச்சிக் கொட்டிக்கொண்டு வைக்கோல் சுருணையைப் பிடுங்கிவிட்டு வாய்வைத்துக் குடிக்கிற பயல்களா? அவன் கடைவாயில் ஒழுகுகிறதை நீ நக்கிக் குடிக்க அனுமதி கொடுத்தானா? நீ அவன்களுக்கே துணை போகிறாயே!'

எனக்கு யார் துணை?

ந. முத்துசாமி

சூழ்நிலை

முதல்நாள் சனிக்கிழமை இவன் அலுவலகம் செல்லவில்லை. தான் போகாத அன்று ஆபீஸில் என்ன விசேஷம் என்று கேட்டுவர சைக்கிளை எடுத்துக்கொண்டு கிளம்பினான். அலுவலகம் போவதைத் தவிர மற்ற இடங்களுக்கு இவன் சைக்கிளில் போவது கிடையாது. ஆபீஸ் போக சைக்கிள், மற்ற இடங்களுக்கு பஸ் என்று ஒரு பழக்கம் இவனுக்கு ஏற்பட்டிருந்தது. சைக்கிளில் ஏறியவுடன் யார் வீட்டுக்குப் போவது என்று யோசனை தோன்றிற்று. யோசனையோடேயே சைக்கிளில் ஏறிக் கிளம்பிவிட்டான். சைக்கிள், ஆபீஸ் போகும் பாதையிலேயே சென்றது. அதுவும் நல்லதுதான். ஆபீஸ் போகும் வழியில் உள்ள வைத்தியநாதன் வீட்டுக்குப் போய் வந்துவிடலாம் என்று சைக்கிளை மிதித்தான்.

வழியில், சைக்கிள் ஒரு குப்பத்திற்குள் நுழைந்தது. குப்பத்தின் அந்தச் சந்தைத் திரும்பினால் சந்துத் திருப்பத்தில், தெருவில், வலப்புறத்தில் முதல் வீடு வைத்தியநாதனுடையது. சந்து மூத்திரச் சந்து, சந்து முனையின் இருபுறச் சுவர்களின் முடிவில் இருந்தே, சந்தில் வீடுகள் ஆரம்பமாகின்றன. சுவர்களில் உள்ள ஜன்னல்கள் எப்பொழுதும் மூடப்பட்டுக் கிடக்கும். சுவரோரத்தில் மலக்கழிவு. பெரியவர்கள் இரவிலும், சிறுவர்கள் பகலின் எந்த நேரத்திலும் மலம் கழிக்குமிடம் அது. ஜன்னல்கள் சாத்தப்பட்டதால் அந்த இடம் அப்படியாயிற்றா; அந்த இடம் அப்படி ஆனதால் ஜன்னல்களைச் சாத்தினார்களா என்பது தெரியவில்லை.

தெரு, நடுத்தர வகுப்பினர் வாழுமிடம். அலுவலகம் செல்பவர்களின் ஒண்டுக் குடித்தனங்கள்

நிறைந்த தெரு அது. சில வீடுகளின் முன்புறங்களில் வீட்டோடு திட்டமிடப்படாது, பின்னால் தேவைப்பட்டுத் தடுத்துவிட்ட பெட்டிக் கடைகள் இருக்கும்.

சந்து, ஏழைகளின் குடியிருப்பு. ஓலைக்குடிசைகளுக்கு இடையில் சில ஓட்டு வீடுகளும் ஒன்றிரண்டு மொட்டைமாடி வீடுகளும் அங்கு உண்டு. மொட்டைமாடிகளின் வீட்டுக்காரன் குடியிருக்க, ஓலைக்கூரைக் கொட்டகைகள் இருக்கும். அவைகளைத் தரையில் இருப்பதற்குப் பதிலாக மாடியில் இருக்கும் குடிசைகள் என்று சொல்ல வேண்டும். தெருவின் வாடகைக்குப் பயந்து ஒதுங்கிய சில நடுத்தர வகுப்பு அலுவலகம் செல்வோர் சந்தின் மொட்டைமாடி வீடுகளில் குடிபுகுந்து வீட்டுக்காரர்களை மொட்டைமாடிக் குடிசைகளுக்கு ஒதுக்கியிருந்தார்கள். ஆக, ஏழைக் குடியிருப்பு என்ற இலக்கணம் கெடாமல் காப்பாற்றப்பட்டிருந்தது.

குப்பத்துக்காரர்கள் தினக்கூலியில் அன்றாடம் சாமான்கள் வாங்குபவர்கள் ஆதலால், அவர்கள் தேவையை நிறைவேற்றும் கடைகள் எல்லாம் தெருவிலேயே இருந்தன. அவர்கள் குழந்தைகளின் தேவையை நிறைவேற்றும் நடை பாதை அங்காடிகளும் தெருவிலேயே. அவைகளில், வேகவைத்து பித்தவெடிப்புப் போலப் பிளந்த மரவள்ளிக் கிழங்குகள், வெல்லத்தில் செய்த கமர்கட்டு முதலிய மிட்டாய்கள், வேர்க்கடலை உருண்டைகள், முந்திரிப் பருப்புகள் உடல் முழுதும் பதித்த ரவாலாடு போன்ற வெள்ளை உருண்டைகள் முதலியவை விற்பனையாகும். முந்திரிகள் அலங்காரமாக இருப்பதுபோல், அலங்காரமாக உட்கார்ந்து அடிக்கடி இடம்மாறி இடம்மாறி அமர்ந்து புதுப்புதுத் தோற்றங்களைக் கலைத்துக் கலைத்து உண்டாக்கிக்கொண்டிருக்கும் ஈக்கள். இந்த நடைபாதைக் கடைகளில் ஈக்களைப் போலக் குப்பத்துக் குழந்தைகள் மொய்த்துக்கொண்டிருப்பார்கள். இவ்வகையில் அச்சந்து அதிக நடமாட்டமுள்ளதாகையால் எந்நேரமும் மூத்திரத்தால் நனைந்திருக்கும்.

வைத்தியநாதன் வீட்டிற்கு வருவதற்குக் குப்பத்துச் சந்து குறுக்கு வழி. சந்து வழியாக சைக்கிளில் வந்து வீட்டு வாசலில் சைக்கிளை நிறுத்தினான் அவன். தெருவைச் செப்பனிட வீட்டு வாசலில் கருங்கல் சல்லி கொட்டிவைக்கப்பட்டிருந்தது. குழந்தைகள் விளையாடி சல்லி முட்டுக் கலைந்திருந்தது. முட்டுக்கு அப்பால் சைக்கிளை நிறுத்தினால் தெருவின் போக்குவரத்திற்கு இடைஞ்சலாய் இருக்கும் என்று, சல்லி இறைந்திருக்கும் நடைபாதையையும் நடப்பதற்கு ஒதுக்கிவிட்டு நடைபாதை இறக்கத்தில் – அதுவும் சல்லியால் நிரம்பியிருந்தது – சல்லியின் மேலேயே சைக்கிளை நிறுத்தினான். சைக்கிள் ஆடி விழுந்துவிடக் கூடாது என்று ஆட்டி ஆட்டி சல்லியில் முன்சக்கரமும்

ஸ்டாண்டும் கொஞ்சம் புதைந்திருக்கும்படியாகவே நிறுத்தினான். காற்றடித்தால், நடைபாதையில் போவோர் அசைப்பில் தவறி இடித்து விட்டால், சைக்கிள் விழுந்துவிடாமல் இருக்குமா என்றும் ஆட்டிப் பார்த்துக்கொண்டு வீட்டுப் படிகளில் ஏறினான்.

நகரின் புதிய கட்டிடக்கலை தெருவை இன்னும் பாதிக்க வில்லை. நகரப் பாதிப்பு, வீட்டு வாயிலில் பெட்டிக்கடைக்குத் தடுத்துக் கொடுக்கும் அளவே இருந்தது. ஆனால், அதுவும் வைத்தியநாதன் வீட்டைப் பாதிக்கவில்லை. வீட்டுக்கு வாசலில் கம்பி அடைப்பு. உள்ளே திண்ணைகள். திண்ணைகளை அவன் கடைகளாகத் தடுத்துவிட்டிருக்கலாம். அவன் தந்தையேகூட அதைச் செய்திருக்கலாம். அவரும் செய்யவில்லை. அவன் தந்தையைப் பின்பற்றுபவன்போலும்; வீட்டு வாசலில் கடைக் கூட்டத்தைத் தவிர்க்க நினைத்திருக்க வேண்டும்; அல்லது பிறர் இவர்களுக்கு முந்திக்கொண்டு கடை கட்டி விட்டிருக்க வேண்டும். இனி கடை கட்டினால் விற்பனை இருக்காது என எண்ணியிருக்கலாம். அதனால் யாரும் வாடகைக்கு எடுக்க முன்வர மாட்டார்கள். முன்வந்தாலும் விற்பனையின்றிக் குடிபெயர்ந்துகொண்டேயிருப்பார்கள். இது ஒரு காரணமாகி வாடகையில் சலுகை கேட்பார்கள். மேலும், கடையும் காரணங்களில் ஒன்றாகி உள்ளே குடிவருகிறவர்களும் குடிக்கூலியில் சலுகை எதிர்பார்ப்பார்கள். பக்கத்தில் மூத்திரச் சந்து மற்றொரு காரணம். ஆக, அடுத்த நல்ல வீடு கிடைக்கிற வரையில் இது இடையில் ஒரு தங்குமிடமாகிவிடும் என்றெல்லாம் எண்ணியிருக்க வேண்டும். மூத்திரச் சந்து என்ற தடையோடு மட்டும் இருக்கட்டுமென்று வாசலில் கடை கட்டிவிடாமல் அப்பனும் மகனும் இருந்துவிட்டார்கள் போலிருக்கிறது.

வாசல் கதவு சாத்தி இருந்தது. தெரு ஜன சந்தடியிலிருந்து விலகியிருக்கத்தான் வாசற்கதவுகளைச் சாத்திவைத்திருக்கிறார்கள் என்று நினைத்துக்கொண்டே வாசல் கதவுகளைத் தட்டினான். ஒரு சிறுவன் கதவைத் திறந்தான். குடித்தனக்காரப் பையனா வைத்தியநாதன் பையனா என்பது இவனுக்குத் தெரியாது. அப்பா இருக்காரா? வைத்தியநாதன் இருக்கானா? என்று இதில் எதைச் சிறுவனிடம் கேட்பது என்று யோசித்தான். எப்படி இருந்தாலும் வைத்தியநாதன் இருக்கானா என்றே கேட்கலாம் என்று முடிவுகட்டிக்கொள்வதற்குள் சிறுவன் உள்ளே ஓடிவிட்டான். தட்டப்படும் கதவைத் திறப்பது சிறுவனின் வேலை போலிருக்கிறது. முன் கட்டில் குடியிருப்பவனாக இருக்கலாம். தன் கடமையைச் செய்துவிட்டுப் பையன் ஓடியிருக்கிறான். பெற்றோருக்கு அடங்கிய பையன் என்று யோசித்துக்கொண்டே "வைத்திய நாதன் வைத்தியநாதன்" என்று வாயிற்படியில் ஒரு காலை எடுத்து வைத்துக்கொண்டு, சாத்தியிருக்கும் ஒற்றைக் கதவில் கையை

ஊன்றிக்கொண்டு தலையை மட்டும் உள்ளே நீட்டிக் குரல் கொடுத்தான். கூப்பிட்டு முடித்தவுடன் தலையை வெளியில் இழுத்துக்கொண்டான். இன்னும் அவன் வராததைக் கண்டு மீண்டும் தலையை உள்ளே நீட்டிக் குரல் கொடுத்தான். தலையை உள்ளே நீட்டி வெளியில் இழுத்துக் கூப்பிட்டுக்கொண்டிருந்தது. அவனுக்கே வேடிக்கையாக இருந்தது. வாயிற்படியில் இருந்த காலையும் கதவில் இருந்த கையையும் எடுத்துக்கொண்டு நேராக நின்று மீண்டும் கூப்பிட்டான். "உள்ளே போங்கோ" என்று ஒரு ஆண் குரல் மட்டும் கேட்டது. ஆளைக் காணவில்லை. குடித்தனக்காரர் போலிருக்கிறது. "உள்ளே போங்கோ" என்று சில குரல்களுக்குப் பிறகு பையனின் அப்பாவாக இருக்கலாம். பதில் சொல்வது இவர் கடமை போலிருக்கிறது என்று நினைத்தான். கடமையாக உணரும் அளவு அங்கு தங்கியிருக்கும் நீண்டகாலக் குடித்தனக்காரராக இருக்கலாம். அவர் சொல்வதுபோலச் செய்யக் கூடாது என்று தீர்மானித்துக்கொண்டான். சிரிப்பு வந்தது. 'அவர் என்ன அதிகாரி. அவர் பேச்சுக்குப் பணிவதில்லை என்பது என்ன விடுதலை வேட்கை, உள்ளே போகலாம்' என்றும் பிறகு நினைத்தான். உள்ளே எத்தனை ஒண்டுக் குடிகளோ? அதில் எது வைத்தியநாதன் பகுதி என்று முடிவுகட்டிப் போவது? உள்ளே போகவில்லை. வெளியிலேயே நிமிர்ந்து நின்று "வைத்தியநாதன்" என்று நாதனை இழுத்துச் சொன்னான். "உள்ளே போங்கோ" என்று குரல் கொஞ்சம் கோபமாக வந்தது. இவன் பதில் பேசவில்லை. இவனுக்கு, குரல் கொடுத்தவர் மேல் கோபம் வந்தது. வைத்தியநாதன் வீடு வைத்துக்கொண்டு என்ன பயன்? அவனும் ஒரு ஒண்டுக்குடிக்காரனாகத்தானே வாழ்கிறான். வாடகை கொடுப்பவன், வாடகை வாங்குபவன் என்ற வித்தியாசத்தைத் தவிர வேறு என்ன வித்தியாசம் இருவருக்குள். சொந்தக்காரன் என்ற அதிகாரம் ஒன்று அவனுக்குக் கூடுதலாக இருக்கலாம். அப்படியென்றால், வாடகை கொடுக்கிறவன் என்ற அதிகாரம் குடியிருப்பவனுக்கு இருக்கிறது. மொத்தத்தில் வைத்தியநாதனுக்கு மூத்திரச் சந்தின் ஞாபகத்தால் இந்த அதிகாரம் பலவீனப்பட்டும், ஒண்டுக்குடிக்காரனுக்குப் பலப்பட்டும் மிஞ்சும். மேலும், "உள்ளே போங்கோ" என்று கடமை உணரும் அளவு நீண்டு தங்கியவனுக்கு இன்னும் பலப்பட்டிருக்கும். என்ன வீட்டுச் சொந்தக்காரன் வேண்டிக்கிடக்கிறது? தன் குரல் வைத்தியநாதன் காதில் விழும் அளவுக்கு வேகமாக இல்லைபோலிருக்கிறது என்று இம்முறை வேகமாகக் கூப்பிட்டான். குரல் 'உள்ளே போங்கோ' என்று சொல்லும் என்று எதிர்பார்த்தான். சொல்லவில்லை. அலுப்பு வந்துவிட்டதுபோலிருக்கிறது. அதோடு தன்கடமை முடிந்து விட்டது என்று நினைத்துவிட்டிருக்கலாம். அவர் கடமைக்குப் பலனின்றி, தான் தாண்டிப்போய்விட்டோம் என்று தோன்றிற்று.

ந. முத்துசாமி

இதுவே குரலில் கோபப்பட்டவருக்கு ஏற்ற தண்டனை. இத்தனை நேரம் தன்குரல் வைத்தியநாதன் காதுக்குப் போய்ச் சேர்ந்திருக்கும். அவன் வரவில்லை. உள்ளே போகலாமே என்று நினைத்தான். தன்னுடைய சிறு வயதில் கிராமத்தில் தன் வீட்டின் இரண்டாம் கட்டிற்குப் போகும்போது முற்றத்தில் சாக்கடை ஓரத்தில் ஆடும் ஆனையடிக்கல்லில் கால் வைத்ததும் சாக்கடைத் தண்ணீர் பீச்சி அடிப்பதைப்போல இங்கும் ஒண்டுக்குடிகளைத் தாண்டும்போது ஏற்படும் என்று தோன்றிற்று. ஒண்டுக்குடி வீடுகளின் தோற்றம் அப்படித்தான் இருக்கும் என்று இவன் மனத்தில் அதற்கு ஒரு வடிவம் ஏற்பட்டிருந்தது. உள்ளே போவதில்லை என்று முடிவுகட்டிக்கொண்டான். சிறுவன் ‘உள்ளே போங்கோ’ என்ற முன்கட்டுக்காரரின் பையன்தான். வைத்தியநாதனின் பையனாக இருக்க முடியாது. அவன் பையனாக இருந்திருந்தால் இத்தனை நேரம் அப்பனை வரச் சொல்லியிருக்க மாட்டானா?

வாசலில் சைக்கிள் அப்படியே இருக்கிறதா என்று திரும்பிப் பார்த்துக்கொண்டான். இன்னொரு முறை அவனைக் கூப்பிட்டுப் பார்ப்பது என்று கூப்பிட்டான். இரைந்தே கூப்பிட்டான். “வரேன்” என்று பதில் வந்தது. இதற்கு முன்பு இரைந்து கூப்பிட்டதும் அவன் காதுக்கு எட்டியிருக்கும். இரண்டாம் முறை கூப்பிட்டது எட்டியதும், முதல் முறை கூப்பிட்டதை அவன் தன்னைத்தான் கூப்பிடுவதாக நிச்சயப்படுத்திக்கொண்டு பதில் கொடுத்திருக்கிறான். இது முதல் முறையாக இருந்தால் அடுத்த குரலில் இதை நிச்சயப்படுத்திக்கொணடுதான் “வரேன்” என்று சொல்லியிருப்பான். அதாவது, அவன் காதில் விழும் இரண்டாம் குரலுக்குத்தான் “வரேன்” என்ற அவன் பதில் வரும். நல்ல ஏற்பாடுதான். வந்து பார்க்கும் ஏமாற்றத்தைத் தடுப்பதற்கு இது நல்ல ஏற்பாடுதான்.

வைத்தியநாதன் வந்தான். “வா... வா... உள்ளே வா” என்று சொல்லிக்கொண்டே வேட்டி முனையைக் கையில் தூக்கிப் பிடித்துக்கொண்டு மார்பை முன் தள்ளி வந்தான். வேகமாக வர எண்ணியவனின் தோற்றம் அது என்று இவனுக்குத் தெரிய வருகிறான் என்று இவன் நினைத்துக்கொண்டான்.

“உள்ளே வாயேன்”

“இருக்கட்டும்” என்றான் இவன்.

“வெளியிலேயே நிக்கறயே. உள்ளே வாயேன்.”

“இருக்கட்டும். இருக்கட்டும்” தன் குரலே மூன்றாம் மனிதக் குரலாக இவனுக்குக் கேட்டது. தொனி மிக உயர்ந்த ரகம் என்றும் பெரிய மனுஷத் தோரணை என்றும் தோன்றிற்று. ஆக, இனி உள்ளே போவதில்லை என்று முடிவு பண்ணிக்கொண்டு “அதான்

திண்ணை இருக்கே. இதுவே ரொம்ப வசதியா இருக்கு. உட்காரு" என்றான். அவனும் உட்கார்ந்துகொண்டான். "எத்தனை தரம் கூப்பிடறது. பெண்டாட்டிண்டே வெளையாடிண்டு இருந்தியா?" என்று சிரித்தான். அவனும் சிரித்தான். பிறர் சிரிக்கும்படி தனக்கும் பேச வருகிறது. வெகு அபூர்வமாகவே அப்படி நேர்கிறது என்று தோன்றிற்று.

"நேரெ உள்ளே வரக் கூடாதா? வாசல்லேயே நின்னுண்டு இருப்பானேன்" என்றான் அவன்.

என்ன பதில் சொல்வது என்று உடனே தெரியவில்லை இவனுக்கு. சைக்கிள் பார்வைக்கு எதிரே இருந்தது. அதையே திரும்பிப் பார்த்துக்கொண்டிருந்தான். அதைப் பார்ப்பதில் தான் சொன்னதை இவன் காதில் வாங்கிக்கொள்ளவில்லை என்று அவன் நினைத்துக்கொள்ளட்டுமே. தான் போன பிறகு முன் குடித்தனக்காரரிடம் 'யாரோ உங்களெ கூப்பிடறார்னு கொஞ்சம் உள்ளே வந்து சொல்லக் கூடாதா?' என்று இவன் கோபித்துக்கொள்வானா? 'அதான் என் வேலையாங்காணும் ஓய்' என்று அவர் கேட்டுவிட்டால் என்ன செய்வது? முதலில் அவர் குரல்கொடுத்த தோரணையிலிருந்து, இவர் இப்படித்தான் 'ஓய்' போட்டுப் பேசக்கூடியவர் என்று அவரைப் பற்றி ஒரு தோற்றம் இவனுக்கு மனத்தில் ஏற்பட்டிருந்தது.

"நேரெ உள்ளே வரக் கூடாதா? வாசல்லேயே நின்னுண்டு இருப்பானேன்?" என்றான் மீண்டும் அவன். உடனே அவனை அசடு என்று நினைக்கத் தோன்றிற்று இவனுக்கு. தான் எண்ணியபடியே அவன் சொன்னதைத் தான் காதில் வாங்கிக் கொள்ளவில்லை என்று எண்ணிவிட்டான். இவ்வளவு பக்கத்தில் இருப்பவனுக்குக் காது கேட்காமலா போகும் என்பது தெரிய வேண்டாமா அவனுக்கு. அவனுக்குச் சொல்ல இப்பொழுது ஒரு பதில் இவனுக்குத் தோன்றிற்று.

"என்ன? என்ன சொல்றே" என்றான். இதுவே நல்ல பதில் தான் என்று நினைத்தான். ஆனால், உண்மையில் சொல்ல நினைத்தது வேறு. அதைவிட நல்ல பதிலாகவே சொல்லி விட்டோம் என்று தோன்றிற்று.

"நேரெ உள்ளே வரக்கூடாதா? வாசல்லேயே நின்னுண்டு இருப்பானேன்?"

அசட்டுப் பயல், சொன்னதைச் சொன்னதை வார்த்தை பிசகாமல் திருப்பிச் சொல்வானேன்? கொஞ்சம் மாற்றித்தான் சொல்வது என்று எண்ணினான். "இம்" என்றான்.

"நேரெ உள்ளே வரது."

தன் மனத்தில் உள்ளதை உணர்ந்து மாற்றிச் சொல்லி விட்டான் போலிருந்தது. "எப்படி வரது? இதுக்கு முன்னாடி ஒரு தரமானும் வந்திருக்கலாமோனும். எத்தனை தடவை ஒன்னோடெ வாசல்லேயே நின்னுண்டு பேசி இருக்கேன். ஒரு தரமானும் உள்ளே வந்திருக்கலாமோனும். இப்போ மட்டும் உள்ளே வரதா என்ன?" என்றான்.

அவனுக்கு முகத்தில் அசடு வழிந்தது. வாசலில் நின்று பேசிய நாட்கள் ஒன்றிலேனும், தான் இவனை வீட்டுக்குள் கூப்பிடவில்லையோ என்னவோ என்று அவன் யோசிக்க ஆரம்பித்துவிட்டான்.

"இப்போதான் வாயேன்" என்றான்.

"பரவாயில்லே . . . இங்கேயே இருக்கட்டும். திண்ணை வசதியாக இருக்கு. அப்பா கட்டி வைச்சிருக்கார்" எனறான் இவன்.

"அப்பா இல்லே . . . தாத்தா" என்றான் அவன்.

"தாத்தா இல்லே. தாத்தாவுக்குத் தாத்தா, யாரோ ஒருத்தர். ஆனா நீயில்லே" என்று இவன் சிரித்தான். இடி இடியென்று சிரித்தான். வெகுஅபூர்வமாகவே சிரிப்பு வரும்படிப் பேசத் தனக்கு நேர்ந்திருப்பது இன்று இது இரண்டாவது தடவை என்று தோன்றிற்று.

"அப்பா" என்று கூப்பிட்டுக்கொண்டு அவனுடைய மூன்று வயதுப் பெண் குழந்தை ஓடிவந்து அவனுடைய மடியில் விழுந்தது. தான் வந்த காரியம் கெட்டுவிட்டது என்று தோன்ற ஆரம்பித்துவிட்டது இவனுக்கு. சைக்கிளைப் பார்த்துத் திரும்பிக்கொண்டான்.

வைத்தியநாதன் குழந்தையைப் பார்த்து, "யார் வந்திருக்கா பாரு . . . மாமா . . . மாமா" என்றான்.

இது ஏதடா தொல்லையாப் போச்சு என்று நினைத்துக் கொண்டு இவன் திரும்பினான். சிரித்தான்.

"மாமா" என்றது குழந்தை.

"இம்" என்றான். குழந்தைக்குச் சொல்லும் பதில் இது அல்ல என்பது இவனுக்குத் தெரியும். குழந்தைகளுக்கு உரித்தான பதில்களைத் தனக்குச் சொல்லத் தெரியாது என்பதும் தெரியும். குழந்தைகளோடு விளையாடத் தெரியாது. அதிகபட்சம் குழந்தைகளின் முன் இவனுக்கு விரலைச் சொடுக்கத்தான் தெரியும். விரலைச் சொடுக்கினான். திரும்பத் திரும்பச் சொடுக்கினான். ஆண் குழந்தையாய் இருந்தாலாவது தூக்கிக்கொள்ளலாம். இதுவோ பெண் குழந்தை. ஆணாக இருந்தால்கூட அதன் உறுப்புகள் வலுப்பட்டிருக்க வேண்டும். ஒருமுறை தூக்கி—தலைக்கு

மேல் தூக்கி – கீழே விட்டுவிடலாம். அத்துடன் விளையாட்டு முடிந்துவிட வேண்டும். அதற்கு மேல் விளையாடத் தெரியாது. அது தலைக்கு மேல் தூக்கிய விளையாட்டில் மகிழ்ந்து மீண்டும் மீண்டும் அப்படிச் செய்வதை விரும்பினால் தொலைந்தது. தலைக்கு மேல் தூக்கித் தூக்கிவிட்டுக்கொண்டிருக்க வேண்டும். கை வலிக்க வலிக்கத் தூக்கிவிட்டுக்கொண்டிருக்க வேண்டும். அதற்கே அலுப்புத் தோன்றி ஓடிவிடுகிறவரை அதையே திரும்பத் திரும்பச் செய்துகொண்டிருக்க வேண்டும். குழந்தை அவ்வளவு விரைவில் அலுத்துவிடுமா என்ன? தனக்கு அலுத்துவிட்ட பிறகும்கூட இயந்திரம்போல அதைத் தலைக்கு மேல் தூக்கித் தூக்கி விட்டுக்கொண்டிருக்க வேண்டும்.

“மாமா” என்றது குழந்தை.

“இம்” என்றான்.

“மாமா” என்றது மீண்டும்.

மீண்டும் இவன் “இம்” என்றான்.

குழந்தை வாயில் விரலைப் போட்டுக்கொண்டு தலையைச் சாய்த்துக்கொண்டு சிரித்தது. இவனும் சிரித்தான். அசட்டுச் சிரிப்பு சிரிக்கிறோம் என்று தோன்றிற்று. சிரித்த முகமூடிபோல சிரித்த இவன் முகம் இவன் மனத்தில் தோன்றிற்று. பெண் குழந்தைகளை எல்லாம் முழுப்பெண்களாகவே மதிப்பவன் இவன். நேருக்கு நேராகப் பெண் குழந்தைகளின் முன் மாட்டிக்கொள்ளும் சந்தர்ப்பம் இதற்கு முன் வாய்க்கவில்லை. சந்தர்ப்பம் நேராமல் இத்தனை தூரம் தப்பித்துக்கொண்டு வந்த தன் திறமையைப் பாராட்டிக்கொள்ளலாம்.

“மாமா” என்றது குழந்தை.

“இம்” என்றான்.

“மாமா” என்று இவன் முழங்காலைத் தொட்டுவிட்டு ஓடித் திண்ணையில் தொங்கும் அப்பாவின் கால்களுக்குள் புகுந்து கொண்டது. சிரித்தது. வாயில் விரலைப் போட்டுக்கொண்டது. தலையைச் சாய்த்துக் காக்காயைப் போல இவனைப் பார்த்தது. அது இவன் முழங்காலைத் தொட்டபோது அதன் முதுகில் இவன் தட்டிக்கொடுத்திருக்கலாம். ‘என்னடி கண்ணு’ என்று கேட்டிருக்கலாம். ‘ஓ, போகலாமா?’ என்று கேட்டிருக்கலாம்.

“மாமா” என்றது குழந்தை.

‘ஓண்டி கண்ணு . . . அம்மு சாப்பிட்டியா? ஆ குடிச்சியா? காப்பி குடிச்சியா? ங்கா குடிச்சியா? ஓண்டி கண்ணு . . . ஜட்டி போட்டுக்கோ. அம்மாகிட்டே போயி ஜட்டி போட்டுண்டு வா . . .

ஓடு. இப்பிடி ஆய் காட்டிண்டு நிக்கலாமா? ஓடு' என்றெல்லாம் அதனிடம் சொல்லலாம் என்று தோன்றிற்று. ஆனால், வார்த்தை வெளியில் வரவில்லை. பிரும்மா மாட்டுக்காரன் 'அய்யாவுக்கு நல்ல காலம் வருதா? பொதயல் கெடக்கப் போவுதா? அம்மாவுக்கு மணியப்போல் ஆண்கொழந்தே பொறக்கப் போவுதா? அய்யா பழந்துணி கொடுக்கப் போராறா? கிழிசல் சட்டை கொடுக்கப் போராறா? ஒனக்குப் புண்ணாக்குக் கொடுப்பாருன்னு பார்க்கிறியா?' என்று மாட்டிடம் கேட்பதுபோலத்தான் இதுவும் என்று தோன்றிற்று.

"மாமா" என்று ஓடிவந்து இவனைக் கிள்ளிவிட்டுப் போயிற்று அது.

"இம்" என்றான். கையையும் காலையும் ஆட்டாமல் நேரே உட்கார்ந்திருந்தான். அது அப்பாவின் வேட்டியைத் தூக்கித் தலையில் போட்டுக்கொண்டது. நூல்இடுக்கு வழியாகப் பார்த்தது. வேட்டியைத் தூக்கி உதறிவிட்டுச் சிரித்தது. மீண்டும் எடுத்துத் தலையில் போட்டுக்கொண்டது. கண்ணுக்கு வழிசெய்து கொண்டு பார்த்தது. சிரித்தது. மூடிக்கொண்டது. திறந்து பார்த்தது. மூடிக்கொண்டது. "மாமாவுக்கு இட்டாச்சு காட்டறயாடி கண்ணு" என்றான் வைத்தியநாதன்.

"மாமா" என்றது அது.

'இம்' என்றான் இவன். ஓடிவந்து இவன் தொடையில் அடித்துவிட்டு அப்பாவிடம் ஓடிற்று. அதைப் பிடிக்க இவன் கையை நீட்டி இருக்கலாம். கையை நீட்டவில்லை. வாசலில் சைக்கிளைப் பார்த்துத் திரும்பினான். குப்பத்துப் பையன் ஒருவன் சைக்கிள் மணியை அடித்துக்கொண்டிருந்தான். "டேய்" என்றான் இவன். பையன் ஓடிவிட்டான்.

"மாமா" என்றது குழந்தை.

"இம்" என்றான்.

"நகந்துக்கோ ... வேட்டியே அவுத்துடாதே ... அம்மாகிட்டே போய் மாமாவுக்கு காப்பி போடச் சொல்லு" என்றான் வைத்தியநாதன்."

நல்ல வேளை! குழந்தை உள்ளே போய்விடும் என்று எதிர் பார்த்தான். அது நகராமல் அப்பாவின் கால் இடுக்கிலேயே திண்ணையில் சாய்ந்துகொண்டு நின்றது. "மாமா" என்றது.

"நகந்துக்கோ ... மாமாவுக்கு காப்பி கொண்டுவரலாம்" என்று எழுந்து உள்ளே போனான் வைத்தியநாதன். குழந்தை திண்ணையில் தங்கிவிட்டது. 'இது ஏதடாது. இது இங்கேயே தங்கிடுத்தே' என்று நினைத்துக்கொண்டான். அதன் பார்வையைக் கவராமல் இருக்க

வாசலில் சைக்கிளைப் பார்த்துக்கொண்டிருந்தான். முன்பு மணி அடித்து விட்டுப் போன பையன் மீண்டும் சைக்கிளிடம் வந்துகொண்டிருந்தான். இவன் 'டேய்' என்றான். அவன் ஓடிவந்து மணியை அடித்துவிட்டு ஓடினான். கையில் மர வள்ளிக்கிழங்கை வைத்துக் கடித்துக்கொண்டிருந்தான். இடுப்பில் துணியில்லை. வைத்தியநாதனின் குழந்தை மணி அடிக்கப் படியிறங்கி சைக்கிளின் பக்கம் போயிற்று. எட்டிப் பார்த்தது. பிறகு, சைக்கிளில் என்ன செய்யலாம் என்று யோசித்தது. சக்கரத்தைச் சுற்றிப் பார்த்தது. இவன் சைக்கிளைப் பூட்டியிருந்தான். கம்பிகள் பூட்டில் இப்படியும் அப்படியும் மோதிக்கொண்டன. அது திரும்பத் திரும்பச் சக்கரத்தைச் சுற்ற முயன்றது. அதை என்ன சொல்ல முடியும்? வைத்தியநாதனின் குழந்தை. தூரத்தில் நின்று வேடிக்கை பார்த்துக்கொண்டிருந்த சிறுவன் மரவள்ளிக்கிழங்கைக் கடித்துக்கொண்டே சைக்கிளிடம் வந்தான். "டேய்" என்றான் இவன். சிறுவன் தயங்கினான். நின்றான். பிறகு சைக்கிளை நோக்கி வந்தான். இவன் "டேய்" என்றான். சிறுவன் சைக்கிளை நோக்கி வேகமாக ஓடிவந்தான். மணியை அடித்தான். "டேய்" என்றான் இவன். அவன் திரும்பிப் பார்த்தான். மீண்டும் மணியை அடித்தான். இவன் உட்கார்ந்த இடத்திலிருந்தபடியே "டேய்" என்றான். சிறுவன் ஓடவில்லை. துணிச்சல் வந்துவிட்டது போலிருக்கிறது. திரும்பிப் பார்த்துக்கொண்டே மணியை அடித்தான். "டேய்" என்றான் இவன். அவன் ஓடவில்லை. "வந்தேன்னா ஒதைப்பேன் பாரு" என்றான் இருந்த இடத்திலிருந்தே. அவசர அவசரமாக மணியை அடித்துவிட்டு ஓடினான் அவன். வைத்தியநாதனின் குழந்தை கையைத் தட்டிச் சிரித்தது. மணி அடிக்க எம்பிப் பார்த்தது. இவனைத் திரும்பிப் பார்த்துக்கொண்டு சிரித்தது. எம்பிப் பார்த்தது. எதிர் நடைபாதையில் போய் நின்றுகொண்டிருந்த சிறுவன் இவனையே பார்த்துக்கொண்டிருந்தான். மரவள்ளிக்கிழங்கை ஒருமுறை கடித்துக்கொண்டான். சைக்கிளை நோக்கி நகர்ந்து வர ஆரம்பித்தான். அங்காடிக்காரியின் கூடையைச் சுற்றி உட்கார்ந்துகொண்டிருந்த நாலைந்து சிறுவர்கள் இந்தப் பக்கம் திரும்பினார்கள். மரவள்ளிக் கிழங்குச் சிறுவன் சைக்கிளிடம் வந்துவிட்டான். "டேய் வந்தேன்னா ஒதைப்பேன் பாரு" என்றான் இவன். பையனுக்கு பயம் தெளிந்துவிட்டது. மணியை அடித்தான். "டேய்" என்றான் இவன். கூடையிடம் உட்கார்ந்துகொண்டிருந்த, கால் சட்டை போட்டுக்கொண்டும் போட்டுக்கொள்ளாமலும் இருந்த சிறுவர்கள் எழுந்து நின்றுகொண்டார்கள். தனியே நின்று இந்தப் பக்கம் பார்த்துக்கொண்டு எதையோ தின்றுகொண்டிருந்த ஒருவன் மிச்சத்தை வாயில் கொட்டிக்கொண்டு கையைக் கால் சட்டையில் துடைத்துக்கொண்டான். சிறுவன் மணியை அடித்துக்கொண்டிருந்தான். "டேய். வந்தேன்னா

தொலைச்சுக் கட்டிடுவேன் பாரு” என்றான் இவன். மற்ற சிறுவர்கள் வேடிக்கை பார்த்துக்கொண்டிருந்தார்கள். சிறுவன் மணியை அடித்துக்கொண்டிருந்தான். இவன் எழுந்து போனான். அவன் ஓட ஆரம்பித்தான். நின்று வேடிக்கை பார்த்துக் கொண்டிருந்த சிறுவர்களும் தெருவில் ஓடினார்கள். வைத்தியநாதனின் பெண் கைகொட்டிச் சிரித்துக்கொண்டே சைக்கிளடியில் நின்றுகொண்டிருந்தாள். இவன் திரும்பி வந்து உட்கார்ந்துகொண்டான். வைத்தியநாதன் திரும்பி வந்தான்.

“கிளம்பட்டுமா?” என்றான் இவன். இரு... இரு போகலாம். காப்பி போட்டிண்டிருக்கா குடிச்சுட்டுப் போகலாம், என்றான் வைத்தியநாதன். இருப்புக் கொள்ளாமல் உட்கார்ந்து கொண்டிருந்தான் இவன். அதற்குள் பையன்கள் சைக்கிளடியில் கூடிவிட்டார்கள். ஒருவனுக்குப் பதில் இப்பொழுது பலர். மாற்றிமாற்றி மணியடித்தார்கள். “டேய் பசங்களா?” என்றான் இவன் எல்லோரும் ஓட ஆரம்பித்தார்கள். சற்றுத் தூரத்தில் போய் நின்றார்கள். தயங்கித் தயங்கித் திரும்பினார்கள். மணி அடித்துவிட்டுத்தான் தொலைந்துபோகட்டுமே என்று எண்ணினான் இவன். பேசாமல் இருந்துவிடுவது என்று முடிவு கட்டிக்கொண்டான். சிறுவர்கள் திரும்பிவிட்டார்கள். வரட்டும் என்று இருந்தான். மணி அடித்தார்கள். அடிக்கட்டும் என்று இருந்தான். திரும்பத் திரும்ப அடித்தார்கள். சும்மா இருக்க முடியவில்லை இவனால். “டேய் பசங்களா வந்தேன்னா கொன்னுடுவேன் தெரிஞ்சுதா?” என்றான். சிறுவர்கள் ஓடவில்லை. “மைதிலி இப்பிடி வாடி” கண்ணு. “சைக்கிள்ளே விஷமம் பண்ணாதே” என்றான் வைத்தியநாதன். அவள் சைக்கிளை விட்டுத் திரும்பவில்லை. பெடலைப் பிடித்துச் சுற்றிக்கொண்டிருந்தாள். இவன் எழுந்து போனான். “டேய் பசங்களா ஒதை கேக்குதா?” என்று கையை ஓங்கிக்கொண்டே போனான். பையன்கள் “டோய்” என்று சப்தம் போட்டுக்கொண்டு ஓடினார்கள். திரும்பிவந்து உட்கார்ந்தான் இவன். “கிளம்பறேன்” என்றான். “இரு காப்பி குடிச்சுட்டுப்போகலாம்” என்று உள்ளே கிளம்பிப் போனான் வைத்தியநாதன். பையன்கள் சைக்கிளடிக்குத் திரும்பிவிட்டார்கள். மணி அடித்தார்கள். இவன் உட்கார்ந்துகொண்டிருந்தான். ஓரக்கண்ணால் பார்த்துக்கொண்டிருந்தான். “டேய்” என்று திடீரென்று எழுந்து ஓடினான். பையன்கள் ஓடிவிட்டார்கள். சப்தம் போட்டுக்கொண்டு ஓடினார்கள். திரும்பி வந்து உட்கார்ந்தான் இவன். ஆபீஸ் போவதைத் தவிர சைக்கிளை இனிமேல் வெளியில் எடுப்பதில்லை என்று முடிவு கட்டிக்கொண்டான். மணி அடிப்பதால் என்ன ஆகிவிடப் போகிறது? சைக்கிள் உருகிப்போய்விடுமா என்ன? அடித்துத் தொலைத்துவிட்டுப் போகட்டும் என்று நினைத்துக்கொண்டான். ஆனால், மனதில்

என்னவோ செய்தது. சும்மா இருக்க முடியவில்லை. பையன்கள் திரும்பிக்கொண்டிருந்தார்கள். முன்னதாகவே மிரட்டலாம் என்று "டேய்" என்று எழுந்து ஓடினான். பையன்கள் பாதி வழியில் திரும்பி சப்தம் போட்டுக்கொண்டு ஓடினார்கள். அவள் சைக்கிள் அடியிலேயே கை தட்டிச் சிரித்துக்கொண்டு நின்றாள். "ராமா கிருஷ்ணா கோவிந்தா, கிருஷ்ணா ராமா கோவிந்தா" என்று குழந்தைகளுக்கு கை தட்டச் சொல்லிக் கொடுப்பதெல்லாம் இதற்குத்தான் பயன்படுகிறது. கைதட்டிச் சிரிக்கக் கற்றுக்கொண்டு விடுகிறது. என்ன குழந்தை வளர்க்கிறார்கள்! பையன்கள் சைக்கிள் அடியில் கூடிவிட்டார்கள். மணி அடித்தார்கள். இவன் சற்றுச் சும்மா இருந்தான். எழுந்து போவதில்லை என்று புஞ்சை அய்யனார் கோயிலில் முன்னடியான் சிலையைப் போல உட்கார்ந்துகொண்டிருந்தான். அவர்கள் மணி அடித்துக்கொண்டே இருந்தார்கள். அடிப்பது ஒரு மணியே ஆனாலும் ஆளுக்கொரு மணியாகத் தன் காதருகில் வந்து அடிப்பது போலத் தோன்றிற்று. பயல்களை ஒருகை பார்த்துவிடுவது என்று எழுந்துகொண்டு "டேய்" என்று ஓடினான். பையன்கள் சப்தம் போட்டுக்கொண்டு ஓடினார்கள். இவன் திரும்பினான். சைக்கிள் பக்கத்திலேயே நின்றுகொண்டான். பையன்கள் மெல்லத் திரும்பி வந்தார்கள். சற்றுத் தூரத்தில் வந்து நின்றுகொண்டார்கள். "வந்தேன்னா கொன்னுடுவேன்" என்றான் இவன். "கொல்லுவேல்லே . . . கொல்லுவே கொல்லுவே" என்றான் ஒருவன். ஒருவரை ஒருவர் பார்த்துக்கொண்டு இருதரப்பினரும் நின்றார்கள். பிறகு பையன்கள் இவனை நோக்கி முன்னேறினார்கள். "கொன்னுடுவேன்" என்றான் இவன். "கொல்லுவேல்லே . . . கொல்லுவே கொல்லுவே" என்று பையன்கள் இன்னும் முன்னேறினார்கள். இவன் கீழே குனிந்து சல்லியைக் கையில் அள்ளிக்கொண்டான். உடனே பையன்களில் சிலர் சந்தில் ஓடினார்கள். சிலர் தெருவில் ஓடினார்கள். இவன் நின்றுகொண்டே இருந்தான். தெருவில் ஓடியவர்கள் திரும்பி, சந்தில் ஜனத்தொகை அதிகம் இருந்ததால் அங்கு போய்ச் சேர்ந்துகொண்டார்கள். பிறகு எல்லோரும் நகர்ந்து சந்துமுனைக்கு வந்தார்கள். "டோய்" என்று சப்தமிட்டார்கள். வைத்தியநாதனின் பெண் இவன் முழங்காலுக்குப் பின் "மாமா . . . மாமா" என்று கிச்சுக்கிச்சு மூட்டிவிட்டு ஓடினாள். இவன் திரும்பிப் பார்த்துவிட்டுச் சும்மா இருந்தான். அவளுக்கு ஏமாற்றமாகப் போய்விட்டது. "மாமா மாமா என்னேப் புடி மாமா" என்றாள் அவள். பையன்கள் சந்து முனையிலிருந்து முன்னேறி வந்தார்கள். "வந்தேன்னா தொலைச்சுக் கட்டிடுவேன் தொலைச்சு" என்று இவன் முன்னேறினான். பையன்கள் சந்தில் மொத்தமாக சப்தமிட்டுக்கொண்டு ஓடினார்கள். அவர்களைப் பாதி தூரம் வரையில் விரட்டியடித்துவிட்டுத்தான் திரும்புவது

என்று இவனும் ஓடினான். பின் நின்றான். அவர்கள் சந்தில் பாதி தூரம் ஓடிவிட்டார்கள். இவன் திரும்பினான். அவர்களும் திரும்பினார்கள். இவன் திடீரென்று திரும்பி ஓடினான். அவர்களும் திரும்பி ஓடினார்கள். இவன் சட்டென்று நின்றான். அவர்களும் நின்றார்கள். இவன் திரும்பினான். அவர்களும் திரும்பினார்கள். இவன் நின்று திரும்பி கையிலிருந்த ஒரு கல்லை விட்டெறிந்தான். கல் ஒரு பையனின் காலில் பட்டுவிட்டது. வலிக்கும்படியாகப் பட்டிருக்க முடியாது. இருந்தாலும் பையன் "ஐயோ அம்மாடி காலே ஒடிச்சுட்டானே. கல்லாலே அடிச்சுட்டானே . . . கல்லாலே அடிச்சுட்டானே" என்று காலைப் பிடித்துக்கொண்டு உட்கார்ந்துவிட்டான். நாய்ப்பயல் விட்ட கல் நாயின்மேல் படாது சுவரில்பட பயந்து சுவரில் ஒட்டிக்கொண்டோடும் நாய் காலைத் தூக்கிக்கொண்டு ஊளையிட்டு ஓடுவதைப்போல இது. முன்பு எப்பொழுதோ பட்ட அடியின் நினைவில், இப்பொழுதும் பட்டிருக்க வேண்டும் என்று நாய் ஊளையிடும் போலிருக்கிறது. அல்லது கல்லின் வேகத்தில் இடையில் பட்ட இடம் தெரியாது முடிவில் பட்ட இடமான சுவர் மட்டும் தெரிய இடையில் அடியை வாங்கிக்கொண்டுதான் ஊளையிட்டு ஓடும் போலிருக்கிறது. இனிமேல் அங்கு தங்கினால் ஆபத்து. சண்டைக்குக் குப்பமே கூடிவிடும் என்று திரும்பிவிட்டான். வைத்தியநாதன் காபியோடு திண்ணையில் காத்துக்கொண்டிருந்தான். காபியை வாங்கிக் குடித்தான். பையன்கள் சைக்கிளடிக்குத் திரும்பி விட்டார்கள். மணி அடித்தார்கள். காலில் அடிபட்டவனும் சிரித்துக்கொண்டு நின்றான். கண்கள் ஈரமாகியிருந்தன. "வரட்டுமா?" என்று கிளம்பினான் இவன்.

"என்ன விசேஷம். வந்தெ உடனே கிளம்பறெ" என்றான் வைத்தியநாதன்.

"சும்மாத்தான் . . . வரென் . . ." என்று கிளம்பினான். பையன்கள் ஓடினார்கள். "மாமா . . . மாமா என்னெயும் புடி மாமா" என்றாள் மைதிலி. இவன் பதில் சொல்லவில்லை. சைக்கிள் பூட்டைத் திறந்து வெளியில் எடுத்துக்கொண்டு வந்தான். "வரென்" என்று சைக்கிளில் ஏறிப் புறப்பட்டான். சந்தில் திரும்ப வில்லை. நேரெ தெருவோடு போகக் கிளம்பினான்.

பையன்கள் இவனிடம் ஓடிவந்தார்கள். சைக்கிளை வேகமாக மிதிக்க ஆரம்பித்தான். பையன்கள் சப்தமிட்டுக்கொண்டே உடன் ஓடிவந்தார்கள். ஒருவன் சைக்கிளைப் பின்னால் தள்ளிக் கொண்டே ஓடி வந்தான். சைக்கிளின் வேகம் அதிகரித்தது, பிறகு அவன் உந்தித் தள்ளிவிட்டு நின்றான். பையன்கள் பின்தங்கிவிட்டார்கள். சப்தமிட்டார்கள். இவன் அடுத்த தெருவில் திரும்பி வேகமாகப் போனான்.

கற்பனை அரண்

காலையில் வீட்டில் காப்பி குடித்துவிட்டால்சுவட கடாரங்கொண்டானில் காவிரிப்பூம்பட்டினம் சாலையில் காவிரியைப் பார்த்துக்கொண்டிருக்கும் நாயர் கடையில் குடித்துவிட்டுக் கொஞ்ச நேரமாவது அரட்டை அடித்துவிட்டு வர வேண்டும் எனக்கு. அன்று நான் நாயர் கடையை நோக்கிப் போய்க்கொண்டிருந்தபோது வழியில் கொல்லன் பட்டறையில் ராமையா படையாச்சியின் பக்கத்து வீட்டுக்காரன் உட்கார்ந்திருந்தான்.

நான் டீக்கடைக்குப் போய்ச் சேர்ந்த பிறகு ராமையா படையாச்சி அங்கு வந்து சேர்ந்தார். "ஓய் நாயரே சாயமா அஞ்சு டீ போடு" என்று துண்டை உதறி பெஞ்சில் போட்டுவிட்டு அதில் உட்கார்ந்தார் அவர்.

"அஞ்சு டீயா, நீ ஒருத்தன்தானே இருக்கே" என்றார் நாயர் டீயை பாகம் போட்டுக்கொண்டே.

"கடாரங்கொண்ட சோழனின் படைத்தலைவன் கேட்கிறேன், அஞ்சு டீ போடு... ஒன்று எனக்கு, மிச்சமெல்லாம் என் மெய்க்காப்பாளர்களுக்கு" என்று பத்து விரல்களை விரித்து ஒரு விரலை மடக்கி நாயரிடம் காட்டினார் படையாச்சி.

என்னோடு டீ குடித்துக்கொண்டிருந்தவர்கள், தஞ்சாவூர்க்காரர்களுக்கு அன்று திண்ணை இன்று டீக்கடை என்று சுவாரஸ்யமாய் உட்கார்ந்துகொண்டு விட்டார்கள். படையாச்சியின் விரல்களை உரக்க எண்ணிவிட்டு அவரைப் பார்த்து நாயர் விழிப்பதைக் கண்டு, படையாச்சி பேச ஆரம்பித்தார்.

"என்னங்காணும் ஓய் நாயரே முழிக்கறே. போடு அஞ்சு டீ. அப்புறமா ஐயனார்கோயில் முன்னடியான் போல முழிக்கலாம். அது முழிச்சா விழி கண்ணுக்குள்ளே இருக்கும். நீ முழிச்சே விழு கோலிக்குண்டு மாதிரி வெளியில் வந்து விழுந்துடும். கோலி ஆட்டம் எனக்கு மறந்துபோச்சு. அப்பறம் அந்தப் பய வந்துடுவான் விளையாட கட்டை விரலைக் கீழே ஊன்றி ஆள்காட்டி விரலை ஆகாசத்தைப் பார்த்து நிறுத்தி நிற்கும் விரலைச் சிட்டிகையாய்ப் புடிச்சு அடிச்சான்னா குண்டு மேலே குண்டு நங்குன்னு பாயும். நின்ற குண்டு சோழனைத் தேடிக்கொண்டு ஓடும். அப்பறம் அவனுக்கு நான் பதில் சொல்லணும்."

"அந்தப் பய இருக்கானே."

"அவன் காயடிக்காத மாடு. திமில் தோள் பட்டையிலே முதுகுப்புறமா திரளுது. சோழன் முன்னாடி நின்று திமிலை ஆட்டறான். சோழன் முகத்துக்கு நேரே ஆடுது திமில். அவன் மூஞ்சி எனக்குத் தெரியாமே மறைக்குது இந்த மாடு. நான் பதில் சொல்லும் போதெல்லாம் மன்னன் என் முகத்தைப் பார்க்க திமில் மறைவிலிருந்து அப்படியும் இப்படியும் திரும்பிப் பார்க்கிறான். திமில் பாம்பின் படமாய் ஆடி அவன் முகத்தை மறைக்குது. மனிசனுக்கு மனிசன் ஓடிப் புடிச்சு விளையாடலாம் நாயரே. பாம்புகிட்டே பாச்சா காட்டலாமா? பாச்சா காட்டினே அது உன் மூக்கிலே முத்தம் கொடுத்துடும்" என்று தன் மூக்கைச் சுண்டு விரல் நீக்கிய மற்றைய விரல்களால் தொட்டு, பிறகு அவ்விரல்களை முத்தமிட்டார். முத்தமிட்ட உதடுகள் குவிந்தேயிருந்தன. விரல்கள் குவிந்தபடியே படம் ஒடுங்கிய பாம்பின் தலைபோல் அவர் பார்வையில் இருந்தது.

"அந்தப் பய இருக்கானே."

"அவன் முதுகெலும்புப் பதிவிலே பாம்பெ எடுத்துப் படுக்க வைச்சா அதுலே அது மறைஞ்சு போயிடும். கவசம்போட்டாப்பிலே ரெண்டு பக்கமும் மார்பு. மார்பு கூடர இடத்திலே சங்கிலி கோத்தாப்பிலே இருக்கு."

"ஓய் நாயரே போடுய்யா டீ, ரத்தம் கணக்கா இருக்கணும் சொல்லிட்டேன். சீக்கிரமா போடு. நேரம் ஆயிக்கிட்டே போகுது. ரத்தம் இன்னா ஒனக்கு எங்கே தெரியப்போகுது. வாயிலே வெத்திலே போட்டுக்கிட்டு இருக்கேல்லே, அது மாதிரி இருக்கணும். போடு . . . போடு . . . சீக்கிரமா போடு. ஓய் நாயரே ஆரம்பத்திலே உன் மேலே எனக்குச் சந்தேகம்தான். நீ சேர நாட்டு ஒற்றன்னு சத்தேகப்பட்டேன். அப்புறம் நீ குளிர் ரத்தப் பிராணின்னு தெரிஞ்சதும் சந்தேகம் தெளிஞ்சு போச்சு. ஒன்

ஒடம்பிலே தண்ணிதான் ஓடுது. ரத்தம் ஓடல. அதனாலேதான் நெஞ்சு ஈரத்தை எல்லாம் பிழிஞ்சு டீயிலே கலந்துடரே.

"இருந்தாலும் ஒங்கடை டீதான் எனக்கு ரொம்பப் பிடிக்கும். எங்கள் கண்ணகி, கோவலனே உங்கள் மலைமேலே சந்திக்கிறபோது ஒங்க அப்பன் பக்கத்திலே நின்று வேடிக்கை பார்த்துக்கிட்டிருந்தான். அதனாலேதான் ஒன் கடையிலே டீ குடிக்கிறேன். வேடிக்கை பார்த்துட்டுப் போய் உடனே அவன் "டேய் என்னடா பேசிக்கிட்டாங்க" இன்னான். ஒங்க அப்பனுக்கு ஒரே வெட்கம். "என்னமோ பேசிக்கிட்டாங்க. காதல் பேசிக்கிட்டாங்க" இன்னு சிரிச்சுக்கிட்டே கையைக் கொழச்சு கவிட்டியிலே வைச்சுக்கிட்டு நாயைப்போல நின்னான்.

"சபாஷ் மகனே சபாஷ்" இன்னான் மன்னன்.

"அப்போ அந்தக் காதல் தெய்வத்துக்கு ஒரு சிலை சமைச்சிடுவோம். அடுப்பிலே நெருப்பிருக்கு. பூனையைப் போல முழிச்சுப் பார்க்குதுன்னுட்டு படையை எடுத்துக்கிட்டு நேரே இமயமலையைப் பார்க்கப் போனான். மலையிலே போய் ஒரு கல்லை வெட்டித் தலையிலே தூக்கிக்கிட்டான். ஒரே குளிரு. பல்லு கொட்டுது. உதடு வெடிச்சுப்போச்சு. பேச முடியலே. இருந்தாலும் சிலை சமைக்கணும்கிற பசியிலே கல்லைச் சுமந்துக்கிட்டு நடந்தான். தலைக் கல்லு உருகி உடம்பிலே வழியுது. குளிரு அதிகமாச்சு. உடம்பு மரத்துப்போச்சு. நாக்கை அசைக்க முடியலே. ஊருக்கு வந்ததும் உளர்றான். பேச்சு மறந்துபோச்சு. உதடு வெடிச்சு வெள்ளரிப்பழமாத் தொங்குது. மூக்காலே பேசினான். அந்த ஊரிலே பொறந்த பயந்தானே நீ, அதனாலே உனக்குத் தமிழ் மறந்துபோச்சு."

பிறகு அவர் மௌனமானார். விழிகள் கால ஓடையில் போட்ட தூண்டிலின் மிதப்புகள் போலிருந்தன. பக்கத்துப் பெஞ்சில் உட்கார்ந்துகொண்டிருந்த ஒருவர் பெஞ்சில் சொட்டி இருந்த டீயை விரலால் இழுத்துக் கேள்விக்குறி போட்டுக்கொண்டிருந்தார். இரண்டையும் மாறி மாறிப் பார்த்துக்கொண்டிருந்த இனனொருவர், "உலகில் உயர்ந்தது எது?" என்று கேட்டுவைத்தார். நாயர் "உலகில் உயர்ந்தது இமயமலை" என்றார். "இல்லை, இளய முலை" என்றார் படையாச்சி. "எப்படி?" என்றார் இன்னொருவர்.

"இப்படிச் சொல்லு. மண்ணில் உயர்ந்தது மலை, பெண்ணில் உயர்ந்தது முலை. மண், பெண், பொன் எல்லாம் ஒண்ணுதான். பெண் அதனாலேதான் பொண்ணாச்சு. மலையும் முலையும் ஒன்றுதான். மேகத்தை முட்டுவது, மோகத்தை முட்டுவது. மேகந்தான் மோகம். வந்து கவிழ்கிறது. விலகத் தெரிகிறது.

“ஓய் நாயரே படையாச்சிக்கு முதல்லே டீ போட்டுக் கொடய்யா.”

“ஆமாம் . . . எனக்குச் சாயமாய் உன் எச்சில் போன்ற ரத்தம்போல் டீ போட்டுக்கொடு. அந்தப் பயலின் கையை வாங்கப்போகிறேன். ‘டேய் . . . சொத்தை ஆளப் பிறந்த கைடா இது.’ அந்தப் பயல் கையை ஆகாயத்தில் நீட்டினான். அது ஆகாயத்தை எட்டுவதற்கு முன்னால் வெட்டிவிட வேண்டும்.”

“நாயரே, சொத்துன்னா என்ன தெரியுமா?”

“மண், பெண், பொன் . . . வைக்கோல் போர் இருக்கே . . . வைக்கோலின் நிறமென்ன? பொன் நிறமய்யா, பொன் நிறம், மண் நிறம். ஓய் . . . வைரக்கண்ணு படையாச்சி கத்தியேத் தீட்டு.”

“அந்தப் பய இருக்கானே . . .”

“அவனுக்குச் சிலம்பம் தெரியும். மதுரையிலிருந்து ஒருவன் வந்தான். எனக்குச் சிலம்பம் தெரியும்; கத்திச் சண்டை தெரியும்னான். அவனுக்குத் தெரிஞ்சு எனக்கு ஆச்சு. பக்கத்து வூட்டுப் பய இருக்கானே, நாடாரே, எனக்குப் பழகித் தரயான்னான். ராத்திரி நிலவு வெளிச்சத்திலே ஆரம்பிச்சானுவ. ராத்திரி முழுசும் கழிக்குக் கழி மோதிக்குது. டொக்கு டொக்குன்னு என் வீட்டுக் கதவை வந்து தட்டுது.”

“டேய் யார்டாது?”

“நாந்தான்.”

“நாந்தான்னா?”

“நாந்தான்.”

“ஓகோ பாண்டிய நாட்டுக்காரன்கிட்டே சிலம்பம் பழகிக்கிற பயலா... கடாரங்கொண்ட சோழன் படைத்தலைவனா ஆகற உத்தேசமோ? எனக்குப் போட்டியா வரயாடா பயலே... ஒங்க அப்பன் வந்தாலும் நடக்காது. நான் சோழநாட்டின் நிரந்தர படைத்தலைவன்.”

“எந்த மடப் பயலாவது அவனைத் தூக்கிப் படைத் தலைவனா போடுவானா?”

“அவன் நாட்டைக் காட்டிக்கொடுத்திடுவான். நாடு பாண்டிய நாட்டுக்கு அடிமையாயிடும். அப்புறம் நாமெல்லாம் அடிமை. என்ன? தும் கியா போல்தே ஹோ நாயர்? தும்தோ சேர் தேஷ்கி சோர் ஹோ!”

“அப்புறம்?”

"போய் வாசக் கதவைத் திறந்தேன். ஒரு பயலையும் காணும். பய ஓடிப்பூட்டான். எம் பொண்டாட்டியே நோட்டம் பாக்க வந்தாப் போலேருக்கு. அப்போ அவ புடவை விலகி வயித்துலே கிடந்தது. அது தெரிஞ்சு பய வந்திருக்காம் போலேருக்கு."

"ஓய் கோவிந்தசாமி படையாச்சி . . . அந்தப் பயலே போய் நோட்டம் பார்த்துட்டு வா. அந்தப் பய கொல்லன் வீட்டுக்குப் போயிருக்கான்."

"நாயரே ஏன் நேரம் வளத்தரே. படையாச்சிக்கி முதல்லே டீ போட்டுக்கொடு."

"சோழநாட்டின் தலைநகரான இந்தக் கடாரங் கொண்டான்லே பொழைக்கவந்த பய நீ. எம்மாம் நேரமா நான் கேட்டுக்கிட்டே இருக்கேன். கரிகாலன் போய் கடாரங்கொண்டான் வந்துவிட்டான்."

"டீத் தூளு இல்லே."

"கடைக்கு ஓடு. நாடார் கடைக்கு இல்லே. காவேரிப்பூம்பட்டிணத்துக்கு ஓடு. நாளங்காடிக்கு ஓடு . . . காலு, காலா இருக்கக் கூடாது. ஆரக்காலாய் மாறிடணும். ஓடு."

"ஓய், ராமசாமிப் படையாச்சி, நீ கடாரங்கொண்டான் பாப்பான் படித்துறைப் பக்கமா ஓடு. ஓடி காவிரிலே இறங்கி மணல்லே மேலண்டைக் கையிலே காலைப் பரப்பிக்கிட்டு நில்லு. பய வந்தான்னா மேற்கே ஓடாமே பார்த்துக்கணும். கவுட்டிக்கி அடியிலே பூந்து ஓடிடப் போறான். பார்த்துக்க, ஓடு."

"அந்தப் பய இருக்கானே ..."

"அவன் கையை வாங்கப்போறேன்."

"வியாபாரமா?"

"வியாபாரத்துக்கு கை என்ன மீனா? காலா இருந்தாலும் சூப்புக்கு வாங்குவானுவோ ..."

"வியாபாரத்திலே உயர்ந்த வியாபாரம்."

"சாமி வியாபாரம். இல்லேன்னா இவனுக்கு ஏதுய்யா மாடி வீடு. சாமி வித்துச் சம்பாதிச்ச காசு. இடிஞ்ச கோயிலைப் பழுது பார்க்கணும்னு கடாரங்கொண்ட சோழன்கிட்டே போய் நின்னான். நான் அப்பவே சொன்னேன். மன்னன் கேட்டானா? மூட்டையாத் தூக்கிக் கொடுத்தான். கோயில் சுவர் இடிஞ்சு கல்லு காவிரியிலே மிதந்து போச்சு. குருக்கள் எண்ணெய வீட்டுக்கு எடுத்துக்கிட்டுப் போய்க் கரி வதக்கறாரு. சொறிநாய் காலை கிளப்பிக்கிட்டு சிலை மேலே மூத்திரத்தை அடிச்சுட்டு

மோந்து பாக்குது. மூத்திரம்னு பார்க்காமே சாமியக் கிளப்பிட்டு இந்தப் பயல் அடியிலே இருந்த பொன்னை அடிச்சுக்கிட்டுப் பூட்டான். வெங்கலச் சிலையக் காணலை. மூல விக்ரகத்தின் வேர் அறுந்த பிறகு உற்சவ விக்ரகம் வாடிப்போச்சுன்னு அதை இந்தத் தர்மகர்த்தா காவிரிப்பூம்பட்டணத்து வியாபாரிகிட்டே வித்துப்புட்டான். அவன் அதைக் கப்பல் ஏத்தி அனுப்பிச்சுட்டான். வியாபாரத்திலே உயர்ந்த வியாபாரம் தழை வியாபாரம்தான். ஓய் கிருஷ்ணசாமி படையாச்சி. நீ சரிஞ்ச கோவில் சுவரிலேபோய் குந்திக்க. மூத்திரத்தை நாய்மாதிரி சாய்ஞ்சு கிடக்கிற சாமி மேலே அடிச்சுடாதே. அந்தப் பய ஓடி வந்தா, கோயிலுக்குள்ளே போய்ப் பூந்துக்கப் போறான்."

"என்னங்காணும் நாயரே இன்னும் டீ போடலையா?"

"டீத் தூளுக்கு இனிமெ காவிரிப்பூம்பட்டிணமில்லே போயாகணும்."

"இன்னும் காவிரிப்பூம்பட்டணம் கிளம்பலையா?"

"கிளம்பத்தான் பார்த்துக்கிட்டு இருக்கேன்."

"கடையே என்கிட்ட ஒப்படைச்சுட்டுப் போ. நீ திரும்பி வரத்துக்குள்ளாரே ஒண்ணெ பத்தாக்கி வைப்பேன். கூரைக் குடிசையெ கல்லு வீடா மாத்திக்கலாம். அந்தப் பய வீட்டைப் போல மாடி வீடாவும் கட்டிக்கலாம். நான் காவிரிப்பட்டணம் போயிட்டு வரப்பல்லாம், வீட்டுக் கொல்லையிலே வைக்கப்போரே காண மாட்டேங்குது எல்லாம் அந்தப் பய வேலைதான். கொல்லையிலே காட்டாமணக்குக் காலை ஊன்றி வேலி போட்டேன். காலுன்னதும் அதுக்கு நடக்கணும்னு தோணிப்போச்சு. ஊன்றின காலைப் பெயர்த்து வைச்சு நடக்க ஆரம்பிச்சுட்டுது. நம்ம வைக்கப்போரு பக்கமா நடந்து வந்துகிட்டே இருந்தது. பய இருக்கானே அவன் தலையை விட்டு வேலியிலே ஓட்டை செஞ்சான். விரல் நுழைய இடம் கெடச்சதினாலே உடலை நுழைக்கணும்னு அவன் வீட்டு மாடு அதுலே நுழைஞ்சு உள்ளே வந்துட்டுது. முன்காலு ரெண்டும் என் வீட்டுக் கொல்லையிலே. தலையும் வாயும் வைக்கோல் போருலே. பின் ரெண்டு காலும், வாலும், ஆசனவாயும் அவன் வூட்டுக் கொல்லையிலே. என் வூட்டு வைக்கோலைத் தின்னுது. மாட்டுக்கு வயிறு அப்படியே இருக்குது. ஆனா வைக்கோல்போருலே பாதி கொறைஞ்சு போச்சு. குறைஞ்ச வைக்கோல் மாடாய்க் கூட்டி இருக்கணுமில்லே. இல்லையே. அதனாலே அந்தப் பயலும் தின்னு இருப்பான் போலேருக்கு. மாடு வைக்கோலைத் தின்னுட்டு சாணி போட்டுது. அவன் வீட்டு எருக்குழி நிரம்பிப்போச்சு."

"டேய் வைக்கோல்தான் போச்சு ... பரவாயில்லை, யாத்தான் மாறியிருக்கு . . . அதையாலும் கொடு."

"முடியாது"

"டேய், இது அடுக்குமாடா ?"

"பய, முட்டியெ மடிச்சு கையெ மேலே தூக்கறான். வைக்கப்போரு மாதிரி முண்டா கிளம்புது. விழி ரெண்டும் வண்டாப் பறந்துவந்து எம்மேலே மோதுது."

"வண்டு கொட்டினாத் தாங்க முடியுமா ?"

"அதைக் கேக்க காவிரிப்பட்டணம் போனேன். கிணற்றடியிலே எம் பொண்டாட்டியிருந்து வேடிக்கை பார்த்த விஷயம் மறந்து போச்சு. அது அவளைக் கொட்டிடுச்சுன்னு வெச்சுக்க இன்னு திரும்பி வந்தா . . ."

"திரும்பி வந்தா ?"

"திரும்பி வந்தா தை மாசம் ஒண்ணாம் தேதி. பொங்கல் விழாவுக்கு ஊரெல்லாம் ஏற்பாடு. கடையெல்லாம் வாழைத்தாரு தொங்குது. கரும்பு கட்டுக்கட்டா சாத்திவைச்சிருக்கு. கோடை வெயில் இல்லையா ? தோகை காய்ஞ்சு பழம்புடவையாய்ப் போயிட்டுது. அந்த நாடார் கடையிலே இந்தப் பயல் உட்கார்ந்திருக்கான். அவன்தான்யா இவனுக்குச் சிலம்ப வாத்தியாரு புடிச்சுக் கொடுத்தவன். துரோகிப் பய. இங்கே மளிகைக் கடை வைச்சுக்கிட்டு அவன் பாண்டிய நாட்டுக்கு உளவு பார்த்துக்கிட்டிருக்கான். சோழன் பணத்தைச் சுரண்டி பாண்டியனுக்கு அனுப்பறான். இந்தப் பய கரும்பு வெட்டிக்கிட்டிருக்கான். கரும்பு தோளிலே சாத்தி இருக்குது. பின்னாடி எம் பொண்டாட்டி பொடவையைப்போலத் தோகை தொங்குது. கையிலே பளபளன்னு அரிவாள். நாடாரோட அரிவாள். பனங்காய் சீவர அரிவாள்."

"அந்த நாடார்கிட்டே உண்மையான சோழநாட்டான் எவனாவது பனை மரம் குத்தகைக்கு விடுவானா ?"

"துரோகிப் பசங்க விட்டுட்டானுவளே. அவன் எதுக்கையா மரத்தைக் குத்தகைக்கு எடுக்கிறான். மரத்திலே ஏறி நோட்டம் பார்க்கிறான். மரத்திலே கலயம் கட்டறாப்பலே சோழநாட்டு அரணை உளவு பார்க்கிறான்."

"நாடாரே, பாத்துக்க ... ஒரே வெட்டு ... எந்தப் பய வந்தாலும் ஒரே வெட்டு."

"பய கரும்பை ரெண்டு துண்டா வெட்டிப் போட்டுட்டான். அப்புறம் நான் கடாரங்கொண்டான் சிவன் கோயில் பக்கமாப்

போயி காவிரிக்கரையிலே பாப்பான் படித்துறைப் பக்கமா நின்னுக்கிட்டேன். காவிரியிலே தண்ணி, ரெண்டு கரையும் ஒத்து ஓடுது. ஆடிப்பெருக்கு அன்னிக்கி, பசங்க சப்பரத் தட்டியோட கரையிலே நிக்கறானுவோ. சின்ன வயசிலே கல்யாணம் பண்ணிக்கிட்டிருந்தா இந்தப் பசங்க மாதிரி பசங்க எனக்கும் இருப்பானுவோ" உள்ளங்கையைக் குழித்துத் தரைக்கு மேல் மார்பளவுக்குக் குடைபிடித்துக் காட்டினார்.

"அப்புறம்."

"கடாரங்கொண்ட சோழன் காவிரிப்பூம்பட்டிணத்தி லேருந்து வந்திருக்கான். மன்னனுக்குப் பக்கத்திலே ஆதி மந்தி நின்னுக்கிட்டிருக்கா. ஆட்டன்அத்தி அரசமரத்திலே ஏறி காவிரித் தண்ணியிலே குதிக்கறான். தண்ணீர் சொடேர்ன்னு அரசங்கிளை வரைக்கும் எழும்புது."

"சபாஷ் ஆட்டன்அத்தி சபாஷ்" என்றான் மன்னன். "குதிச்சவன் மேலே கிளம்பவேயில்லை. பனங்காய் மிதந்தாப்பலே தலை மட்டும் மிதந்து போச்சு."

"சும்மா வேடிக்கை பாத்துக்கிட்டா நின்னீங்க."

"குதித்துத் தூக்கினேன். அது அழுகின தேங்காமட்டை. ஊறி நார் கிளம்பிப் போயிருக்கு. தூக்கிக் காவிரியிலே எறிஞ்சேன். ஆட்டன்அத்தி தலைமுடி மாதிரி காவிரியிலே அது மிதந்துகிட்டே போயிடுச்சு."

"ஆதிமந்தி தலையிலும் வாயிலும் அடிச்சுக்கிட்டு அழுறா பெரிசா ராகம்போட்டு ஒப்பாரி வைக்க ஆரம்பிச்சுட்டா. மன்னன் ரொம்ப தேத்திப் பார்த்தான். நடக்கல்லே. அவனும் அழ ஆரம்பிச்சுட்டான். மகளைக் கட்டி அணைச்சுக்கிட்டு அழுதான். நானும் அழுதேன்."

"நீங்க அப்படி அழலாமா படையாச்சி?"

"சோழ மன்னா நீ இப்படி அழலாமா? நீ அழுதால் நான் அழுவேன். மக்கள் அழுவர். நாடு அழும். அழாதே. நான் இருக்கிறேன். வலைபோட்டுத் தேடுவோம். மருமகன் கிடைத்து விடுவான் வேந்தே. அழாதே என்றேன். மன்னன் அழுகையை நிறுத்திவிட்டான்."

"டேய் வலை கொண்டுவாங்கடா."

"காவிரியில் வலை போடப்பட்டது. 'இழுத்துக்கிட்டே வாங்கடா.' நான் காவிரியில் இறங்கிவிட்டேன். கழுத்து மட்டம் தண்ணீர். நான் முன்னாலே நடக்கிறேன். என் பின்னாடி பசங்க வலையெ இழுத்துக்கிட்டே வரானுவொ."

"ஆதிமந்தி காவிரிக்கரையோடு நடந்துவரா. அவ கையைப் புடிச்சு மன்னன் அழைச்சுக்கிட்டு வரான்."

"காவிரிப்பட்டணம் முகத்துவாரத்திலே போய் வலையே மேலே தூக்கினோம். அழகான மீன். ஆள் உயரம் வாட்டசாட்டமாய் இருக்கு. கரையிலே கூடைக்காரப் பசங்க நிக்கறானுவொ. கழுகு மாதிரி மீனையே பார்த்துக்கிட்டு நிக்கறானுவொ."

"என்ன படையாச்சி மீன் விக்கறதா?"

"பல விஷயத்திலே ஏமாந்துட்டோம். இந்த மீனு விஷயத்திலே ஏமாற வேண்டாம். இந்தக் கூடைக்காரன்கிட்டே விக்கறத்தே நாமே தூக்கிக்கிட்டு சித்தக்காட்டு சந்தையைப் பார்க்க ஓடினா நாலுகாசு லாபம் கிடைக்கும்னு தோணிச்சு. அந்தப் பயலுக்கு நேரா ராவணன் முன்னாடி அனுமார் குந்திகிட்ட மாதிரி வளர்ந்து மார்பு அகலத்தை சாண்போட்டு அளந்துக்கன்னு காட்டணும்னு தோணிச்சு. ஆனா கவுச்சே நாத்தத்தே சகிச்சுக்கிட்டு தலையிலே கூடை சுமர, கல்லுரல்லே குழவி ஆடராப்பலே இடுப்புக்குக் கீழே காலாட ஓடணும். 'படையாச்சி விக்கறாருடோய்' இம்பானுவொ ... அதனாலே என்ன . . . விடியரத்துக்கு முன்னாடி ஓடினாப் போச்சு. பசங்க என்ன ஆந்தையா, ராவிலே கண் தெரிய ... ஆனா ... இந்தக் காவிரிக்கரை மரத்துக்குக்கூட கண்ணு இருக்குமய்யா. விடிஞ்சா ஊர்கிட்டே சொல்லிடும். ஆனா ஒண்ணு செய்யலாம். சித்தக்காட்டுக்குப் போக வேறு வழியே இல்லையா? கீழையூறு மேலே பூந்து போனா போச்சு ...'டேய் மீனு விக்கரதில்லே' இன்னு சொல்லிட்டேன். இந்தப் பசங்க ஓட ஆரம்பிச்சுட்டானுவோ."

"என்னயா ஓடரே ... கெடைக்கப்போற லாபத்தைக் கண்டு பயந்துபூட்டியா?"

"இல்லே . . . அதோ . . . ஆட்டன் அத்தி'ன்னு கத்திக்கிட்டே ஓடிப்பூட்டானுவோ."

"என்னாமே ... ஆட்டன் அத்தியா ஆட்டுக்குட்டியா என்ன சொல்றானுவோ."

"ஆம்மாய்யா ஆட்டன் அத்தி ஆட்டன் அத்திக்கி மூர்ச்சை தெளிஞ்சு மூச்சு வந்திடிச்சி."

"யாரவன் புடிச்சான் ... தூண்டில் போட்டுப் புடிச்சானா?"

"நம்ம பாட்டிக்கிப் பாட்டிக்கிக் கொள்ளுப்பாட்டிக்கிப் பாட்டி புருஷன் குதிச்சு தூக்கினான்" இன்னான் அவன். சபாஷ். அப்போ இந்த மீனு ஒனக்குத்தான்னு மீனேத் தூக்கி

செம்படவச்சி தலையிலே வைச்சேன். அவ தூக்கிக்கிட்டு காவிரிக் கரையோட சித்தக்காட்டப் பாக்க ஓடினா.

"நான் திரும்பி வந்து காவிரிக்கரை ஓரமா சவுக்கைத் தோப்பிலே சுருட்டைக் குடிச்சிக்கிட்டே குந்திகிட்டிருக்கேன்."

"ஓய் படையாச்சி ... அந்தப் பய உலைக்கூடத்திலிருந்து பொறப்பட்டானான்னு பாருய்யா ... போ போ அப்புறமா டீக்கி நாக்கே நீட்டலாம் ஓடு."

"இவன் ஒரு சவுக்கை மரத்திலே சாஞ்சிகிட்டு கரும்பு வெட்டிக்கிட்டே நிக்கறான். யாராவது மீன்காரி வருவாளான்னு பார்த்துக்கிட்டே நிக்கறான். நான் இருக்கறதை அந்தப் பய பார்க்கலை. அவ தலையிலே மீனேத் தூக்கிக்கிட்டு சித்தக்காட்டு சந்தைக்கு வியாபாரத்துக்குப் போனா. அவ ஒடம்பு வியர்த்து வழியுது. ரவிக்கை போட்டுக்கிட்டில்லே. முந்தானையே சும்மாடாய் சுருட்டி. தலைக்கு வச்சுக்கிட்டிருக்கா. ஒரு கை தலைக்கூடையைப் புடிச்சுக்கிட்டு இருக்கு. மார்பு பக்கத்திலே தெரியாது. ஓடிவர வேகத்திலே ஆடுது. பய பார்த்தான். கரும்பை வெட்டிக்கிட்டிருந்தவன் அதை அப்படியே போட்டுட்டு காவிரிக்கரைக்கு வந்தான். அவ பக்கத்திலே வந்ததும் பின்னாடி பாஞ்சு வாயைப் பொத்தினான். ஒரு கையை தொடையிலே வளைச்சான். அவள அப்படியே அலாக்காத் தூக்கிக்கிட்டு சவுக்கைத் தோப்புக்குள்ளே அவளே படுக்கப் போட்டான். முந்தானையே கிழிச்சு வாயிலே அடைச்சான். வாயிலே துணியே அடைச்சதும் என்னாலே சத்தம் போட முடியலே. இடுப்புத்துணியே அவுத்துப் பக்கத்திலே எறிஞ்சுட்டான். உடனே இருள் பரவ ஊரு இருட்டிப்போச்சு."

"வழியே தடவிக்கிட்டு நான் வீட்டுக்கு வந்தேன். கால் கழுவ கிணற்றடிக்குப் போனேன். பய வைக்கப்போருலே சாஞ்சுக்கிட்டு கரும்பை வெட்டிக்கிட்டு நிக்கறான். பெண்டாட்டியே கூப்பிட்டுக்கிட்டு கூடத்துக்கு வந்தா, பய, அங்கே எம் பொண்டாட்டியோட பேசிக்கிட்டு நிக்கறான். அவ சிரிச்சுக்கிட்டு நிக்கறா."

"என்னடி சிரிக்கிறே?"

"இன்னும் ரெண்டு பல்லு விழட்டும்"

"என்னடி சிரிக்கிறே?"

"அவ சிரிச்சா."

"விரிச்ச பொகையிலே மாதிரி ஏன் சிரிக்கிறே?"

"அவ சிரிச்சா."

"ஓய் படையாச்சி ஓடய்யா. அந்தப் பய உலைக்கூடத்தி லேருந்து புறப்பட்டிருப்பான். பய காவிரியிலே இறங்கினதும் எனக்குக் குரல் கொடு. அரிவாளும் கையுமாய் நான் வருவேன். ஒரே வெட்டு. வலது கை துண்டு. ஓடு."

அப்பொழுது கொல்லன் வீட்டிலிருந்து தெருவோடு வந்துகொண்டிருந்த அவருடைய பக்கத்து வீட்டுக்காரன் டீக் கடையைக் கடந்து காவிரிப் படித்துறைப் பக்கம் போனான். அதைப் படையாச்சியும் கவனித்துக்கொண்டிருந்தார்.

"ஓய் படையாச்சி அந்தப் பய காவிரியிலே எறங்கிட்டான். படித்துறையிலே குளிச்சுக்கிட்டிருந்த ஆட்டன்அத்தியே தண்ணீரிலே தள்ளி வைச்சு அமுக்கறான்" என்று நாயர் காவிரிக்கரைப் பக்கமாகக் கையை நீட்டினார்.

தூணில் சாய்ந்துகொண்டிருந்த ஒருவர் நிமர்ந்து "நாயரே படையாச்சிக்கி உடைவாளை எடுத்துக் கொடய்யா" என்றார்.

உடனே படையாச்சி "ஆதிமுலம்... ஆதிமுலமே" என்று கத்திக்கொண்டே பக்கத்தில் ஒருவர் வைத்துக்கொண்டிருந்த அரிவாளை எடுத்துக்கொண்டு காவிரிக்கரையை நோக்கி ஓட ஆரம்பித்துவிட்டார்.

"முட்டாள்தனமான காரியம் செஞ்சுட்டீங்க" என் படையாச்சியைத் தொடர்ந்து ஓடினேன். நான் ஓடுவதைப் பார்த்து டீக்கடையில் உட்கார்ந்திருந்தவர்கள் எல்லோரும் எழுந்து ஓடிவந்தார்கள். நாங்கள் ஓடுவதற்குள் அவர் படித்துறையை அடைந்து காவிரிக்குள் நீட்டிக்கொண்டிருக்கும் படித்துறையின் பக்கச் சுவரின் மேல் ஏறி விட்டார். "படையாச்சி படையாச்சி" என்று நாங்கள் கத்திக்கொண்டே ஓடினோம். அதற்குள் அவர் காவிரியில் குதித்துவிட்டார். அவரைத் தொடர்ந்து நாங்கள் குதித்தோம். அப்பொழுது பக்கத்து வீட்டுக்காரன் காவிரியை நீந்திக் கடந்து அக்கரையில் ஏறிக்கொண்டிருந்தான்.

நீர்மை

மூத்த உள்ளூர்க்காரர்களையும் எப்போது அறிமுகமானார்கள் என நினைவுகொள்ள முடிவதில்லை. ஒருவன் தன் தாயையும் முதல் அறிமுகம் எப்போதென்ற பிரக்ஞையின்றிப் போகிறான். ஆனால், அவள் எனக்குச் சாலைக் குளத்திலிருந்துதான் அறிமுகமாகியிருக்க வேண்டு மென நிச்சயமாக இருந்தாள். எல்லாவற்றிலும் ஆச்சரியம் கொள்ளும் குழந்தைக்கு குளிக்கிறவள் என்று விநோதமற்றுப் போகாமல் அவள் நடுக்குளத்தில் தனித்துத் தென்பட்டிருப்பாள். நரைத்த பனங்காயைப் போல அவள் தலை மிதந்து அலைந்து அவளென்று தெரிய இருந்திருக்கும்.

அவள் தன் பத்தாவது வயதில் வீணானவள். இறக்கும்போது அவளுக்கு வயது தொண்ணூறுக்கு மேல். அப்போது எனக்குப் பதினைந்து வயது. அவளை அறியாத ஒரு தலைமுறை பிறந்து முழுப் பிராயத்திற்கு வந்துவிட்டது. இப்போது அவளைப் பார்க்காத நாள் நினைவிலில்லாமல் தினம் பார்த்து வந்திருப்பதாகவே தோன்றுகிறது.

தெருதோன்றிய நாளிலிருந்து வண்டி புழுதியைக் காலால் உழுது விளையாடிக்கொண்டிருந்தபோது அவள் கரையேறிக் கிழவியாக வரும் தோற்றம் முகத்தைக் குளத்தில் மிதக்கவிட்டு வந்தது போலிருக்கிறது. அது நீருக்குள் கற்பித்திருந்த உடம்புக்கு இணங்காத எல்லோருக்குமான நார்மடிப்புடவையின் தோற்றம். சில வருஷங்கள் கழித்து என் தம்பியும் என்னுடன் விளையாட்டில் கலந்துகொண்டான். அடுப்பங்கரை தயிர் கடையும் தூணில் முடிந்திருக்கும், மத்து இழுக்கும் கயிற்றை நாங்கள் அம்மாவுக்குத் தெரியாமல் விளையாட

அவிழ்த்துக்கொண்டு வந்துவிடுவோம். அது நாள்பட்டு, இழுபட்டு, வெண்ணைக் கைபட்டு, திரித்தது என்பதைவிட, பயிரானது என்று இருக்கும். அதை இவன் கழுத்தில் போட்டு அக்குளுக்கடியில் முதுகுப்புறம் மடக்கிப் பிடித்துக்கொண்டு அவனை வண்டி மாடாக ஓட்டுவது எங்கள் விளையாட்டு. அவன் எட்டுக் குளம்புப் புழுதியைக் கிளப்பிக்கொண்டு ஓடுவான். முடிவில் மாடாகிக் களைத்துப் போவான். எனக்குக் கூடுதலாகச் சவாரி சுகம் கிடைத்திருக்கும்.

அவள் என்னைக் ‘கண்டாமணி’ என்பாள். நாங்கள் கால் சட்டை போடாமல் ஓடுவோம். எனக்கு இயற்கையாகவே கொஞ்சம் பெரிதாகத் தொங்கிற்று. வெகுநாள் கழித்து அறுவை சிகிச்சைக்குப் பிறகுதான் பருவ இயல்புக்குச் சுருங்கிற்று. இதே சொல்லை, வாக்கியமாக்காமல், ஓடும்போது அவளைச் சந்திப்பது ஒத்துக்கொண்டபோதெல்லாம் சொல்லிவந்தாள். அப்போது அவள் சந்தோஷப்பட்டிருப்பாள். சிரித்துக்கூட இருக்கலாம். ஓடி மேலக்கோடித் திருப்பத்தில், அவள் கவனமின்றி, சொல் காதில் விழுகிறது. சிரிப்பு அவளிடம் பொருந்த முடியாமல் வேறு எம்முகத்திலோ போய் ஒட்டிக்கொள்கிறது.

சிறுகச் சிறுக மாறிவந்த அவள் முகத் தோற்றத்தை ஊர் காண முடியாமல் போய்விட்டது. நினைவில் இருப்பது எந்த வயதின் சாயலென்றும் தெரியவில்லை. பிறர் நினைவில் எந்தச் சாயலில் இருக்கிறாள் என்பதை எப்படி ஒத்துப் பார்ப்பது? அவள் பொதுவில் பெயராக மிஞ்ச ஆரம்பித்துவிட்டாள்.

நாங்கள் கால்சட்டை போட ஆரம்பித்த பிறகு, கண்டாமணி என்று சொல்வதை நிறுத்திவிட்டாள். அதற்குப் பிறகு அவளோடு பேசியதில்லை. சில வருஷங்களுக்குப் பிறகு ஒருமுறை என்னை வேறு யாரோவாக நினைத்துப் பேசினாள். எனக்கு நினைவு தெரிந்தபோது அவள் பலருக்கும் ஆச்சரியமற்றவளாக மாறியிருந்தாள். என் வயதுக் குழந்தைகளும், எங்களுக்குள் விநோதமாக உணர்ந்து பேசிக்கொண்டதில்லை. அவர்கள் தங்கள் வீடுகளில் ஆச்சரியப்பட்டிருக்கலாம். பெரியவர்களைப் பார்த்து விநோதமில்லையென்றும் மறுத்திருக்கலாம். சாதாரணமானவற்றில் அநேக விநோதங்களைக் கண்டு நாங்கள் கூட்டாக ஆச்சரியப்பட்டிருக்கிறோம்.

அவளைப் பற்றித் தெரிந்துகொள்ள நான் எங்கள் அப்பாவிடம் தினம் நச்சரித்துக்கொண்டிருந்தேன். பிறகு எனக்கு அலுத்துவிட்டது. அவருக்கு அவளுடைய இளமையைப் பற்றிய கதை என்னைவிட அதிகம் தெரியவில்லை. அவள் அவருக்கும் சாலைக்குளத்தில்தான் அறிமுகமானாள். அவருக்கு

அவள் தலை மிதந்து கருப்புப் பனங்காயாகத் தோன்றியிருக்க வேண்டும்.

எங்கள் கிழப்பாட்டி மட்டும் பேரனிடம் காட்டும் தனி அபிமானத்துடன் பழமை தோன்ற அவள் கதையைச் சொல்லு வாள். அவள் வயதில், குழந்தைகளுக்குத் தேவையில்லாதவை என நினைப்பவைகளை ஒதுக்கிவிடுவாள். இதனால் அவள் கதைகள் சில விநோத குணங்களை இழந்திருக்கலாம். ஆனால், குழந்தை ஆர்வத்தில் புதுத் தகவல்களின் விநோதங்களுடன் அவள் கதை இருந்திருக்கிறது. நிலா உள்ள முன்னிரவுகளில் நாங்கள் தெருவில் கூட்டமாக விளையாடிக்கொண்டிருப்போம். பாட்டி ரா ஆகாரத்தை முடித்துக்கொண்டு காற்றாடத் திண்ணைக்கு வருவாள். அவளைக் கண்டதும் விளையாட்டு ஆர்வம் குன்றிவிடும். கதை கேட்கத் திண்ணைக்கு ஓடி வருவோம். கால்களை நீட்டி முழங்கால்களைத் தடவிவிட்டுக்கொண்டு உட்கார்ந்திருப்பாள் பாட்டி. பாட்டியுள்ள பேரன்களும் இவ்விதம் திண்ணைக்கு ஓடிவிட, விளையாட்டு முடிவுக்கு வந்துவிடும். அவள் தொடையில் தலைவைத்துப் பக்கத்துக்கொருவ ராகப் படுத்து கதை கேட்க ஆரம்பிப்போம். பாட்டி சொல்லும் கதை பகல்போல் இருட்டை நீக்கித் தெரியப்படுத்த முடியாத நிலா வெளிச்சம் போலவே இருக்கும். கதையைத் தவிர்க்க நினைக்கும் அவள் குதர்க்கங்களாலும், ஆரம்பிக்கும் ஆயத்தங்களாலும், குழந்தை அறிவுக்கு எட்டாதவைகளாலும் கதையில் ஆர்வம் கூடுதலாகும். பாட்டியின் மேல் அனுதாபமும் அபிமானமும் உண்டாகும்.

“நான் பொறந்த கதையெச் சொல்லவா? வாழ்ந்த கதையெச் சொல்லவா? வாழ்ந்து அறுத்த கதையெச் சொல்லவா?” என்று ஆரம்பித்துத் தன்னையும் சேர்த்துத் தன் கண்ணால் பார்த்த மனிதர்களின் மூன்று தலைமுறைக் கதைகளைச் சொல்லி விடுவாள் பாட்டி. முந்தின தலைமுறையைப் பற்றிக் கேட்டவை யும், நடுவில் விளக்க, குட்டிக் கதைகளாக வரும்.

எங்கள் பாட்டி உள்ளூரிலேயே வாக்கப்பட்டு ஊர் கண் முன் வாழ்ந்து கிழவியானவள்.

அவளுக்கும் புஞ்சைதான் பிறந்த வீடு. அவளும் புகுந்த ஊரில் வாழ்ந்த அனுபவம் இல்லாமல் பிறந்த வீட்டிலேயே வயதாகிக் கிழவியானவள். எங்கள் பாட்டிக்கும் அவளுக்கும் சமவயது. ஆனால், அவள் வீணானவுடன் பாட்டிக்கு அவளுடன் தொடர்பு விட்டுப் போயிற்று. கணவனின் அந்திமக் கிரியைகளுக்கு அப்பாவுடன் போயிருந்துவிட்டுக் காரியங்களை முடித்துக்கொண்டு வந்தவள்தான். அவ்வயதில் ஒரு ஆயுட்காலம்

அவ்வூரில் வாழ்ந்தவளென்ற அதிர்ச்சியுடன் திரும்பியவள்போலும். பிறகு அவள் வெளியில் வரவேயில்லை. ஜனன மரணங்களைச் செய்தியாகக் கேட்டுத் தெரிந்துகொண்டிருந்தாள். இப்படி முப்பது வருஷங்கள் உள்ளிருந்துவிட்டு தன் நாற்பதாவது வயதில் அவளா இவளென வெளியில் வந்தாள். ஊர் அவளுக்குத் தெரிவிக்கப்பட்ட பெயர்களின் நிஜத்தோற்றங்களால் நிறைந்திருந்தது. அவளால் யாரையும் அடையாளங்கண்டுகொள்ள முடியவில்லை. பிறர் அவளை நிஜமாகக் கண்டார்கள். அவள் ஒருவளானதால் அறிமுகம் சுலபம்போல் ஆயிற்று. அவள் செய்தி கேட்ட நாளின் கற்பனைத் தோற்றங்கள் தங்க இருந்துவிட்டாள். அவற்றுள் ஒற்றுமை காண முடியாமல் வெளிஉலகம் வயதடைந்து, புஞ்சை அந்நியக் குடியேற்றத்திற்கு ஆளானது போலாயிற்று.

அவள் வெளியில் வந்ததும் தவிர்க்க முடியாமல் நேர்ந்தது தான். அவளுடைய தந்தை இறந்த தினத்தன்று அவள் வெளியில் வந்தாள். பிரேதம் எடுத்துக்கொண்டு போன பிறகு கூட்டத்திலிருந்து மிரண்டு பயந்து அழுது ஓடிப் போய்ச் சாலைக் குளத்திலே விழுந்தாள். அவளைக் கரையேற்றிக் காவிரிக்கரைக்குக் கொண்டுபோகப் பெரும்பாடு பட்டார்களாம். தூக்கிக்கொண்டு போவதாகவே காண இருந்ததாம். அவளை அணைத்து அழைத்துப் போனவர்களில் எங்கள் பாட்டி ஒருத்தி. துக்கத்தினால் அன்றி தொடு உணர்ச்சிக்கே அஞ்சியவளாகப் பாட்டியை அடையாளம் காணாதவளாக மிரண்டு பார்த்திருக்கிறாள் அவள். அவள் கையில் புல் வாங்கிக்கொண்டு தாயாதிகளுள் ஒருவன் அவள் தகப்பனுக்கு நெருப்பு போட்டான். இத்துடன் அவளுக்கு நெருக்கமாய் அறிமுகமான ஒரு ரஜையையும் புஞ்சை இழந்தது.

"நம்மாத்துக்குக் கெழக்கே அவ போய்ப் பாத்திருக்கியோ?" என்று பாட்டி ஒரு கதைநாளில் கேட்டாள். உதடுகளை மடித்து ஈரப்படுத்திக்கொண்டாள் பாட்டி. இப்படி அவளுக்குப் பழக்கமாகியிருந்தது.

கால் கடுக்க அவளைத் தெருவில் பலமுறை நடத்திப் பார்க்க வேண்டியிருந்தது எனக்கு. பாட்டியின் மந்திரத்தில் அவள் கட்டுண்டவள் போலத் தோன்றினாள்.

"இல்லை."

பாட்டியின் உதடுகளையே பார்த்துக்கொண்டிருந்தேன். இந்த உதடுகளில்தான் கற்பனைகள் எல்லாம் இருப்பதாகத் தோன்றிற்று.

எங்கள் வீட்டிற்குக் கீழ்க்கையில் தெருவை இரண்டாகத் தடுத்துக் குறுக்கே மாய மண்சுவர் ஒன்று மனத்தடையாக

எழும்பியிருந்தது. அது முப்பத்தைந்து நாற்பது வருஷங்களாக மழையில் கரைந்து குட்டிச்சுவராக நின்றது. கீழே நாய்க்கடுகு முளைத்து கொடிப்பூண்டுகள் அடர்ந்திருந்தன. குழந்தைகள் கழுதை மேல் எறிந்த கற்கள் சிதறிக் கிடந்தன. கிழக்கே விளையாடிவிட்டு நேரங்கழித்து வீடு திரும்பும்போது இல்லாட்டிச் சுவரில் மோதிக் கொண்டுவிடுவேனென்று தயங்கித் தயங்கி கடந்துக் வர வேண்டியிருக்கும். இருளில் வழியைத் தடவி வரும்போது உயர்ந்து வளர்ந்த செடிகள் குத்திவிடுமென்ற பயத்தில் இமைகள் நடுங்கும்.

நான் பட்ட காயங்களில் பல, அங்கு தடுக்கி விழுந்து ஏற்பட்டவை.

தினமும் ஒரு முறையாவது அவளைச் சந்திக்கும் வாய்ப்பு எனக்கு எங்கள் வீட்டிலேயே இருந்தது. பால், தயிர் வாங்குவதற்கு அவள் வருவாள். ஒரு தேவையில் இது அவளுக்குப் பழக்கமாகி யிருந்தது. தினமும் அம்மா தயிர் கடைந்துகொண்டிருக்கும்போதே வருவாள். நான் அம்மாவின் பக்கத்தில் உட்கார்ந்து மோரில் மத்து துள்ளுவதைப் பார்த்துக்கொண்டிருப்பேன். இடைஇடையில் அம்மாவுக்கு அடுப்பில் வேலை இருக்கும். காலையில் கறந்த பால் பொறை ஊற்ற வரட்டி வைத்து கணப்புபோல் எரியும் அடுப்பில் காய்ந்துகொண்டிருக்கும். தூசி தட்டிய வரட்டியாலேயே பாலை மூடியிருப்பாள். அதிகம் எரியும்போது பாலில் ஆடை கெடாமலிருக்க அடுப்பைத் தணிக்கவும், அணையும்போது வரட்டியைத் திணித்துத் தூண்டவும் மத்தைக் கச்சட்டியில் சாத்திவைத்துவிட்டு எழுந்து போவாள் அம்மா.

கயிறு ஓடித் தேய்ந்த மத்தின் பள்ளங்களில் கயிற்றைப் பொருத்திப்பார்க்க வேண்டும் எனக்கு. அம்மாவைப் போல், மத்து மோரின் மேலே மிதந்து சிலுப்பாமலும் அமிழ்ந்து கச்சட்டியின் அடியில் இடிக்காமலும் கயிற்றின் மேல் கயிறு ஏறிக்கொள்ளாமலும் கடையும் வித்தையைச் செய்துபார்க்க வேண்டும். என்னை அறைந்து விலக்க அம்மா திரும்பி வருவாள். அந்தத்தூண்டியிலேயே நான் சண்டியாக உட்கார்ந்துகொண்டிருப்பேன். உடம்பை வளைத்து அம்மாவின் அடியை வாங்கிக்கொள்வேன்.

அம்மாவுக்கோ தயிர் கடைந்துவிட்டுக் குளிக்கப் போக வேண்டும். சமையலுக்கு ஆரம்பிக்க வேண்டும். "ஒரு வேளைப் பிண்டத்துக்கு தவங்கிடக்க வேண்டியிருக்கு இந்த வீட்டிலே" என்பாள் பாட்டி. அவசர அவசரமாகத் தயிர் கடைய வேண்டி யிருக்கும். அது அவசரத்திற்குக் கட்டுப்படாது. விட்டு விட்டுக் கடைந்தால் வெண்ணெய் சீக்கிரம் விடுபடும் என்று அம்மா இதர வேலைகளுக்கு ஓடுவாள். சுற்றுவட்டக் காரியங்கள் ஆகும்போது தயிர் கடைவது கவனத்தில் இருந்து பரக்கடிக்கும்.

புஞ்சைலெ ஒரு நடிகெ இருந்தா 61

“அம்மோவ்” என்று மாட்டுக்காரப் பையன் மாடுகளை மேய்ச்சலுக்கு ஓட்டிக்கொண்டுபோக வந்து கொல்லைப் படலுக்கு அப்பால் நின்று குரல் கொடுப்பான். படலைத் திறந்து வைத்துத் திரும்பி மாடுகளை அவிழ்த்துவிட வேண்டும் அவனுக்கு. அவனைக் காக்க வைக்க முடியாது. வயிற்றை எக்கிக் குனிந்து மாடுகள் ஒவ்வொன்றாய் ‘அம்மா, அம்மா’ என்று அழைக்க ஆரம்பித்துவிடும். கொட்டாய்த் தரை அதிரும்படி அவை கூப்பிடும். அந்நேரம் ‘யாராத்து மாடு இப்படிக் கூப்பிடறது’ என்று தெருவில் ஒவ்வொருவரும் நினைத்துக்கொள்வார்கள்.

கொட்டாயிலிருந்து அம்மா திரும்பும்போது என் தம்பி அடுப்படியில் இருப்பான். காய்ந்த அவரைச் சுள்ளிகளைக் கையில் அடுக்கிக்கொண்டு ஒவ்வொன்றாய்த் தணலில் திணித்து அவை பின்னால் புகை விடுவதை வேடிக்கை பார்த்துக் கொண்டிருப்பான். திரும்பிய வேகத்தில் அவன் முதுகில் ஒன்று வைப்பாள். கைச்சுள்ளிகளைப் பிடுங்கி அடுப்பங்கரைத் தொட்டி முற்றத்தில் எறிந்துவிடுவாள். பாலைத் திறந்து பார்த்துவிட்டு மூடுவாள். அவன் அழ மாட்டான். சுள்ளிகளைப் பொறுக்க ஓடுவான். அடுப்பங்கரையில் மூன்றில் ஒரு பங்கு தொட்டி முற்றம் எங்கள் வீட்டில்.

இதற்கு ‘அம்பே’ என்று மாடுகளுடன் ஓடிவிடாமல் பிடித்துக் கட்டிய பசுங்கன்றுகள் கொட்டாயிலிருந்து குரல் கொடுக்கும். கொட்டாய் பெருக்குபவள் வர நேரமாயிற்று என்ற எச்சரிக்கை இது. தாய்கள் மேயப்போன தனிமையை வைக்கோல் போரில் அசைபோட்டுத் தணிக்க அவற்றுக்குப் பழக்கப்படுத்தப்பட்டிருந்தது. கொட்டாய் பெருக்குபவளைத் திட்டிக்கொண்டு அவற்றை அவிழ்த்து வைக்கோல்போர் கொல்லையில் உட்கொல்லைப் படலைச் சாத்திக்கொண்டு வருவாள் அம்மா. திரும்புகாலில், தம்பி கிணற்றுத் தலையீட்டில் குனிந்து தண்ணீரைப் பார்த்துக்கொண்டிருப்பதைக் காண வேண்டியிருக்கும். அவன் தண்ணீரில் பூச்சிகள் கோலமிட்டு ஓடுவதைப் பார்த்துக்கொண்டிருப்பான். ஆர்வத்தில் அவன் பூச்சிகளோடு பேச ஆரம்பித்துவிடுவான். எந்த நிமிஷமும் அவன் குப்புறக் கவிழ்ந்து விழுந்துவிடலாம் என இருக்கும். “சனியனே, என்ன அவப்பேரை வாங்கி வைக்கக் காத்திண்டிருக்கே” என்று அவனை இழுத்துக்கொண்டு வருவாள். அவன் நடக்காமல் அம்மாவின் இழுப்புக்குக் காத்து, கால்களைப் பதித்துக் கொள்வான். குளிப்பாட்ட தண்ணீர்த் துறையில் இழுபடும் கன்றுக்குட்டியைப் போல நிற்பான். அவன் இதை ரசித்து அனுபவிப்பான்.

இன்னும் தயிர் கடைந்தபாடில்லையே என்று அம்மா தினமும் அலுத்துக்கொள்வாள். “சனியன்களே பாட்டிண்டே போய்த் திண்ணையிலே ஒக்காந்திண்டிருங்களேன், சனியன்களே. ஒரு எடத்திலே இருப்புக்கொள்ளாத சந்தம்” என்று வைவாள் அம்மா. இது பாட்டியின் காதுக்கு எட்டினால் “ஏண்டி கொழந்தைகளே கரிக்கறே” என்பாள்.

நான் இழுத்துச் சிலுப்பிய தயிர், கச்சட்டிக்குப் பக்கங்களில் சிந்தியிருக்கும். இப்போது அம்மாவைக் கண்டதும் ஓடத் தோன்றும். அம்மா இப்போது அடித்தால் அழுவேன். சிந்திய தயிரைத் துடைத்துவிட்டுக் கை கழுவப் போகும்போது தொட்டியில் தண்ணீர் இருக்காது. குளிக்கப் போகு முன் கொல்லைக் கிணற்றிலிருந்து அடுப்பங்கரைத் தொட்டிக்குத் தண்ணீர் கொண்டு வந்து கொட்ட வேண்டும். எச்சில் கைகழுவும் இரண்டாம் கட்டுத் தொட்டிக்கும் நிரப்ப வேண்டும். முன்பே அவற்றைக் கழுவிக் கொட்டிவிட்டதை அம்மா மறந்து போயிருப்பாள். அநேகமாக தினம் எங்கள் இருப்பு இடம் மாறி யிருப்பதைத் தவிர அவள் காரியங்கள் இவ்விதமாகவே சற்று முன்னும் பின்னுமாய் இருந்துகொண்டிருக்கும். இந்நேரங்களில் தினமும் ஒருமுறையேனும் அலுப்பின் உச்சத்தில் “புஞ்சையான் குடும்பத்துக்கு ஒழைக்கறத்துக்கின்னே பொறப்பெடுத்தாச்சு” என்று நொந்துகொள்வாள் அம்மா.

அம்மா தயிர் கடைந்துகொண்டிருக்கும்போதோ, கிணற்றி லிருந்து தண்ணீர் கொண்டுவந்துகொண்டிருக்கும்போதோ தாழ்வாரத்திலிருந்து “பட்டு” என்று குரல் வரும். இது அம்மாவுக்கு நேரம் காட்டும் குரல். ஒருமுறைதான் கேட்கும். அது அவளுடைய குரல். அம்மாவுக்கு எட்டியிருக்காது என்ற அனுமானத்தில் “பட்டு” என்று இன்னொரு முறை கேட்கலாம். அப்படியானால் அது எங்கள் பாட்டியின் குரலாக இருக்கும். இது அவசியத்தைப் பொறுத்து ஒன்றுக்கு மேற்பட்ட முறையும் கேட்கும். ஒரு கடமையாகப் பாட்டி இதைச் செய்வாள். நாங்கள் வெளியில் இருந்தால் “அம்மாவ் . . . அம்மாவ்” என்போம்.

கிணற்றங்கரையிலிருந்து கொட்டாய் வாசற்படியைத் தாண்டி வரும்போது அவள் தாழ்வாரத்துச் சின்னத் திண்ணை ஓரமாய் நின்றுகொண்டிருப்பதைப் பார்க்கலாம். தயிர் கடைந்துகொண்டிருந்தால் அடுப்பங்கரையை ஒட்டிய தாழ்வாரத்து நெரைச்சல் மறைப்பில் பிய்ந்த கீற்று ஓட்டை வழியாக அவள் நின்றுகொண்டிருப்பதைப் பார்க்கலாம். குழந்தை களுள்ள எவ்வீடுகளும் இதே அமைப்பில் நெரைச்சலில் தாழ்வாரத்தைக் காணத் துவாரம் செய்யப்பட்டிருக்கும். அவள்

உருவைக் கிரகிக்க இரண்டு கோணங்கள் போதாதென ஓர் அரூபச் சாயலில் அவள் உயிர் கொண்டிருப்பதாகத் தோன்றும். அவள் குரலுக்கு எந்த இடத்திலிருந்தும் அம்மா “இதோ வந்துட்டேன்” குளத்தில் இருப்பவளுக்குக் கேட்கச் சொல்ல பால் கணக்குச் சொல் தாய் இரைந்தே சொல்வாள். பால் கணக்குச் சொல்வதைத் தவிர அழைப்பிற்கு இருப்பைக் காட்டிக்கொள்வதல்லாமல் அம்மாவுக்கு அவளுடன் வேறு பேச்சில்லை.

இது காலைக் காரியங்கள் ஆகி எல்லோரும் குளிக்கக் கிளம்புகிற நேரம். ஒவ்வொருவரும் தயிர் கடைந்துவிட்டுப் போக வேண்டும். வற்றாத நாளில் காவிரிக்கும் மற்ற நாளில் குளத்திற்கும் அக்ரகாரப் பெண்கள் குளிக்கப் போக வேண்டும். குளத்தில் கோடையில் மீன் பிடித்த பிறகு கொல்லைக் கிணற்றங்கரையில் தண்ணீர் இழுத்துக் கொட்டிக்கொண்டு குளிப்பார்கள். நேரம் தப்பிப்போய் பெயர் வாங்கிக்கொள்ளாமல் எல்லோருக்கும் நேரம் ஒத்துக்கொண்டுவிடும். இதில் ஒத்துக் கொள்ளாமல் தூரத்திற்கு ஒதுங்காதவர்களென ஓரிருவரும் இருந்தார்கள்.

தினம் இந்த நேரம்தான் அம்மாவின் பரபரப்பில் பால் வாங்க வர அவளுக்கு ஒத்துக்கொண்டது. நேர உணர்வு துல்லிய மாக மிருகத்துடையதைப் போல அவளுக்கு இருந்திருக்கிறது.

அவள் சாலைக் குளத்திலிருந்து கரையேறிய வேகத்தில் வந்திருப்பாள். ரேழி வாயிற்படியைத் தாவாரத்தின் முனையில் சின்னத் திண்ணையின் ஓரமாய் நிலைப்படியைத் தாண்டித் தாழ்படியில் சாய்ந்துகொண்டு காத்து நிற்பாள். காத்திருத்தல் அவளுக்கு அலுப்புத் தருவதாகத் தோன்றாது. ‘பட்டு’ என்ற ஒரு அழைப்பே காத்திருத்தலுக்கு அவளுக்குப் போதுமானது போலிருக்கும். இதில் நின்ற இடத்தை மறந்தவளாகத் தோன்றுவாள். உடல் பாரத்தைக் கால்களில் ஓரிரு முறை மாற்றிக்கொள்வாள்.

அவள் நிற்கும் இடம் தண்ணீரும் தெருமணலும் சேர்ந்து குழம்பிப்போயிருக்கும். எண்ணெய்ப் பிசுக்கும் நீர்க் காவியும் ஏறிய பழைய நார்மடிப் புடவையோடு தவிர்க்க முடியாமல் தெருமண்ணையும் பாதங்களில் அப்பிக்கொண்டு வந்திருப்பாள். நின்ற சந்தர்ப்பத்தில் புடவையின் நீர் வடிந்து கால் மண்ணைக் கழுவிவிடும். மண் சிமெண்டுத் தரையில் தங்கி நீர் பிரிந்து முற்றத்திற்கு ஓடும்.

அம்மா தயிரையும் பாலையும் அவளுடைய பாத்திரங்களில் மாற்றும்போது “இன்னியோட ஓம்பதே காலணா ஆச்சு” என்பாள். நின்ற நேரத்தில் வேறு இடத்தில் வாழ்ந்தவளாகத்

தோன்றியவள் நிலைக்குத் திரும்பிய இடறல் இல்லாமல் இயல்பாகப் பாத்திரங்களில் ஏந்திக்கொள்வாள். இதில் அவள் நின்ற இடத்தை மறந்திருந்தாள் என எப்படிச் சொல்வது? கால அளவும் அவளுக்கு வேறுபட்டிருக்கும் போலிருக்கிறது.

பதினைந்தே முக்காலணாவுக்கு மேல் ஒரு ரூபாய் என்று அம்மா சொல்லக் கேட்டதில்லை. அவள் கையிலிருந்து சில்லறை அம்மாவின் கைக்கு மாறியதையும் பார்த்ததில்லை. கணக்குச் சொல்லிப் பாத்திரங்களில் மாற்றும்போது அவள் சம்மதத்தின் அறிகுறியும் தென்படாது. தகராறு நேராததிலிருந்து வியாபாரம் நாணயமாய் நடந்துவந்திருக்கிறதென்று ஊகிக்க இருந்தது. அவளுக்குப் பால் கொடுப்பதால் புண்ணியமுண்டு என்றும் அம்மா சொல்லுவாள்.

இடையில் தயிர் வாங்க வருவதை இரண்டொரு மாதங்கள் நிறுத்திவிடுவாள். அப்போது யாரிடம் வாங்கினாள் என்பதைத் தெரிந்துகொள்ளும் அக்கறை இருந்ததில்லை. ஏன் அப்படி இடம் மாற்றினாள் என்பதும் தெரியவில்லை. மறதியில் ஒரே வீடு என்று வாங்கி வந்திருப்பாளோ என்னவோ? மேற்கேதான் எங்காவது வாங்கியிருப்பாள் கிழக்கு மேற்கான தெருவில் சாரியைப் பொறுத்து தெற்குப் பார்த்தோ வடக்குப் பார்த்தோ ஒரு தாழ்வாரத்துச் சின்னத் திண்ணையருகில் நின்று ஒரு பையன் நெரைச்சல் இடுக்கு வழியாகப் பார்க்க வாங்கி வந்திருப்பாள். மேலண்டைச் சுவர் வீட்டின் தாய்ச் சுவராக இரண்டு சாரி அமைப்பில் எதிரெதிராக வீட்டுக் கதவுகள் திறந்திருக்கும்போது கொல்லைத் தலைமாடுகளிலிருந்து பார்க்க நேர்ந்தால் நடுவில் தெரு மறைந்து ஒரே வீட்டின் பல நிலைப் படிகளாகத் தோன்றும். ஒரு பயணியைக் கொண்டு ஞாபகம் வரலாம். தெரு தாழ்ந்திருப்பதில் தாழ்வாரத்தில் நடப்பவரென்று கொள்ளமுடியாது. ஒரு சாரியின் கொல்லைச் சந்திலிருந்து எதிர்ச் சாரியின் கொல்லைச் சந்துக்குப் போக எல்லோருக்கும் குறுக்குப்பாதை வீடு. அவள் ஒரே இடத்தில் நின்று பழக்கமானதில் பார்க்கும் திசையைக் கொண்டு எச்சாரி எனத் தீர்மானிக்க இருக்கலாம். அநேகக் குறுக்குப் பாதைகள் ஒன்றில் கடந்துபோகும் ஒருவரென்று மறதியில் தோன்றினால் சாரிப் பிரிவினை சாத்தியமற்றுப் போகும். இப்பொதுத் தன்மைகளில் வேறுபட்ட வீடுகள் ஒருவரை விநோதம் ஏதுமற்றவராகக் காட்டலாம்.

அங்கும் அவள் ‘பட்டு’ எனக் கூப்பிட்டிருக்கக்கூடும். இப்பெயர் கொண்ட இன்னும் சிலர் இருந்தார்கள். பாட்டி சொன்னதைப் போல அவள், பிழியாத ஈரப் புடவையில் ‘அவ ஆம்படையான் இன்னிக்கித்தான் செத்தான்’ என்று அவர்களுக்கும் தோன்றியிருக்கலாம்.

இப்படி ஒருவரின் நினைப்பாக இல்லாமல் அவளைத் தண்ணீர்ப் பிசாசு என்று எல்லோரும் சொல்வார்கள். இறந்து நாற்பது ஆண்டுகளுக்குப் பிறகு பிசாசாகப் பிறந்து வந்தவளாகக் கண்டார்கள் போலிருக்கிறது. ஆனால் அவளைக் கண்டு யாரும் பயந்துகொண்டதில்லை. அவள் தன் இருப்பைத் தூக்கலாய் உணர்த்தியும் பழக்கத்தில் மறந்துவிட்டார்கள்.

அவளுடைய சாலைக்குளம், வீட்டு விலக்கான பெண்கள் குளிக்க வசதியாக இருந்தது. குளித்துவிட்டு ஆண் பார்வை படுமுன் திரும்பிவிடலாம். அதிகாலையில் எழுந்து கணவன் கண்ணில்படாமல் உப்பும் அரிசியும் போட்டுக்கொண்டுவிடலாம். ஒரு பெண் துணையுடன் குளிக்கப் போகும்போது அவள் குளத்தில் இருப்பாள். கண்களில் படாமல், இருட்டில் அலைந்து எழுப்பும் சலசலப்பு நிசப்தத்தில் பயமூட்டுவதாக இருக்கும். ஒருவருக்கொருவர் பேசும் ஒலிக்கும் பயந்து மௌனமாய் இருக்கும் நேரம் இது. தங்கள் நினைப்பே பயமுறுத்துவதாக இருக்கும். கண்களில் தென்படாமல் மரக்கிளையை ஆட்டிச் சலசலக்க வைக்கும் பிசாசு நினைவுக்கு வந்துவிடும். எல்லோருக்கும் நிறைய பிசாசுக் கதைகள் தெரியும். சுவாரஸ்யத்தில் கதை கேட்டு விடுவார்கள். பின்னால் நினைத்துப் பயந்துகொண்டிருப்பார்கள். இப்போது அக்கதைகள் எல்லாம் ஞாபகத்திற்கு வரும்.

ஏதோ ஒரு தலைமுறையில் வீட்டு விலக்கானவளைத் துணையாக வந்து குளிக்க இதே குளத்திற்கு அழைத்துக் கொண்டுபோன பிசாசுக் கதை வீட்டு விலக்காகும் பெண்களுக் கெல்லாம் தெரியும். இந்நாட்களில் தெரிந்துகொள்ள வேண்டிய எச்சரிக்கைகளில் ஒன்றாகப் புஞ்சைப் பெண்களுக்கு மரபாகச் சொல்லப்பட்டு வந்தது இது. மற்ற நாட்களில் மறந்திருப்பவள் இதை வீட்டு விலக்கு நாட்களில் நினைவுபடுத்திக்கொண்டு விடுவாள்.

விலக்காகி மாட்டுக் கொட்டாயில் ஒதுங்கியிருந்தவளைக் காமமுற்று மூன்று நாட்களும் கொல்லைப் புளிய மரத்திலிருந்து கவனித்துக்கொண்டு வந்ததாம் பிசாசு. மூன்றாம் நாள், குளிக்கக் கிளம்ப வேண்டுமென்று அரைத் தூக்கத்தில் இருந்தவளை, பக்கத்து வீட்டில் விலக்கானவள் வேஷத்தில் வந்து வாசல் கதவைத் தட்டி எழுப்பிக்கொண்டு போயிற்று. முதல்நாள் அவர்கள் கொல்லையில் ஒருவருக்கொருவர் துணையாகப் போக வேண்டுமென்று பேசிக்கொண்டிருந்ததை ஒட்டுக்கேட்டுக்கொண்டிருந்திருக்கிறது அது. முதலில் அவளைக் குளத்தில் குளிக்கவிட்டு, இவளை வந்து அழைத்துக்கொண்டு போயிற்று. பக்கத்தில் துணையாக வந்தவள் முன்பே குளத்தில் குளித்துக்கொண்டிருப்பது கண்டு இவள் திரும்பிப் பார்க்க,

வந்தவளைக் காணவில்லை. தன்னோடு குளிக்க இறங்கியவள் இப்போதுதான் வீட்டிலிருந்து வரும் கோலத்தில், முழுகி எழுந்தவள் பார்த்துத் தன்னோடு குளிக்க இறங்கியவள் எனத் தேடிக் குழம்பிவிட்டாள். உண்மையான இருவரும் ஒருவரை ஒருவர் பிசாசு என்று பயந்து அலறிப் புடைத்துக்கொண்டு ஓடி வந்து வீட்டுக் கதவை இடித்து வாய் குழறி நின்றார்கள்.

பிறகு விடிந்து கொல்லைக் கிணற்றடியில் தலையில் தண்ணீர் இழுத்துக் கொட்டக் குளித்துவிட்டு வந்து படுத்தவர்கள்தான். பேய் விரட்டிய பிறகே இருவருக்கும் ஜுரம் தணிந்தது. இருவரும் அடுத்த மாதம் விலக்காகவில்லை. அவர்கள் வயிற்றில் பிசாசுக் கரு வளர்கிறது என்று எல்லோரும் பேச ஆரம்பித்துவிட்டார்கள். மீண்டும் இரண்டு பேரும் பேயாட ஆரம்பித்தார்கள். 'பிசாசுக்கு வாக்குப் பட்டா புளியமரத்திலே குடும்பம் நடத்தணும்' என்ற பழமொழிக்கு எல்லோருக்கும் இப்போதுதான் உண்மை அர்த்தம் தெரிந்ததாம். கருத்தரிக்காத நாட்கள், கருத்தரிக்கும் நாட்கள் என்ற விவரமெல்லாம் அவர்களுக்குத் தெரியாது. பிசாசுக் கருவைச் சிதைத்துப் பேய் விரட்டிய பிறகே அவர்கள் தன் நிலைக்குத் திரும்பினார்கள். ஊரிலும் குடும்பத்திலும் நிம்மதி ஏற்பட்டது. எப்படிப் பிசாசைப் பெற்று வளர்ப்பது? ஊர்க் குழந்தைகளை விளையாடப் போகாமல் கட்டுப்படுத்தி வைக்கமுடியுமா?

வீட்டு விலக்கானவர்கள் குடும்பத்தில் ஒருவர், வீட்டிலிருந்தே தூங்கி எழுந்து வருகிறவர் என்ற நிச்சயமான துணையுடன்தான் குளிக்கப் போவார்கள். மாற்றி மாற்றி ஒருவர் காலை ஒருவர் பார்த்துக்கொள்வார்கள். பார்வையில் தாங்களே பிசாசாகும் பயமும் இருக்கும். ஆனால், முன்பே அவள் குளத்தில் அலைந்து கொண்டிருப்பதில் யாரும் பயந்துகொண்டதில்லை. அது பிசாசாகவே இருந்திருந்தால்கூட பயந்திருக்க மாட்டார்கள். அவள் இறக்கும்வரை மற்றொரு துணையாகவே இருந்து கொண்டிருந்தாள்,

குளத்திலும் ஊரிலும் அவள் இல்லாத சமயங்களும் இருந்திருக்கின்றன. இதை யாரும் உணர்ந்ததில்லை. நினைவில் உறுத்துகிற முந்தானை முடிச்சைப் போன்ற இதை, யாரும் உணராதது முடிச்சை மீறிய மறதி போலிருக்கிறது. ஒரு முறை நான் அவளை முற்றிலும் அன்னியச் சூழ்நிலையில் கண்டேன். ஒருநாள் சாயங்காலம் செம்பனார் கோயிலுக்குப் போய்க்கொண்டிருந்தபோது அவள் எதிரில் வந்துகொண் டிருந்தாள். இப்போது குளக்கரையோடு போகிறவர் அவளைக் குளத்தில் கண்டுகொண்டிருக்கக்கூடுமென்று தோன்றிற்று. நான் பார்த்ததும் ஒரு உருவெளித் தோற்றமோ என்றும்

இருந்தது. அவள் கையில் ஒரு பொட்டலத்துடன் தோற்றத்தில் பொருந்தாமல் வந்துகொண்டிருந்தாள். ஜவுளிக் கடையிலிருந்து திரும்பிக்கொண்டிருப்பவளாக இருக்கலாம். பொட்டலம் கட்டப்பட்டிருந்த தோரணை அவ்விதம் நினைக்க இருந்தது. ஒருவன் அவளைக் குளத்தில் பார்த்த நேரத்தில் ஜவுளிக்கடையில் வாடிக்கையாளர்களில் ஒருவராகப் பலர் கண்டிருப்பார்கள்.

இன்னொரு முறை அவளை நாங்கள் அவள் வீட்டிலேயே கண்டோம். ஒரு கிருஷ்ண ஜயந்திக்கு. குழந்தைகள் நாங்கள், எண்ணெய் தண்ட கிண்ணங்களை எடுத்துக்கொண்டு 'சீசந்தி அம்பாரம், சிவராத்திரி அம்பாரம்' என்று பாடிக்கொண்டு போனோம். அவள் வீட்டுக் கதவும் திறந்திருந்தது. அவளும் வீட்டிலிருந்தாள்.

அவள் வீடு நூறு வருஷத்திற்கு முந்தியது. என்றாலும் குடுமியுள்ள ஒற்றைக் கதவில்லை. இரட்டைக் கதவுகள். அவை சித்திர வேலைப்பாடுகள் செய்த நிலைப்படியும் கதவுகளும். சட்டம் சட்டமாக இழைத்து அலுத்த தச்சன் கிடைத்த சந்தர்ப்பத்தில் தன் சொந்தத் திருப்திக்காகச் செய்தவை போலிருக்கும் அவை. இடப்புறக் கதவு கிராமப் பழக்கம்போல மேலும் கீழும் தாழிட்டு எப்போதும் போல் சாத்தப்பட்டிருந்தது. வலக்கதவு திறந்திருக்கும்போது ஒருக்களித்திருப்பதுபோல் ஒருக்களித்து வைக்கப்பட்டிருந்தது. மூடிய கதவின் ஓரங்களைச் சுவரோடு வைத்துத் தைத்துவிட்டது போலச் சிலந்தி வலைபின்னி யிருந்தது. நிலைப்படியின் மேல் சிற்ப இடுக்குகளில் வெள்ளை வட்டங்களாகத் தம்படி அளவில் பூச்சிக்கூடுகள் இருந்தன. அவற்றை, காயம்படும்போது காயத்தில் ஒட்டிக்கொள்ள எடுக்கப் போகும்போதுதான் அவள் வீட்டுடன் எங்களுக்குப் பரிச்சயம். அங்குதான் கிடைக்கும் அவை, காயத்திற்கான அரிய மருந்து எங்களுக்கு.

ஒருக்களித்திருந்த கதவை முழுதாகத் திறந்துவைத்து விட்டு நாங்கள் உள்ளே போனோம். அப்போது என் மூக்கில் சிலந்தி இழை ஒன்று ஒட்டிக்கொண்டு மூக்கணாங்கயிறு போல் காதுகளில் மாட்டிப் பாதி ரேழி வரையில் வந்தது நினைவிருக்கிறது. கையில் பற்ற முடியாமல் அதை எடுப்பதற்குத் தடுமாறித் தயங்கி நடுரேழியில் நான் தாமதிக்க வேண்டியிருந்தது. மற்றவர்கள் எனக்கு முன்னதாக அவள் வீட்டின் உட்புறத்தைக் கண்டார்கள் சாதாரண நாளில் ஒற்றைக் கதவும் திறந்திருந்து முற்றம் தெரிந்து தெருவில் போவார் யாரும் பார்த்ததில்லை. குத்தகைக்காரன் நெல் கொண்டுவந்து போடும்போது கதவுகள் இரண்டும் திறக்கப்படும். அவன் வீட்டின் எதிர்ப்புறக் காலி மனையில் நின்றுகொள்வான். குடியானவன் ஒருவன் வண்டி மூட்டைகளை

முதுகில் புரட்டி உள்ளே கொண்டுபோய்ப் போடுவான். இந்நேரங்களில் பார்வைக்கு மூட்டைகள்தான் தென்படும். முற்றம் தென்படுவதில்லை.

ரேழியில் வௌவால் புழுக்கையின் நாற்றமடித்தது. இது கிராமத்தில் தொன்மையின் நெடியாக சுவாசிக்க அனுபவமாகி யிருப்பது. அரவம் கேட்டவுடன் உத்தரத்திலும் சரத்திலும் தொங்கித் தரையைக் கூரையாகப் பார்த்து எங்களைத் தொங்குவதாகக் கண்டு வௌவால்கள் அச்சத்துடன் சிதறிப் பறக்க ஆரம்பித்தன. காக்கைகள் அடங்கும் மரத்தில் இரவில் கல்லெறிந்ததுபோலாயிற்று. காக்கைகள் போலக் கூச்சலிடாமல் இறக்கைகளைப் புடைத்துக்கொண்டு பறந்தன. அவற்றின் உயிர்ப்பை அகாலமாய் அவற்றுக்கு நினைவூட்டியது போலாயிற்று.

முற்றத்தில் வேலைக்காரி அரிசி புடைத்துக்கொண்டிருந்தாள். அவள் அசை போட்டுக்கொண்டிருந்த அரிசி, கடைவாயில் வெள்ளையாயிருந்தது. பூந்தவிடு படிந்து மீசையிருப்பது தெரிந்தது.

நாங்கள் முற்றத்திலிருந்து தாழ்வாரத்தில் ஏறியபோது அவள் பூஜை அறையில் விளக்கேற்றிக்கொண்டிருப்பதைப் பார்த்தோம். அழுக்குப் பிடித்த பழந்திரியை நிமிண்டிவிட்டு விளக்கை ஏற்றினாள். சுடர் பிடிக்க ஆரம்பித்தது. தலையிலோ, புடவையிலோ எண்ணெய்க் கையைத் துடைத்துக்கொள்ளும் கிராமப் பொம்மனாட்டிகளின் வழக்கம்போல அவள் கைஎண்ணெய்க் கரியைப் புடவையில் துடைத்துக்கொண்டாள்.

விளக்கு, சரத்திலிருந்து தொங்கிய சங்கிலியின் முனைக் கொக்கியில் மாட்டப்பட்டிருந்தது. துருப்பிடித்தும் அங்கு மாட்டியவரை நினைக்கத் தூண்டுவதாகவும் இருந்தது. சங்கிலி ஆடிக்கொண்டிருந்ததில் விளக்கின் நிழல் சுவரிலும் தரையிலுமாக ஆடிக்கொண்டிருந்தது. அறையின் பொருள்களும், அவளும் நிழலோடு பெயர்ந்து ஆடினார்கள். தரையில் கிடந்து சுவரில் ஏறி ஆடும் நிழல்கள் திரிந்து பூச்சாண்டி காட்டின. அவை இவற்றின் நிழல்கள் என வேர்பிடித்துத் தெரிந்தன. அவற்றில் அவள் நிழல் பூதாகாரமாய் ஆடிற்று. போதைபோல் தணிந்து ஆட்டம் நிலைக்குவர நேரம் பிடித்தது.

விளக்கின் எண்ணெய் தங்கும் குழிவு நீலமாய், பாசி படிந்து எரிந்த திரித்துண்டுகளோடும் ஒட்டடைத் தூசியோடுமிருந்தது. கூரையின் சாத்துகளை இணைத்துச் சாம்பல் தூவிய பாத்தியைக் கவிழ்த்து, விதானம் கட்டியதுபோல் எங்கும் ஒட்டடை. விளக்குச்சரம் அதில் பயிரான கொடிபோலிருந்தது. ஓடு மாற்ற அவள் வீட்டுக் கூரையில் ஆள் ஏறிக் கண்டதில்லை நாங்கள். அவள் ஆணைக்குக் கட்டுப்பட்டிருந்து, அவள் செத்த மறு வருஷம்

பெருங்காற்று மழையில் சிரமத்துடன் முனகிக்கொண்டு கூரை கூடத்தில் உட்கார்ந்துவிட்டது.

தரை முழுதும் காற்றுச் சலித்த புழுதி படிந்திருந்தது. பாதம்பட்ட புதிய சுவடுகளும் பழைய சுவடுகளில் புழுதி படிந்து மறைவதும் பூச்சிகள் ஓடிய கோலங்களுமாய் இருந்தது தரை. அவள் காலத்தில் வம்சாவளியாய்ப் பூச்சிகள் கோலமிட்டு வந்திருக்க வேண்டும். அவற்றின் சுவடுகள் மறைந்தும் தோன்றிக்கொண்டும் இருந்தன. அவள் பாதத்தின் பரிணாமச் சுவடுகள் அறையில் பொதிந்து வைக்கப்பட்டிருக்க வேண்டுமென்றிருந்தது.

விளக்கின் அடி விளிம்பில் எண்ணெய்ச் சொட்டுகள் வரிசையாகக் கீழே விழக் கசிந்துவரும் கனத்திற்குக் காத்துக் கொண்டிருந்தன. விளக்கு ஓட்டையை எண்ணெய்க் களிம்பு அடைத்துக்கொண்டிருக்கலாம். சுடர்க் கசிவும் நல்ல விளக்கை ஓட்டையாகக் காட்டியிருக்கலாம். சொட்டிய எண்ணெய் தரையில் சுவறியிருந்தது. பழைய பிசுக்கில் புழுதி படிந்து மீண்டும் சொட்டி விளக்கின் அடித்தரை அங்கு மேடிட்டிருந்தது. ஆடி விலகிச் சொட்டியவை அங்கொன்றும் இங்கொன்றுமாய்த் தோன்றின.

எங்கள் வருகை அவள் கவனத்தைக் கவரவில்லை. விளக்கேற்றிவிட்டு மேற்புறச் சுவரைப் பார்த்துத் திரும்பிக் கொண்டாள். அவள் பார்த்து நின்ற சுவரிலிருந்த படங்கள் புழுதி படிந்து கண்ணாடிச் சட்டங்களாகத் தோன்றின. நம் பார்வைக்குத் தோன்ற அவற்றில் ஒன்றுமில்லை. படங்களின் கீழ் கஸ்தூரிக் கட்டைகளில் பாராயணப் புத்தகங்கள் போலும், ஓலைச்சுவடிகள்போலும் புழுதி படிந்த கும்பல்களிருந்தன. எல்லாம், அன்னியக் கைபடாமல் ஞாபகார்த்தமாக விட்டுச் சென்ற நிலையில் காப்பாற்ற இயலாதென இருந்தன. அவற்றிலிருந்தவை அவள் நினைவிலிருக்கலாம். அவள் இப்போது விமோசனம் இல்லாத சாபம்போலத் தோன்றினாள்.

ஒருவன் ‘பாட்டி’ என்றான். இதுவரை அவளை இவ்விதம் கூப்பிட்டதில்லை. கூப்பிட்டவன் ஒருமாதிரியாக உச்சரித்தான். அவன் கூப்பிட்டதற்கு மற்ற குழந்தைகள் வெட்கப்பட்டார்கள் போலிருந்தது.

இன்னொருவன் ஓரடி உள்ளே எடுத்து வைத்தான். சுவர்ப்புறம் பார்த்துக்கொண்டிருந்தவள் நீட்டி அவனைத் தடுத்தாள். அவன் நிழலும் விளக்கு வெளிச்சத்தில் அறைக்கு வெளியில்தான் விழுந்திருக்க முடியும். நிழலைக் காண்பிக்க வெளியில் இருட்டவில்லை. அவள் ஒரு உள்ளுணர்வில் மட்டுமே அவனை உணர்ந்திருக்க வேண்டும். இப்போதும் எங்கள் பக்கம் அறைக்கு வெளியில் உள்ள எதுவும் அவள் கவனத்தைக் கவர முடியாது போலிருக்கிறது.

"கொஞ்சம் எண்ணெய் ஊத்தறேளா?" என்று யாசித்தாள் எங்களில் ஒரு பெண்.

அவள் கேட்டது, ஒலி வெளியைக் கடந்து அவள் காதுக்குப் போய்ச்சேர முடியும் என நம்புவதாக இருந்தது. பேச்சுக் காற்று பட்டு, ஒட்டடை சல்லாத் துணியாய் ஆடிற்று. அவள் அதைக் காதில் வாங்கிக்கொள்ளவில்லை.

விளக்கு வெளிச்சத்தில் பெரிய சிலந்திகள் மின்னின. புதிதாக நூலிழுத்து ஓடி நெய்துகொண்டிருந்தன. புதிய இழைகளும் மின்னின.

நாங்கள் ஒருவர் முகத்தை ஒருவர் பார்த்துக்கொண்டோம்.

"சீசந்தி அம்பாரம்... சிவராத்திரி அம்பாரம், பட்டினி அம்பாரம், பாரணை அம்பாரம்" என்று திடீரென்று ஒருமித் துணர்ந்து பாடினோம். சப்தம் இங்கு விகாரமாய் ஒலித்தது.

"ஏன் சும்மா நின்னுக்கிட்டு, அது எங்கே ஊத்தப்போவுது" என்றாள் அரிசி புடைத்துக்கொண்டிருந்தவள்.

பூஜை அறையிலிருந்து கிளம்பி அவள் வாசலுக்குப் போக ஆரம்பித்தாள். களவுக்கு வீட்டில் எதுவும் இல்லையென நம்புபவள் போலத் தோன்றினாள்.

"அந்த எண்ணெயே வாங்கினாக்கூட ஒரே வெஷம்டா, எண்ணெய்ச் சொம்பேப் பாரேன். ஒரே கரும்புளிச்சிருக்கு" என்று ஒருவன் சொல்ல நாங்கள் திரும்பினோம்.

அவள் மேற்கே குளத்திற்குப் போய்க்கொண்டிருந்தாள். இருட்டுவதற்கு இன்னும் நேரமிருந்தது. எண்ணெய் தண்ட, இன்னுமொரு வீடு மேற்கே பாக்கியிருந்தது. ஒவ்வொருவனும் ஒரு நோக்கில் புழுதியை உழுதுகொண்டு போனான். பெண்கள் சிணுங்கினார்கள்.

"மாட்டுக்காரப் பசங்க வெசவு அவளுக்கு வேணும்" என்றான் ஒருவன். மந்தையிலிருந்து ஒரு பசுமாடு தவறி வாயிற்புறமாய் வீட்டுக்கு வந்துகொண்டிருந்தது. வாசலாலும் வீட்டை அடையாளம் காணத் தெரிந்தது போலிருக்கிறது அது.

குளத்தின் மேல்கையில் இலுப்பைத் தோப்பில் பையன்கள் மாடு மேய்த்துக்கொண்டிருக்கும்போது அவளைப் பார்த்துப் பாடுவார்கள். "அக்ரகாரப் பாப்பானுவோ சாவக் கூடாதா? ஆத்தங்கரை ஓரத்திலே வேவக் கூடாதா?" என்று அவளிடமிருந்து எதிர்ப்பில்லாமல் ஏமாந்து "ஏ பாப்பாத்தி காது ஓட்டையா பூடிச்சா?" என்று கத்துவார்கள்.

“தண்ணிப் பிசாசு” என்று ஒருவன் திட்டினான்.

“அவ செவிடுன்னே நெனெக்கிறேன்” என்றான் இன்னொருவன்.

“செவிடுன்னா என்ன? கைக்கிண்ணத்தைப் பாத்தே ஊத்தலாமே” என்று அடுத்தவன் சொன்னான்.

“அவ நம்மே பாக்கவே இல்லை. பொட்டையும் போலிருக்கு” என்று பின்னால் ஒருவன் சொன்னான்.

“அவ கண்ணுலே பாப்பா இருக்காண்ணு பாக்கணும்” என்று ஒருத்தி சிரித்தாள்.

“அவ ஒரு நிதானத்லே நடக்கறா போலேருக்கு” என்று மற்றொருவன் சொன்னான்.

“மாட்டுக்காரப் பசங்க வெசவு அவளுக்கு நன்னா வேணும்” என்று அழுத்தம் திருத்தமாகச் சொன்னான் இதை முதலில் சேர்ந்து சொன்னவன். அவளை நாங்கள் கூட்டமாய்ச் சேர்ந்து வெறுத்தது இதுதான். இதற்கு முன்னாலும் பின்னாலும் இன்னொரு சந்தர்ப்பம் இல்லை. நான் அவளைத் தனியாக வெறுக்க நேர்ந்திருக்கிறது. இது பின்னால் சுதந்திரத்திற்கு முன்பு நடந்தது. இடுப்பில் குடத்தோடு குளத்திலிருந்து அவள் வந்து கொண்டிருந்தாள். நான் மேற்கே போய்க்கொண்டிருந்தேன். என்னைப் பார்த்து கல்லடிக்குப் பயந்து ஓரத்தில் கூனிக் குறுகி அடியைத் தவிர்த்துவிடலாம் என்ற நம்பிக்கையோடு ஒடுங்கும் வேற்றுத் தெரு நாயைப் போல ஓரத்தில் ஒதுங்கிக்கொண்டு “யாருடா?” என்றாள். கையைக் குவித்துப் பார்வைக்குக் குடை பிடித்துக்கொண்டாள்.

“நாந்தான்.”

“இம்” உன்னிப்பான பார்வையை ஆள்மேல் தடுத்து நிறுத்தச் சிரமப்படுபவள் போல இருந்தாள்.

“நாந்தான் கண்ணன்.”

“யாரு, வெட்டியாரக் கோவிந்தன் மகனா?” கையை எடுத்து விட்டு, ஆள்மேல் பார்வையை நிறுத்திவிட்டவளாகக் கேட்டாள்.

“நாந்தான் கண்ணன். கண்ணன். நடசேய்யர் பையன். நீங்க தயிர் வாங்கவல்லே? கண்ணன் . . . கண்ணன்” செவிடும் குருடுமென்று அருகில் போய்க் குரலை உயர்த்திச் சொன்னேன். இன்னும் விலகிச் சுவரோடு ஒண்டிக்கொண்டாள். குடத்துத் தண்ணீரை அங்கேயே கொட்டிவிட்டுக் குளத்திற்குத் திரும்பி விட்டாள். உடனே வெறுக்கத் தோன்றிற்று. என் மேலும்

வெறுப்பாய் இருந்தது. பிறகு மாட்டுக்காரப் பசங்க வெசவு நியாயம் என்று தோன்றிற்று.

வெட்டியாரக் கோவிந்தன் அவள் குத்தகைக்காரன் வரதராசுவின் பாட்டன் என்றும், தான் குழந்தையாக இருக்கும்போதே கிழவனாகச் செத்துவிட்டான் என்றும் பாட்டி பிறகு சொன்னாள்.

முதல் சுதந்தர தினத்தன்று பள்ளிக்கூட வாத்தியார்கள் சேர்ந்து சேரிக்காரர்களை ஊர்வலமாக அக்ரகாரத்திற்குள் அழைத்து வந்தார்கள். கொட்டுமேளத்துடன் ஊர்வலம் கிழக்கிலிருந்து மேற்கேவந்து அவள் வீட்டைக் கடக்கும்போது அவள் தண்ணீர்க் குடத்துடன் குளத்திலிருந்து வந்துகொண்டிருந்தாள்.

அக்ரகார வாத்தியார் விகண்டையாகச் சொன்னார் "ஏலே ஒங்களுக்குத்தாண்டா ... அம்மா பூரணக்கும்பம் எடுத்தாராங்கடா" என்று. அவர் தானே சிரிக்க வேண்டியிருந்தது. பிறகு அவர்கள் சிரித்தார்கள்.

இப்போது அவள் எப்படி நடந்துகொள்ளப் போகிறாள் என்று எனக்குத் தோன்றிற்று. குடத்துத் தண்ணீரைத் தன் தலையில் ஊற்றிக்கொள்ளப் போகிறாளா? சுவரோரம் ஒதுங்கிக்கொள்ளப் போகிறாளா? ஒருவருக்கானால் அவள் ஒதுங்கிக்கொள்ளலாம். பலருக்கானால் அவள் சுவருக்குள்ளேயே போக வேண்டுமென்று தோன்றிற்று. கல் சுவர், ஈரமண் சுவரைப்போல அவளுக்கு வழிவிட வேண்டும். ஈர உடலோடு மண், உடலில் ஒட்டாமல் அவள் மண்ணில் புதைந்து புறப்பட வேண்டும். அவள் போன இடம் ஆள் வடிவில் ஓட்டை விழுந்திருக்க வேண்டும். எனக்குச் சிரிப்பு வந்துவிட்டது. சிரித்துவிட்டேன். எல்லோரும் சிரித்து முடித்த பிறகு நான் சிரித்திருந்தேன்.

"என்ன கண்ணா நான் சொல்றது" என்றார் வாத்தியார். இரண்டாம் முறை அவர் சிரித்தார். மீண்டும் எல்லோரும் சிரித்தார்கள். அவர் மிகவும் சந்தோஷமாய்ச் சிரித்தார்.

ஊர்வலத்தில் வரதராசு இருந்தான். சந்தோஷத்துடனும், கூச்சத்துடனும், ஆச்சரியத்துடனும் இரண்டு சாரி வீடுகளாலும் நெருக்கப்படுவதுபோல நிதானமில்லாமல் நெளிந்து ஊர்வலம் போய்க்கொண்டிருந்தது.

இவளைக் கண்ட வரதராசு "டேலி, ஒத்திக்கிங்கடா . . . அம்மா வராங்கடா" என்று ஒதுங்கினான். எல்லோரும் வெடித்துச் சிரித்தார்கள். வரதராசுவும் சிரித்தான். ஊர்வலத்தில் தான் விட்டுச்சென்ற பொக்கையைத் திரும்பி வந்து நிரப்பினான். நாதசுரக்காரன் கெட்டிமேளம் கொட்டினான்.

அவள் ஊர்வலத்தைக் கண்டவளாகத் தோன்றவில்லை. வரதராசுவை அவள் அடையாளம் கண்டுகொண்டிருக்கலாம். இடுப்பில் குடத்துடன் வீட்டுக்குள் போய்விட்டாள். அவள் காந்தி கட்சியில் சேர்ந்துவிட்டாளென்று கேலி செய்ய ஆரம்பித்துவிட்டார்கள். அக்ரகார வாத்தியார் கொஞ்ச நாட்கள், ஊர்வல தினத்தன்று தான் சந்தைக்குப் போய்வந்தவன் என்று சொல்லிக்கொண்டிருந்தார். அவள் உயிருடன் இருந்த மூன்று வருஷமும் வரதராசு குத்தகை நெல்லை, வண்டியை வாசலையொட்டி ஓட்டி நிறுத்திக்கொண்டு மூட்டைகளை முதுகில் புரட்டி ரேழியில் உருட்டிவிடுவான். ஆடாதொடைத் தழையால் பூச்சிக் கூடுகளைத் தட்டுவான். குடியானவன் அங்கிருந்து உள்ளே கொண்டுபோய்ப் போடுவான்.

இந்த மூன்று வருஷங்களில் ஒழுங்காகத் தயிர் வாங்க வருவதை அவள் நிறுத்திவிட்டாள். நேர்ந்த சமயங்களில் வந்து சின்னத் திண்ணையில் உட்கார்ந்து யாராவது பார்க்கும்வரை காத்துக்கொண்டிருந்து வாங்கிக்கொண்டு போவாள். விலைக்கு வாங்குபவளாகத் தோன்றாது. யாசித்து நிற்பவளாகத் தோன்றும். சில நாட்கள் விடுபட்டுப்போகும். முன்பு சில சொற்களில் முடிந்தது இப்போது மௌனமாகவே சாத்தியமாயிற்று. ஆனால், அவள் மௌனமாகவே இருந்ததில்லை. அருகில் போனால் லேசான முனகல் கேட்கும். பெரிதாகச் சத்தம் போட்டுத் தொண்டைகட்டி சப்தம் வராமல் முனகலானது போலிருக்கும். இனிமேல் அதிக நாட்கள் தாங்க மாட்டாளென்று தோன்ற ஆரம்பித்தது. அவள் சீக்கிரம் சாகக் காரணம் அந்த ஊர்வலம்தான் என்று வாத்தியார் காரணம் சொல்லிக்கொண்டிருந்தார்.

ஒருநாள் காலை அவளைக் காணவில்லை. அதிசயமாய் உணர்ந்து வீட்டைப் பார்த்தவருக்கு வீட்டில் பூட்டு தொங்கிக் கொண்டிருந்தது. அவள் தன் சாக்காட்டை முன்னதாய் அறிந்துகொண்டிருக்க வேண்டும். அவள் செத்து, குளத்தில் மிதக்கப்போகிறாள்; அல்லது வீட்டில் செத்து நாறிய பிறகுதான் அவள் சாவு தெருவில் தெரியப்போகிறது என்றுதான் நாங்கள் எல்லோரும் நம்பிக்கொண்டிருந்தோம். ஆனால் இவ்வளவு விரைவிலென்று எதிர்பாராத அவள் சாக்காட்டுச் செய்தியை வரதராசு கொண்டுவந்து விட்டான்.

மூச்சு இறைக்க, வியர்வை துளித்துளியாய் சேர்ந்து கோடிட்டு மார்பில் ஓட, முகத்தில் வழியும் வியர்வை, கடைவாயில் வழிய அக்ரகாரத்தில் துப்பத் தயங்கி, “அம்மா எறந்துபூட்டாங்க” என்று இறைக்க இறைக்கச் சொன்னான். ஊரைத் தகித்துக்கொண்டிருந்த வெயிலில் ஓடி வந்திருந்தான்.

கோடைப் பந்தலில் தண்ணீர் தெளித்துவிட்டு நாங்கள் வாத்தியார் வீட்டுத் திண்ணையில் பேசிக்கொண்டிருந்தோம்.

"வண்டியே ... கட்டுங்க வண்டியே கட்டுங்க" என்று அவன் சொல்லி முடிப்பதற்குள்ளாகவே தயாராக எழுந்து கொண்டார் அவர்.

நாங்கள் மூலைக்கொருவராக ஓடி, அவன் வண்டி; இவன் மாடு; இவன் பூட்டணாங்கயிறு; இவன் முளைக்கழி; இவன் தார்க்கழி என்று கொண்டுவந்து சேர்த்துவிட்டோம். அவர் ஆளவடியில் கிழிந்த ஜமக்காளத்தை உதறிக்கொண்டு நின்றார். இரட்டிப்பான சாமான்களை அவர் வீட்டுத் திண்ணையிலேயே போட்டுவிட்டு நொடியில் வண்டியைப் பூட்டினோம்.

தலைக்கயிற்றை அவர் தன் கையில் வாங்கிக்கொண்டார். நாங்கள் தொத்திக்கொண்டோம். அதற்கு முன்பே வண்டி புறப்பட்டுவிட்டது. மாடுகள் பாய்ச்சலில் போயின. வரதராசு பின்னால் ஓடிவந்தான்.

அவள் காலையில் கீழப்பாளையத்தைத் தாண்டி வரப்பில் நடப்பதை எவனோ கண்டானாம். அவள் போன திக்கிலிருந்து அவள் தன் தாயாதிக்காரனைத் தேடிக்கொண்டு போயிருக்க வேண்டுமென்று தோன்றிற்று. அங்கிருந்து அவள் அதிக தூரம் போகவில்லை. களைத்து ஒரு களத்தின்ஆலங்கிளை நிழலில் போய் உட்கார்ந்துவிட்டாள். வெயிலுக்கு அஞ்சியவன் எவனோ வைத்துச் சில வருஷங்களே ஆன ஆலங்கிளை கொஞ்சம் தழையைப் பூப்போல் வைத்துக்கொண்டு நின்றது. நரிப் பயிரில் மேயும் மாடுகளை விரட்டிக்கொண்டு போன வரதராசு அவளைக் கண்டிருக்கிறான்.

"ஏம்மா இந்த வெயில்லே பொறப்பட்டு வந்தீங்க" என்றிருந்திருக்கிறான் அவன். அவள் பதில் சொல்லவில்லை. விழிகள், மேல் இமையில் சொருகலிட்டிருந்திருக்கின்றன. வாய் பிளந்து ஆகாசத்திற்கு உயர்ந்துவிட்டிருந்திருக்கிறது.

வண்டி கீழப்பாளையத்தைத் தாண்டி எருவடிக்க பார வண்டிகள் போன சோடையில் இறங்கி ஓடிற்று. சோடை நரிப்பயறுக்கு அடியில் புகுந்து கண்ணுக்கு எட்டும் தூரத்தைத் தாண்டி முடிவற்றுப்போயிற்று. நரிப்பயறு சூடேறி வெப்பம் அடித்துக்கொண்டிருந்தது. துவண்டு தாகத்தைத் தூண்ட இருந்தது. அடி நிலம் தாறுமாறாய் வெடிப்போடி இருந்தது. கானல் பேரோடையாக எங்கும் அலைமோதிக்கொண்டிருந்தது. ஆயிரம் வாய் பிளந்த நிலம் எங்கும் கானல் நீரைக் குடித்துக்கொண்டிருப்பதாய் இருந்தது.

"இங்கே தாங்க" என்றான் வரதராசு.

அவன் சொல்லு முன்பே இடம் தெரிய இருந்தது. சூழ்ந்து பார்த்துக்கொண்டும், பார்த்துத் திரும்பிக்கொண்டும், பார்க்கப் போய்க்கொண்டும் இருந்தவர்கள் வண்டிச் சப்தத்தை தூரத்தில் கேட்கும்போதே திரும்பிப் பார்த்துக்கொண்டிருந்தார்கள்.

வண்டியைக் களத்தருகில் திருப்பி நிறுத்திவிட்டுக் களத்தில் ஏறினோம். நிழலில் கிடந்தவள் இப்போது சுற்றி நின்று பார்த்தவர்களின் நிழலில் கிடந்தாள். முக்காட்டை முகத்தில் இழுத்து விட்டிருந்தார்கள். இதற்கு முன் யாரும் அவளை இவ்வளவு நெருக்கமாய்ப் பார்த்திருக்க முடியாது. முக்காட்டை விலக்கி முகத்தைப் பார்க்க வேண்டுமென்று எங்களில் யாருக்கும் தோன்றவில்லை. அவள் சாக்காட்டைத் தீர்மானிக்கும் ஆவலும் இல்லை. வரதராசுவின் செய்தியும், பார்த்து நின்றவர்களின் தீர்மானமும் உண்மையாக இருக்க வேண்டுமென்று நினைத்தோம் போலிருக்கிறது. தாயாதிக்காரனுக்கு சாவுச் செய்தி சொல்ல வரதராசுவை அனுப்பினோம். பிணத்தை வண்டியில் தூக்கிப் போட்டுக்கொண்டு எல்லோருக்கும் காட்டும் ஆர்வத்துடன் போன வேகத்திலேயே திரும்பினோம்.

அவளைப் பார்க்க எல்லோரும் வந்தார்கள். சாவுக்குத் துக்கம் விசாரிப்பவர்களாக இல்லை. அவள் சாவுக்கு யாரிடம் போய் துக்கம் விசாரிப்பது? அவள் இருக்கும்போதே எல்லோரும் வந்துவிட்டார்கள். ரேழியில் கிடத்தப்பட்டிருந்த அவள் முகத்தையே பார்த்துக்கொண்டிருந்தார்கள்.

மறுநாள் பலரும் அவளைக் குளத்தில் கண்டதாகச் சொன்னார்கள். வெகுநாள்வரையில் அவளைக் குளத்தில் பார்த்துக்கொண்டிருந்தார்கள். எல்லோரும் அவளைக் குளத்தில் பார்க்காத நாள் என்று ஆரம்பமாயிற்று என்பது யாருக்கும் தெரியவில்லை. அதில் நானும் ஒருவன்.

ந. முத்துசாமி

அப்பாவின் பள்ளிக்கூடம்

தோளில் புத்தக மூட்டையோடு பள்ளிக்கூடத்திலிருந்து வந்து தாழிட்டிருக்கும் கொல்லைக் கதவைத் தட்டும்போது, பெரியவனுக்கு மனத்தில் சிணுக்கம் கண்டது. கதவுக்குப் பின்னால் தாழை நீக்கிக் கதவைத் திறந்து வெளிப்படப்போகும் அம்மாவின் முகத்திற்காக அவன் காத்துக்கொண்டிருந்தான். அவனுக்குப் பின்னால் அவன் தம்பி புத்தக மூட்டையை ஊஞ்சல் ஆட்டிக்கொண்டு நின்றான். ஆளோடியில் கிடந்த ஓட்டாஞ்சில்லில் புத்தக மூட்டையின் முனை இடிக்க வேண்டுமென்று முனைந்து ஆட்டிக்கொண்டிருந்தான். அந்நேரத்தில் செய்யும் அவ்வேலையில் அவன் மனம் முனைந்திருந்தது. இவன் இன்னமும் அம்மா வரவில்லை என்று துக்கம் அடைத்த குரலில், “அம்மா . . . அம்மோவ்” என்று கதவைத் தொடர்ந்து கை சிவக்கத் தட்டினான். விரல் கணுவில் அடிபட்டு வலித்தது. பின் விரல்களை மடக்கிக்கொண்டு ஆத்திரத்தோடு கதவைக் குத்தினான்.

சின்னவன் ஊஞ்சல் ஆடுவதை நிறுத்திவிட்டான். வெய்யிலிலும் மழைச்சாரலிலும் நனைந்து காய்ந்து விரிந்த கதவு அதிர்ந்து தாழ் நாதாங்கியில் அதிரும் ஓசையைக் கேட்டுக்கொண்டிருந்தான் அவன். அவ்வோசையில் மனம் மகிழ்ந்து இவனும் இவன் காதுக்கு இசைந்த ஓசைக்குத் தக விட்டு விட்டுக் குத்தினான்.

“வந்துட்டேண்டா . . . இதோ வந்துட்டேன்” என்று அம்மா ஓடிவரும் காலடி ஓசை கேட்டது.

பெரியவன் கதவோரமாக இன்னும் நெருங்கிக் கதவில் நெற்றியைச் சேர்த்துக்கொண்டான். சின்னவன்

புத்தக மூட்டையைத் தோளில் போட்டுக்கொண்டு கதவை நெருங்கி அதைத் தள்ள முனைந்தான்.

"இருடா கண்ணு வந்துட்டேன்" என்று அவள் தாழை நீக்கினாள். நீக்கின வேகத்தில் இருவரும் கதவைத் தள்ளிக் கொண்டு உள்ளே நுழைந்தனர்.

அம்மாவைக் கண்டதும் பெரியவனுக்கு அழுகை பொத்துக் கொண்டது. அம்மாவின் காலைக் கட்டிக்கொண்டு புடவையில் முகம் புதைத்துக் கேவிக்கேவி அழ ஆரம்பித்து விட்டான்.

"ஏண்டா ஏன்? என்ன ஆச்சு?" என்றாள் அவன் முகத்தை நிமிர்த்தி. ஒரு நொடியில் அம்முகம் தனக்கு அறிமுகமில்லாததென உணர்ந்தாள். பின் அது தனக்கு அறிமுகமாகிவருவதையும் அறிந்தாள். அவள் கண்ணுக்குப் பின் கண்ணீர் முட்டிற்று.

"வாத்தியார் அடிச்சுட்டாரு" என்று அவன் தொடர்ந்து அழுதான்.

"அடப்பாவி அவனுக்கு என்ன கேடு" என்று அவனைத் தூக்கிக்கொண்டாள். கதவுக்குப் பின் மகிழ்ந்த இரு முகங்களை எதிர்பார்த்து ஓடிவந்தது, தன் விதிக்கு எதிரானது என அவளுக்குத் தோன்றிற்று. அவள் கண்ணீர் கன்னத்தில் உருண்டது.

சின்னவன் இதை எதிர்பார்க்கவில்லை. அம்மா அழுவதை அவன் கவனித்தான். "ஆமாம்மா அடிச்சுட்டாரு" என்று நடக்கத் தொடங்கியவளின் காலைக் கட்டிக்கொண்டு அவனும் அழ ஆரம்பித்துவிட்டான். அவனை அடித்தது இவனுக்குத் தெரியாது. வரும் வழியில் இவனுக்கு அவன் ஏதும் சொல்லவில்லை. ஊமையாகவே மனத்தில் அழுகையைத் தேக்கி வைத்துக்கொண்டு வழி முழுவதும் நடந்து வந்தான். சின்னவனின் தலையைத் தடவிக்கொண்டே அவன் நடையைத் தடுக்க அவள் உள்ளே போய்க்கொண்டிருந்தாள். நடக்க நடக்க ஊட்டிக்கொண்டே நடைக்கு இடைஞ்சலாக நடக்கும் கன்றைப் போல அவன் நடந்துகொண்டிருந்தான். இவர்களைக் கண்டதும் கொட்டாய்க்காலில் குறுக்கிக் கட்டப்பட்டிருந்த பசுங்கன்று தலையைத் திருப்பிக்கொண்டு "அம்பே" என்றது. பசுவும் கன்றின் குரலுககு வாயில எடுதத வைககோலுடன வயிறறை எககி 'ம' என்றது. தொடர்ந்து இரண்டு மூன்றுமுறை கூப்பிட்ட கன்றின் குரலிலும் பசுவின் பதிலிலும் கொட்டாய் அதிர்ந்தது.

அவள் தன் கண்ணில் வழிந்த கண்ணீரைத் துடைத்துக் கொண்டு சமையற்கட்டின் கொட்டாய்ப்புற பின்வாயிற்படி வழியாக உள்ளே நுழைந்தாள். இவர்கள் வருகையை எதிர்பார்த்து காப்பிக்காக மண் குமுட்டியை விசிறிக்கொண்டிருந்த பாட்டி

மூவரையும் பார்த்து "என்னடி என்ன ஆச்சு?" என்றாள். பிறகு சின்னவனை இழுத்து அணைத்துக்கொண்டாள். "என்னடி கண்ணு, ஏண்டி கண்ணு அழறே" என்று அவன் கண்ணைப் புடவைத் தலைப்பால் துடைத்துவிட்டு மீண்டும் குமுட்டியை விசிற ஆரம்பித்தாள். அவன் அவள் மடியில் இருந்து, கரி வெடித்து வெளியில் தெறிக்கும் தீப்பொறிகளை வேடிக்கை பார்க்க ஆரம்பித்தான்.

அவள் இடுப்பில் இருந்தவனைக் கீழே இறக்கி விட்டுவிட்டு, "அந்தப் படுபாவி வாத்தி அடிச்சுட்டானாம்" என்று முகத்தைப் புடவைத் தலைப்பில் மறைத்துக்கொண்டு சுவர் ஓரமாக அமர்ந்து சப்தமின்றி உடல் குலுங்க அழுதாள். அவள் இறந்த தன் கணவனை நினைத்துக்கொண்டாள்.

பாட்டி பெரியவனை அழைத்துக் கண்களைத் துடைத்து விட்டு "அழாதே, காப்பியைக் குடி, நாளைக்கி நான் வந்து சொல்றேன், அடிக்க மாட்டான்" என்று அடுப்பை விசிறுவதில் முனைந்தாள். கொஞ்சம் கொஞ்சமாக விசிறல் வேகம் பெற்றது. குமுட்டி வாயில், மூட்டக் கொளுத்திப்போட்ட காகிதக் கருகல் காற்றில் உருண்டு வெளிப்பட்டுச் சிதறிப் பறந்தது. குமுட்டித் தணல் வெடித்துத் தீப்பொறி தெறித்தது. தணல் கனிந்து செம்மை வெண்மையாயிற்று. தணலில் சிறிய தீ நாக்குகள் ஆடின.

குழந்தைகளின் மீது விழும் அடி அவை அப்பனை இழந்ததை அவளுக்குச் சொல்வது போலிருந்தது. தன் மகனின் மறைவுக்குப் பிறகு அப்பள்ளிக்கூடம் விலகி தூரப் போய்க் கொண்டிருப்பதுபோலத் தோன்றிற்று. அவன் வாழ்ந்து கொண்டிருக்கும்போது அவனோடு அவன் வேலை செய்த பள்ளியின் மீது பாசத்தை வளர்த்துக்கொண்டிருந்தாள் அவள். அவளுக்கு அது தன் உடமை எனத் தோன்றிற்று அப்போது.

குமுட்டியை அவள் விசிறிக்கொண்டே இருந்தாள். பால் பொங்கி வழிந்து தீய்ந்து நாறிற்று.

"என்னம்மா?"

"இல்லேடி" என்று அவசர அவசரமாகப் பாலை இறக்கிக் கீழே வைத்துவிட்டு "எந்தத் தடியன் அடிச்சவன். தோப்பன் இல்லாத குழந்தையே அடிக்கறமேன்னு இருக்க வேண்டாம். அப்பனோட சேர்ந்து ஒழைச்சமேங்கறது மறந்து போச்சா" என்று தன் கண்ணைத் துடைத்துக்கொண்டு காப்பியைக் கலக்க ஆரம்பித்தாள்.

கொட்டாயில் கன்று கூப்பிட்டுக்கொண்டே இருந்தது. "ம்... ம்" என்று ஏதோ யோசனை போல் பதில் சொல்லிக்

கொண்டிருந்த பசு கன்றின் அழைப்பு தனக்கல்ல என்பதை உணர்ந்ததுபோல், வாய்விட்டு "அம்மா" என்று கொட்டாய் அதிரும்படி அடுப்பங்கரையில் இருந்தவர்களை அழைத்தது.

"கன்னுக்குட்டியை ஊட்ட அவிழ்த்துவிட மறந்துட்டியா என்ன?" என்றாள் பாட்டி.

"ஒரு எழவும் ஞாபகம் இருக்க மாட்டேங்கறது" என்று அம்மா நீர் வடிந்த மூக்கைப் புடவைத் தலைப்பில் சிந்திவிட்டுக் கண்களைத் துடைத்துக்கொண்டு எழுந்து கொட்டாய்க்குப் போனாள்.

பாட்டி காப்பியைக் கலந்து குழந்தைகளின் முன் வைத்தாள். கூடத்தில் தெருப்பையன் குரல் கொடுத்தான். "வரேண்டோய்" என்று காப்பியைக் குடித்துவிட்டு நுரை ஒட்டிய உதடுகளோடு சின்னவன் தெருவிற்கு விளையாட ஓடிவிட்டான். பெரியவன் கூடத்து ஊஞ்சலில் போய்ப் படுத்துக்கொண்டான்.

மறுநாள் காலையில் பள்ளிக்கூடம் கிளம்பும்போது அவன் சொரத்தாய் இல்லை. முகம் கசந்திருந்தது. வயிற்றை வலிக்கிறது என்று ஊஞ்சலில் போய்ப் படுத்துக்கொண்டான். சமீபகாலமாக அவன் பள்ளிக்குச் செல்ல முடியாது என்று அடம்பிடிக்க ஆரம்பித்திருந்தான்.

கட்டாயப்படுத்தி அனுப்ப வேண்டியிருந்தது. அவன் முரணக்கூடும் என எதிர்பார்த்துப் பாட்டி தயாராகக் கிளம்பிக் கொண்டிருந்தாள். அவள் இயல்பாகச் செல்பவளைப் போலவும் அவனுக்குத் தாமதம் இல்லாது உதவியாக அவள் தயார் எனத் தோன்றும்படியும் நடந்துகொண்டாள். கடைசியில் பள்ளிக்கூடம் போவதைத் தவிர்க்க முடியாது எனத் தெரிந்ததும் "நீ வந்தா இன்னும் அடிப்பாரு பாட்டி" என்று அழ ஆரம்பித்துவிட்டான்.

"அழக் கூடாதுடி கண்ணு, சமத்தா இருக்கணும்" என்று பாட்டி அவனைச் சமாதானப்படுத்திக் கொண்டிருந்தாள். அம்மா முற்றத்தில் நின்று தாழ்வாரத்துக் குறட்டில் நின்றுகொண்டிருந்த சின்னவனுக்குச் சட்டை போட்டுக்கொண்டிருந்தாள்.

ரேழிக்கதவு தாழிடப்பட்டிருந்தது. வாயிற் கதவு திறந்திருந்தது. யாரோ ரேழிக்கதவைத் தட்டினார்கள்.

"போய்க் கதவைத் திறந்துட்டு வா" என்றாள் பாட்டி. அவனைச் சமாதானப்படுத்த இதுவும் ஒரு வழி என அவளுக்குத் தோன்றிற்று. அவன் ஊஞ்சலை விட்டுக் கிளம்பவில்லை.

சின்னவன் ஓடிப்போய்க் கதவைத் திறந்தான். வருவது யார் எனத் தெரியாது, அம்மா உள்ளே போய்விடத் தாழ்வாரத்தில் ஏறினாள்.

அதற்குள் ரேழி வாயிற்படியைத் தாண்டி "இன்னிக்குத் தான் பட்டணத்திலேருந்து வந்தேன். இப்படிச் செஞ்சுட்டானேடி" என்று முந்தானையால் வாயைப் பொத்திக்கொண்டு வந்த எதிர்த்த வீட்டுப் பாட்டி தாழ்வாரத்துக் குறட்டில் தூணில் சாய்ந்து உட்கார்ந்தாள். அடுப்பங்கரைக்குப் போகத் தாழ்வாரத்தில் ஏறியவள் அப்படியே உட்கார்ந்து அழுதாள். பாட்டி இவனைச் சமாதானப் படுத்துவதை நிறுத்திவிட்டு அழுதுகொண்டு தாழ்வாரத்தில் போய் உட்கார்ந்தாள். திரும்பிவந்த சின்னவன் அம்மாவின் முதுகில் சாய்ந்து கழுத்தைக் கட்டிக்கொண்டு விசும்பினான். இவன் ஊஞ்சலில் இருந்தபடியே தன் அழுகையைத் தொடர்ந்து நீட்டினான். அப்பா இறந்த பிறகு துக்கம் கேட்க வந்தவர்கள் அம்மாவையும் இவனையும் அழவைத்தார்கள். அவர்கள் தொடர்ந்து வந்துகொண்டே இருந்தார்கள். அப்பா, அப்பா என்று சொல்லி அழவைத்து விட்டார்கள். இந்தப் பாட்டி எழுந்து தொலைந்தால் போதும் என்றிருந்தது. வீட்டை விட்டு வெளியில் போய்விட வேண்டும் போலிருந்தது.

அவள் துக்கம் கேட்டுவிட்டுப் போகக் கொஞ்ச நேரம் பிடித்தது. பாட்டி மிகுந்த ஆயாசத்தோடு எழுந்து கண்களைத் துடைத்துக்கொண்டு இவனைப் பள்ளிக்கு அழைத்தாள். அவனும் உடன்பட்டுக் கிளம்பினான்.

சாலையோடு வர அவன் மறுத்துவிட்டான். அப்பாவோடு அவன் தினம் சாலையோடேயே பள்ளிக்கூடம் போனான். இப்பொழுது அவன் கடாரங்கொண்டான் வாய்க்காலைக் கடந்து குறுக்கு வழியாகவே போவதை விரும்பினான். ஆனால், வாய்க்காலில் அதிகத் தண்ணீர் இருக்கும்போது சாலையோடேயே போயாக வேண்டும். நடமாட்டம் அதிகம் இல்லாத குறுக்கு வழியே அவனுக்குப் பிடித்திருந்தது. வாய்க்காலைக் கடந்ததும், பூண்டுகள் முளைத்த பொட்டல் திடல். பூண்டுகளுக்கு இடையில் நடந்து நடந்து புல் முளைக்காமல் தேய்ந்து குழிந்துபோன ஒற்றையடிப் பாதை தனிமையாகக் கொல்லன் பட்டறைவரையில் போகிறது. கொல்லன் பட்டறைக்கருகில் அது சாலையில் இணைகிறது. மூவரும் கொல்லன் பட்டறையை நெருங்கிக் கொண்டிருந்தனர்.

பட்டறையில் பாரவண்டி கட்டுவிட்டுக் கொண்டிருந்தார்கள்.

வெளியில் கட்டைச் சுற்றி மூட்டியிருந்த வரட்டித் தீ எரிவதைப் பார்த்துச் சற்று நின்றனர் இருவரும். அது உள்ளே தணலும் வெளியில் கரியும் புகையுமாக எரிந்துகொண்டிருந்தது.

"நேரமாச்சு போகலாம் வா" என்றாள் பாட்டி.

“கொஞ்சம் வேடிக்கை பார்த்துவிட்டுப் போகலாம்” என்றான் இவன். பட்டறைக் கொட்டாயில் துருத்தி ஆட்டிக்கொண்டிருந்த சிவன் இவர்களைப் பார்த்துச் சிரித்தான். அவனைப் பார்த்து “நான் கொஞ்சம் ஆட்டட்டுமா?” என்றான் இவன். உலையில் இரும்புத்துண்டைக் காய்ச்சிக்கொண்டிருந்தவன் உலை தணிவதைக் கண்டு சிறுவனை அதட்டினான். அவன் திரும்பி துருத்தியின் நீண்ட மூங்கில் கைப்பிடியை வேகமாக ஆட்ட ஆரம்பித்தான். இவனுக்கு அந்தக் கைப்பிடியைத் தான் ஆட்ட வேண்டுமென்றிருந்தது. வண்டி கட்டுவிட வந்தவர் “டேய் பசங்களா, பள்ளிக்கூடத்திலே மணி அடிக்கப்போறான், இங்கே என்ன வேடிக்கை, ஓடுங்க, ஓடுங்க” என்றார். இவர்கள் நின்றுகொண்டே இருந்தனர். “பாவம் வாத்தியாரு இதுங்களே விட்டுவிட்டு இப்படிச் சின்ன வயசிலே பூட்டாருங்களே” என்றான் கொல்லன் பாட்டியைப் பார்த்து.

பெரியவன் அங்கு நிற்கப் பிடிக்காமல் கிளம்பிவிட்டான் சின்னவன் பின்தொடர்ந்தான். பாட்டி பெருமூச்சுவிட்டுக் கொண்டு கிளம்பினாள். மூவரும் சாலையோடு வடக்கே நடந்தனர். தூரத்தில் பள்ளிக்கூடம் தெரிந்தது. கடாரங்கொண்டான் பெருமாள் கோயிலுக்குப் பின்னால் அக்ரகாரத்துப் பையன்கள் தோளில் புத்தக மூட்டையோடு பள்ளிக்கூடத்தை நோக்கிப் போய்க்கொண்டிருந்தார்கள். பையன்களைப் பார்த்ததும் அவனுக்கு பயம் தோன்ற ஆரம்பித்தது. தயங்கினான். பாட்டி அவன் கையைப் பிடித்துக் கொண்டாள். “வாத்தியார் அடிப்பாரு பாட்டி” என்றான். “நான் இருக்கேன். அடிக்க மாட்டான் வா” என்று தயங்கியவனைக் கையைப் பிடித்து அழைத்துக்கொண்டு போனாள். பாட்டியின் நடையைவிட அவன் நடை மெதுவாக இருந்தது.

பள்ளிக்கூடத்தில் நுழைந்ததும் சின்னவன் தன் வகுப்பறைக்குப் போய்விட்டான்.

இவனைப் பாட்டியோடு கண்டதும் வாத்தியார் “என்னடா பாட்டியே தொணக்கி அழைச்சிக்கிட்டு வந்தியா?” என்றார்.

அவன் பதில் சொல்லவில்லை.

“நீங்க அடிக்கறேள்னு அழுதுண்டு வர மாட்டேனுட்டான்” என்றாள் பாட்டி.

“ஏண்டா ... நான் உன்னை அடிக்கறேனா?” என்றார் அவர்.

அவன் அதற்கும் பதில் சொல்லவில்லை. கண்ணீர் முட்ட நின்றான்.

"சொல்லேண்டா. ஒங்க பாட்டி கடிச்சுத் தின்னுடுவாங்க போலேருக்கே" என்றார் சிரித்துக்கொண்டே.

"சொல்லேண்டா" என்றாள் பாட்டி.

அவன் பாட்டியைப் பார்த்து "இல்லே" என்றான். "பாத்தீங்களா பாட்டி."

"மனசு கேக்க மாட்டேங்கறதேன்னு வந்தேன்" என்றாள் பாட்டி. வரும்போது இருந்த மனநிலை மாறிவிட்டது. அவளுக்கும் இந்தப் பள்ளிக்கும் இனி சம்பந்தமில்லை எனத் தோன்றிற்று.

"போய் இடத்தில் உட்கார்" என்றார் அவர் அவனைப் பார்த்து.

"அப்போ நான் வரட்டுமாடா?" என்றாள் பாட்டி.

அவன் பதில் சொல்லாமல் தலையை அசைத்துவிட்டுத் தன் இடத்திற்குப் போய்விட்டான்.

"நான் பாத்துக்கறேன். நீங்க போய்ட்டு வாங்க" என்றார் அவர்.

"தோப்பன் இல்லாத கொழந்தே" என்று சொல்லிக் கொண்டே திரும்பிவிட்டாள் பாட்டி. அவள் தனக்குச் சொல்லிக் கொண்டாளா, அவனுக்கோ அவ ருக்கோ சொன்னாளா என்று குறிப்பிட முடியாமல் சொல்லிக்கொண்டே போனாள்.

வாத்தியார் கையில் பிரம்பை எடுத்துக்கொண்டார். பாடம் ஆரம்பமாயிற்று. பிரம்பை அவர் விரல்களில் விழாமல் சுழற்றிக்கொண்டிருந்தார். அது இல்லாமல் அவரால் இருக்க முடியாது போலத் தோன்றிற்று. அவர் தனக்காகவே பிரம்பு வைத்துக்கொண்டிருக்கிறார் என்று நினைத்துக்கொண்டான் இவன். பாட்டியை அழைத்துக்கொண்டு வந்ததற்காக அடிக்கப் போகிறார் என்று நினைத்தான்.

பையன்கள் எல்லோரும் பிரம்பைப் பார்த்து விழித்துக் கொண்டிருந்தார்கள். அவர் பையன்கள் பக்கமாக நடந்து வந்துகொண்டிருந்தார். இவன் அவரையே விழித்துப் பார்த்துக் கொண்டிருந்தான். இவனிடம் வந்ததும் "முழிக்காதே. முழி அப்படியே தங்கிவிடப்போகுது" என்றார். பையன்கள் எல்லோருடைய பார்வையும் அப்படியே தங்கிவிடப்போவதாக இவனுக்குத் தோன்றிற்று. கடாரங்கொண்டானில் இனிமேல் எல்லோரும் இப்படித்தான் விழிக்கப்போகிறார்கள். புஞ்சையில் இவன் மட்டும் இப்படி விழிப்பான். இனிமேல் புஞ்சைக்கும் கடாரங்கொண்டானுக்கும் பார்வையில் நிறைய வித்யாசம் இருக்கப்போகிறது.

இரண்டாவது சுற்றுக்கு இவன் முன் வந்தவர், "எங்கே கவனிச்சுக்கிட்டிருக்கே" என்று பிரம்பைக் கையில் பிடித்துக் கொண்டார். இவனை அடிக்கவில்லை. அடிக்க விரும்பியதைப் போல வேகமாக முகத்திற்கு நேரே ஆட்டிவிட்டுப் போய் மேஜை மீது அமர்ந்துகொண்டார்.

அவன் அவரையே பார்த்துக்கொண்டிருந்தான். கண்ணை இமைக்காமல் அவரையே பார்த்தான். வகுப்பு அறையின் வெற்று இடம் மட்டும் அவனுக்குத் தெரிந்தது. மற்றவை மறைந்தன. கண்முன் வெற்று இடத்தில் பல வடிவத்தில் பூக்கள் பூக்களாக, சங்கிலித் தொடராகவும் தனித்தும் பூச்சிகள் பறக்க ஆரம்பித்தன. கோடியில் வாத்தியார் தனித்துத் தன்னைச் சுற்றி வெளிச்ச விளிம்பு கட்டிக்கொண்டு உட்கார்ந்திருந்தார்.

அவர், சாயலில் இவன் அப்பாவைப் போலவே இருப்ப தாகத் தோன்றிற்று. ஆனால், அப்பாவின் முகம் அதற்குள் இவனுக்கு மறந்துவிட்டது. இப்பொழுது முயன்றால் வாத்தியாரின் முகம்தான் நினைவுக்கு வருகிறது. அவன் அப்பாவோடேயே இருந்தான். இறந்துபோனபோதுகூட அவன் பக்கத்தில் இருந்தான். இந்தப் பள்ளிக்கூடத்தில்தான் அவர் வகுப்பு நடத்திக்கொண்டிருக்கும்போதே இறந்தார். மார்பை வலிக்கிறது என்று பிடித்துக்கொண்டு நாற்காலியில் சாய்ந்தவர் கொஞ்ச நேரத்தில் இறந்துவிட்டார். எல்லா வாத்தியார்களும் அவரைச் சூழ்ந்துகொண்டிருந்தார்கள். பையன்களும் கூடிக்கொண்டனர். அவன் அழுதுகொண்டே முண்டியடித்து இடுக்கு வழியாக அவரைப் பார்த்துக்கொண்டிருந்தான். அந்த முகத்தை இவனால் நினைவுபடுத்திக்கொள்ள முடியவில்லை. அங்கே இந்த வாத்தியாரின் முகம்தான் தோன்றுகிறது. கையில் பிரம்பை ஆட்டிக்கொண்டிருக்கிறார் அவர். இவனை அழமூட்டிக் கொண்டிருக்கிறார்.

வகுப்பில் நடந்தது ஒன்றும் இவனுக்குத் தெரியவில்லை. காலை வகுப்பு முடிந்து மணி அடித்தது. பையன்கள் வீட்டுக்குக் கிளம்பினார்கள். இவன் விழித்துக்கொண்டு புத்தக மூட்டையை எடுத்துக்கொண்டு கடைசியாகக் கிளம்பினான். பையன்கள் எல்லோரும் போய்விடத் தான் மட்டும் தனியாக இருந்தது அவனுக்குப் பயமாய் இருந்தது. வாத்தியாரும் தனியாய் நாற்காலியில் சாய்ந்து உட்கார்ந்திருந்தார். எங்கோ நோக்கம் இருந்த இவனுடைய பயந்த பார்வையில் அவர் பூதாகரமாய் வகுப்பையே அடைத்துக்கொண்டிருப்பது போலத் தெரிந்தது. ஒரே தாண்டலில் வகுப்பறையை விட்டு ஓடிவிட வேண்டும் போலிருந்தது. வாயிற்படியைத் தாண்டி ஓடியவன் தடுக்கிக் கீழே

ந. முத்துசாமி

விழுந்தான். வாத்தியார் ஓடிவந்து இவனைத் தூக்கிவிட்டார். இறந்துபோன தன் அப்பாவே பின்னால் வந்து இவனைப் பிடித்துக்கொண்டது போலிருந்தது. "ஓ"வெனக் கத்திவிட்டான்.

"பாத்து ... பாத்து ... பாத்துப் போ" என்றார் அவர். புத்தக மூட்டையைத் தோளில் போட்டுக்கொண்டு தம்பி வருகிறானா என்று கவனிக்காமல் ஓடினான். அவன் இவன் பின்னால் ஓடினான். அவன் இவனைத் துரத்திக்கொண்டு வருவதுபோல் இவனுக்குப் பயமாய் இருந்தது.

வீட்டில் கொல்லைக் கதவு திறந்தே இருந்தது. "அம்மா ... அம்மா" என்று கூப்பிட்டுக்கொண்டே ஓடினான். அம்மாவைக் கண்டதும் ஓடிப்போய்க் கட்டிக்கொண்டான். கேவிக் கேவி அழுதான். முகம் சிவந்திருந்தது. வாய் கோணிக்கொள்ள நெஞ்சுக் குழியில் சதை குழிந்து குழிந்து எழும்ப சப்தம் எழாது மூச்சு நின்றுவிடும்போல அழுதான். அவன் அழுவதைக் கண்டு தம்பியும் அழுதான். இன்னும் ஒருமுறை தன் கணவனை நினைவுபடுத்திக்கொண்டு அவளும் அழுதாள். "அந்த நாசமாப்போற பள்ளிக்கூடத்தை தொலைச்சுத் தலைமுழுகு" என்று அவனை அணைத்துக்கொண்டாள்.

"அவனுக்கு அப்பறம் நமக்கு அங்கே என்ன வேலைன்னு இருந்திருக்கணும். நாளைக்கு நான் புஞ்சைப் பள்ளிக்கூடத்திலே கொண்டு சேர்த்துட்டு வந்துடறேன்" என்று பாட்டி தன் கண்ணைத் துடைத்துக்கொண்டு அவன் கண்ணையும் துடைத்துவிட்டாள்.

மேற்கத்திக் கொம்பு மாடுகள்

அந்த மாடுகளை முதலில் கிடாரங்கொண்டான் பட்டாமணியம்தான் வாங்கினார். அவற்றை ஆட்கள் சாலையில் ஓட்டிக்கொண்டு போனபோது நாங்கள் பார்த்துக்கொண்டிருந்தோம். நாங்கள் சிறுவர்கள். எனக்கு வயது எட்டு இருக்கலாம். என் தம்பிக்கு வயது ஐந்து. இதை நான் ஒரு ஊகத்தில்தான் சொல்கிறேன். ஏனெனில், இது எங்கள் அப்பா செத்துப்போனதற்குப் பிறகு நடந்தது. அவர் என்னுடைய ஏழாவது வயதில் இறந்துபோனார்.

உண்மையில், மாடுகள் எங்களைக் கடந்து போகிறபோது சாலையில் நின்றுவிட்டன. எங்களைப் பார்த்துத் திரும்பின. அவற்றின் முகம் சற்றுச் சிரித்தது போல் இருந்தது. ஓட்டிக்கொண்டு போனவர்கள் கையிலிருந்து பிடுங்கிக்கொண்டு வந்து எங்களை மோந்து பார்த்தன. பின்னால் நடக்கப்போவதை அவை உணர்ந்திருந்தனபோலும். அவற்றை ஓட்டிக்கொண்டு வந்தவர்கள் திரும்பி வந்து அவற்றின் தலைக்கயிற்றைப் பிடித்தார்கள். அவை திமிறிக்கொண்டு ஓடின. குழந்தைகளைப் போல அவர்களுக்குப் பாச்சா காட்டின.

அவற்றை அவர்கள் ஓட்டிக்கொண்டு வந்தார்கள் என்றுகூடச் சொல்ல முடியாது. அவை சோடைகளைச் சீய்த்து மண்ணைக் கிளப்பிக்கொண்டு வந்தன. வண்டி மாடுகள் அப்படி நடக்கக் கூடாது. அதை அவை தெரிந்துகொண்டிருந்தன போலும். 'காலை எடுத்து வைத்து நட . . . காலை எடுத்து வைத்து நட'

என்று அவர்கள் பலமுறை சொல்லியிருக்க வேண்டும். காலில் அடித்திருக்க வேண்டும். அவை கொம்பை ஆட்டியிருக்கும்.

ஓட்டிக்கொண்டு வந்தவர்களில் இரண்டு பேர் இருந்தார்கள். ஒருவர் எந்த ஊரிலிருந்து மாடுகளை வாங்கிக்கொண்டு வந்தார்களோ அந்த ஊரில் அவற்றுக்குப் பழக்கமானவர். இன்னொருவர் கிடாரங்கொண்டான்காரர். இனி அவற்றைப் பழக்கப்போகிறவர். ஒருவர் 'இது ஏன் நமக்கு, வாங்கினவன் பாத்துக்கட்டும் ஊரிலே' என்று விட்டிருக்க வேண்டும். இன்னொருவர் 'இப்போ ஏங் கவலே? ஊருலே போய்ப் பாத்துக்கலாம்' என்று விட்டிருக்க வேண்டும். அவை இரண்டு பேருக்கும் புழுதியைக் காட்டி அழைத்துக்கொண்டு வந்தன.

உண்மையில் அவை கன்றுக்குட்டிகள். கூட வந்தவர்கள் எட்டித் தலைக்கயிற்றைப் பிடிக்கப்போனதும் அவை பெரிய எருதுகளைப் போலக் குனிந்து, ஓரக் கண்ணால் அவர்களைப் பார்த்துக் குளம்பில் மண்ணைச் சீய்த்துச் சீற்றத்தில் உண்டான பெரிய மூச்சில் சோடை மண்ணைப் பறக்கச் செய்தன. பின்வாங்கின. பிறகு அக்ரகாரத்திற்குள் ஓடத் தொடங்கி விட்டன. இரண்டு பேரும் அவற்றைப் பின்தொடர்ந்து ஓடினார்கள். அவர்கள் அவற்றைப் பிடித்திருக்க முடியாது. அவை அக்ரகாரத்தின் கீழ்க்கோடியில் போய் நின்றுவிட்டன. நாங்களும் அவர்களோடு ஓடிப்போய் அங்கே நின்றோம். அவர்கள் அவற்றின் தலைக்கயிற்றைப் பிடித்துக்கொண்டு மீண்டும் வந்த வழியே போகத் தலைப்பட்டார்கள். அவை அந்த வழியில் போக மறுத்துவிட்டன.

அப்போது எங்கள் பெரியப்பா கிழக்கேயிருந்து அங்கே வந்தார். அவற்றுக்கு ஷொட்டு கொடுத்தார். "யாருக்கு மாடு" என்றார். "பட்டாமணியாருக்கு" என்று சொன்னார்கள். அவற்றுக்கு ஷொட்டு கொடுத்ததும் அவற்றை அவை வாங்கிக்கொண்ட விதத்தை நினைத்துக்கொண்டே பெரியப்பா போயிருப்பார். இப்போது பல சாயல்கள் நினைவுக்கு வருகின்றன. எவை கற்பனை என்றும், எவை உண்மை என்றும் தெரியவில்லை. வேறு மாடுகளின் குணாம்சங்கள் இங்கு வந்து ஒட்டிக்கொண்டிருக்கலாம்.

மாடுகளை அக்ரகாரத்தின் கொல்லைச் சந்து வழியாக ஓட்டிக்கொண்டு சாலைக்குப் போய் அவர்கள் கிடாரங்கொண்டானுக்குப் போனார்கள். முதல் சந்தர்ப்பத்திலேயே அக்ரகாரத்தில் பாதையைத் தெரிந்துகொண்டுவிட அவை விரும்பின போலும். அவை பின்னால் அங்குதான் வரப்போகின்றன என்பதை உணர்ந்துகொண்டிருந்தன போலும். பிறகு அவற்றைப் பற்றிய கதைகளால் புஞ்சை நிரம்பிவிட்டது. கிடாரங்கொண்டானிலிருந்து

கதைகள் தினமும் புதிதாகப் புஞ்சைக்கு வந்துகொண்டிருந்தன. முதலில் அவற்றை எங்கள் சாலையில் பழக்கியவர்கள் எங்கள் விமர்சனத்துக்குப் பயந்து காவிரிப்பூம்பட்டினம் சாலையில் நடராஜ பிள்ளைச் சாவடியின் பக்கமும் மேலைக் காவிரிச் சாலையிலும் பழக்கத் தொடங்கிவிட்டார்கள். பழக்கிய பலருடைய காயை அவை அடித்துவிட்டன என்று பேசிக்கொண்டார்கள். அவற்றை அவர்களால் பழக்க முடியவில்லை. தினமும் இந்தக் கதைகளைப் பண்டாரத்தின் மூலம் எங்கள் பெரியப்பா கேட்டுக்கொண்டிருந்தார்.

பண்டாரத்தின் வீடு கிடாரங்கொண்டான் சாலையில் கிடாரங்கொண்டான் அக்ரகாரத்தை ஒட்டியிருந்தது. பண்டாரம் பெரிய வண்டிக்காரன். எங்கள் பெரியப்பாவிற்கு வண்டி ஓட்டியவன். சாய வேட்டி கட்டிக்கொண்டிருப்பான். அன்று சாய வேட்டி பெரிய நாகரிகமாக இருந்தது. மிராசுதாரர்கள் அல்லாத சில தொழில் நிபுணத்துவம் கொண்டவர்களிடம் அது பழக்கத்தில் இருந்தது. மாட்டுத் தரகர்கள் சாய வேட்டி கட்டிக்கொண்டிருப்பார்கள். ஒரு சாய வேட்டி வேண்டும் என்று எனக்கும் ஆசை இருந்தது. பண்டாரமும் கட்டிக் கொண்டிருந்தான். பண்டாரத்திற்கு இரண்டு பெண்டாட்டிகள். ஒருத்தி பெண்டாட்டி. இன்னொருத்தி வைப்பாட்டி. அவன் வைப்பாட்டியோடு இருந்தான். இப்போது அவன் பெரியப்பா வுக்கு மட்டும் வண்டி ஓட்டி. எப்படி இரண்டு பெண்டாட்டிகளைக் காப்பாற்றினான் என்று யோசிக்கும்போது ஒவ்வொன்றாய் நினைவுக்கு வருகிறது. அவன் மாட்டுத் தரகனாகவும் இருந்தான். அவனுடைய தோற்றம், ஒன்று எங்கள் பெரியப்பாவோடு அல்லது கிடாரங்கொண்டானுக்கு அருகிலுள்ள அவனுடைய வீட்டோடு இருந்தது. அவனுடைய முதல் மனைவி எங்கிருந்தாள் என்பதெல்லாம் எனக்கு மறந்து போய்விட்டது. அவன் பெரிய நிபுணன். அவன் பெரியப்பாவுக்கு வண்டி ஓட்டியது ஒரு வசதிக்காக. அவன் பெரியப்பாவோடு செம்பனார் கோயிலில் இருப்பான். மாயவரத்தில் இருப்பான். ஆக்கூரில் இருப்பான். சாவடியில் இருப்பான். கீழப்பெரும்பள்ளத்தில் இருப்பான். கீழையூரில் இருப்பான். மேலப்பாதியில் இருப்பான். அதாவது, புஞ்சையை மையமாக வைத்துப் பெரியப்பாவின் வண்டி போகிற இடத்திலெல்லாம் அவன் இருப்பான். அவன் வண்டியைப் பூட்டு அவிழ்த்துவிட்டதும் அவனைச் சுற்றி ஒரு சிறிய கூட்டம் கூடிவிடும். அதில் பலர் சாய வேட்டி கட்டிக்கொண்டிருப்பார்கள். சுற்றுவட்டாரத்தில் எந்தப் பசு காளைக் கன்று போட்டாலும் அது அவனுக்குத் தெரியும். எல்லாவற்றின் சுழியும் அவனுக்குத் தெரியும். மாடுகளின் லட்சணங்களை அவன் நன்கு அறிவான். அவனைப் போல் அறிந்தவர்கள் மிகச் சிலரே. மிகவும் நுணுக்கமாக

ஓர் உள்ளுணர்வின் உதவியும் அவனுடைய நிபுணத்துவத்துக்குச் சிறப்பு சேர்த்திருந்தது. மாடுகளின் பழு எலும்புகளை எண்ணிப் பார்ப்பான். அவை கடைசிவரையில் போய் முடிகின்றனவா என்று பார்ப்பான். தொடை, கால் எலும்புகளின் வலுவைப் பார்ப்பான். எல்லாச் சுழிகளின் பலனும் அவனுக்குத் தெரியும்.

அவனுக்கு எங்கள் பெரியப்பா பெரிய சுதந்திரம் கொடுத்திருந்தார். பெரியப்பாவின் வீட்டு உலக்கை இடித்துத் தேய்வதற்குப் பதிலாக, மாடுகள் அதைத் தாண்டித் தாண்டி உள்ளே வந்தும் வெளியே போய்க்கொண்டும் இருந்ததால் தேய்ந்து போயிருந்தது. மாடுகளை வாங்கியும் விற்றும் சுற்று வட்டாரத்து மாடுகளின் வரலாற்றில் அவன் அத்துப்படியாகியிருந்தான். இதற்குப் பெரியப்பாவின் வீட்டு மாட்டுக் கொட்டில் இடம் கொடுத்தது. மாட்டுத் தொட்டியில் புண்ணாக்கும் தவிடும் கலந்து தண்ணீர் மிகச் சுவையாக இருக்கப் பார்த்துக்கொள்வதில் அவனுக்குச் சந்தோஷம் இருந்தது. புஞ்சையில் மாட்டுத் தொட்டிக்கு உப்புப் போட ஆரம்பித்தவன் அவன்தான்.

அவன் அந்த மாடுகளைப் பிடித்துக்கொண்டு வந்து பெரியப்பாவின் வீட்டுக் கொட்டாயில் கட்டிவிட்டான். அவன் உலக்கையை முத்தமிட்டான். அவன் அப்படிச் செய்துபார்த்தது அந்த ஒரே ஒரு முறைதான். இனி அந்த மாடுகளைப் பழக்கி அவன் பெரியப்பாவோடு சுற்றுவட்டாரத்துக் கிராமங்களுக்கும் நகரங்களுக்கும் போய் தரிசனம் கொடுத்துக்கொண்டிருப்பான்.

அது அவனுக்குப் பெரிய லட்சியமாக இருந்தது என்று தோன்றுகிறது. அவன் அவற்றின் காரணமாகக் கிடாரங் கொண்டான் பட்டாமணியத்தைப் பழித்துக் கொண்டிருந்தான். அவருக்கு மாடுகளைப் பழக்கத் தெரியவில்லை என்று அவரை மிகவும் அலட்சியமாக மதிக்கத் தொடங்கிவிட்டான். 'என்னைப் பார். நான் எப்படி அவற்றைப் பழக்கப்படுத்துகிறேன் பார்' என்று அவன் அவற்றைப் பட்டறையில் பூட்டிப் பழக்கப்படுத்த ஆரம்பித்தான். அவன் செய்கிற எல்லாக் காரியங்களையும் எங்கள் பெரியப்பாவே செய்வதுபோல அவருக்குப் பெருமை யாக இருந்தது.

பெரியப்பாவின் வீட்டுக் கொட்டாயில் நிறைய மாடுகள் இருந்தன. இரண்டாம் கட்டின் வாயிற்படியைத் தாண்டியவுடன் கொட்டாய் தொடங்கிவிடுகிறது. உடனே கீழ்க்கையில் ஒரு திண்ணை இருந்தது. அடுப்பங்கரையை ஒட்டிய கொட்டாயின் சார்ப்பு சற்று உயரமாக ஆளோடிபோல் இருந்தது. அது கன்றுக்குட்டிகளைக் கட்டிவைப்பதற்காக. அதன் இறக்கத்தில் அழகிய முற்றமும் முற்றத்தில் தென்புறம் இரண்டு தொட்டிகளைக் கொண்ட புதிய மேடையும் இருந்தன. முற்றத்துக்குக் கீழ்க்கைச்

சுவர் உயரமாகச் சுண்ணாம்புக் கலவையில் கட்டப்பட்டு முண்டாசு கட்டிக்கொண்டதைப் போல சிறிய ஓட்டுக் கூரையைக் கொண்டிருந்தது. அது சுவர் மழையில் நனையாமல் இருக்க. அடுத்த கீழண்டை வீட்டிலும் மழைநீர் வடியும் வாரிகளைக் கொண்டிருக்க முடியாதாகையால் அது தனக்கு மட்டும் மழை வெயிலுக்கான முண்டாசுடன் இருப்பதைப் போலிருந்தது. அதிலிருந்து தொடங்கி மேற்கே கிழக்கு மேற்காகப் போகும் கொட்டிலும், அதன் தொடர்ச்சியாகத் தெற்கு வடக்காகப் போகும் கொட்டிலும் நல்ல திடமான கவணைகளுடன் இருந்தன. மாடுகள் தவறி உள்ளே விழுந்துவிடாமல் இருக்க மிகவும் நேர்த்தியாகக் கட்டப்பட்டிருந்த கவணைகள் அவை. அவற்றில் பிற மாடுகளுக்கு இடையில் இவை இரண்டையும் கொண்டு போய்க் கட்டிவிட்டான் பண்டாரம். மாடுகளுடன் இருந்து அவை பழக வேண்டும் என்று அவன் சொன்னான்.

அவற்றுக்குக் கொஞ்சம் கூடுதலான சுதந்திரம் கொடுக்கவும் அவன் எண்ணினான். கொல்லையில் சரியும் சார்ப்பில் தட்டுமுட்டுச் சாமான்கள் போட்டுவைக்கப்பட்டிருந்தன. அவற்றை அவன் வெளியேற்றிவிட்டு அக்கொட்டாயை ஒழுங்கு படுத்தினான். அதன் இறக்கத்தில் கிணறும், கிணற்றை உள்ளிட்ட சிறு வேலி அடைப்பும், அதைத் தாண்டி வைக்கோல் போரும், பிறகு கொல்லைக்குப் போகச் சிறு படலும், அதற்கு அப்பால் எருக்குழியும், புளிய மரங்களும், மூங்கில் கொத்தும் இருந்தன. அநேகமாக இதே விதமாகவே எல்லார் வீட்டு அமைப்பும் இருந்தது. சிறுசிறு வேற்றுமைகளுடன் உண்டான தனித்தன்மைகளுடன் இருந்தன. உள்கொட்டாயைப் பெருக்கிச் சாணி அள்ளும்போது மாடுகளைக் கட்டிவைப்பதற்காக கொல்லைக் கொட்டாயைப் பயன்படுத்திக்கொண்டான். மற்ற நேரங்களில் அவை வைக்கோல் போரில் மேய்ந்துகொண்டிருந்தன. அவை வைக்கோலை இழுத்துவிட்டுக்கொண்டு படுத்து அதைக் கூளமாக்கிவிடாமல் இருக்க அவற்றுக்குப் பயிற்சி கொடுக்க வேண்டும் என்று அவன் சொன்னான்.

கொட்டாய்த் திண்ணையில் புதிதாக வாங்கிக்கொண்டு வந்த பருத்திக் கொட்டை மூட்டைகளை அடுக்கிவைத்தான். நல்ல தவிட்டு மூட்டைகளும் கடலைப் புண்ணாக்கும் மூட்டைகளாக வாங்கி அடுக்கப்பட்டன. அவை திண்ணையின் மேல் உயர்ந்து கூரையைப் போய்த் தொட்டன. அங்குதான் அம்மி இருந்தது. அம்மியில் அரைக்க முடியாமல் மூட்டைகளைக் கொண்டு வந்து அடுக்கிவிட்டான் என்று பெரியம்மா அவனைக் கடிந்து கொண்டாள். அதற்கெல்லாம் அவன் காதுகொடுக்கவில்லை. மாடுகளைப் பழக்குவதற்கு வேண்டிய புலனுணர்வுகளைத் தவிர

மற்ற எல்லாம் அவனுக்கு இடைக்காலமாக மரத்துப்போய்விட்டது என்று தோன்றிற்று.

இரண்டு சக்கரங்களைச் சேர்த்து ஒரு டைமண்ட் ரேக்ளா புதிதாகச் செய்யப்பட்டது, மாடுகளைப் பழக்குவதற்காக. என் இளமைப் பருவத்திலேயே இருசுக்கட்டைகள் போய் வில் பழக்கத்துக்கு வந்துவிட்டது. வில்லில் அமைந்த ஒரு ரேக்ளா வீட்டில் இருந்தது. ஆனால் அது பழக்குவதற்கு லாயக்கான தில்லை. டைமண்ட் ரேக்ளாவில் மாடுகளைப் பூட்டி, இரண்டு பேர் இரண்டு மாடுகளுக்கும் பக்கத்தில் நுகத்தடியைப் பிடித்துக் கொண்டு சோடையில் ஓட வேண்டும். தலைக்கயிற்றைப் பிடித்துக்கொண்டு கால்களைத் தொங்கப் போட்டுக்கொண்டு வண்டியில் பண்டாரம் உட்கார்ந்துகொண்டிருப்பான். மாடுகள் மூக்கணையில் அணைந்து சோடைபிடித்துப் போக வேண்டும். ஒட்டி ஒட்டி வந்து மூக்கணையில் அணைந்துவிடவும் கூடாது. அவை இரண்டின் ஓர் அங்கமாகப் பின்னால் வண்டி ஓடி வருகிறது என்பதுபோல், சிரமமில்லாமல் இழுத்துக்கொண்டு மண்ணைச் சீய்த்துப் புழுதியாக்கிவிடாமல் கம்பீரமாக ஓடத் தெரிந்திருக்க வேண்டும். தலையைத் தொங்கப்போட்டுக்கொண்டு விடவும் கூடாது. அதற்காக மேலே தூக்கிக்கொள்ளவும் கூடாது. ஒன்றும் நடந்துவிடவில்லை என்பதுபோல், எந்தப் பாரமும் தங்களை அழுத்தவில்லை என்பதுபோல் வண்டியின் விசைகளாக அவை போய்க்கொண்டிருக்க வேண்டும்.

அதற்கு அந்த மாடுகள் பழகத் தயாராய் இல்லை. ஜல்லிக்கட்டு மாடுகளைப் போலப் பின்னங்கால்களைத் தூக்கி உதைத்துக் குதித்து இரண்டும் ஒரே விதமாக அடங்காமல், கூட ஓடிவருபவர்களை மோதி மிதித்துவிடப்பார்த்தன. திருகிக்கொண்டு எதிரில் போய் நின்றுகொண்டன. அவற்றை அடித்துத் துன்புறுத்தப் பண்டாரம் தயாராக இல்லை. அவை கொஞ்ச காலத்திற்குப் பிறகு சோடைபிடித்துப் போகும் பிரசித்திபெற்ற சவாரி மாடுகளாக மாறிவிடும் என்று அவன் சொல்லிக்கொண்டிருந்தான். பழக்கப்படுத்திவிட்டு வந்ததும் மாலையில் அவன் அவற்றுக்குத் தீனி வைக்கும்போது அவை ஒன்றும் நடவாததுபோல் இருந்தன. இதுவே அவை பழகிவிடப் போதுமானது என்று அவன் சொன்னான்.

என் தம்பிக்குப் பெயர் கொம்புக்காளை. அவன் சட்டையே போடுவதில்லை. எட்டு வயதை நெருங்கும்போதுதான் அவன் சட்டை போட ஆரம்பித்தான். பள்ளிக்கூடத்துக்குப் போட்டுக்கொண்டு போகும் உடையை வீட்டுக்கு வந்ததும் அவிழ்த்துப் போட்டுவிடுவான். அதனால்தானோ என்னவோ அவனுக்குக் கொம்புக்காளை என்று பெயர் வந்தது. அவன்

கழுத்தில் ஒரு துண்டைப் போட்டு அதன் இரு முனைகளையும் அக்குளில் மடக்கிப் பின்னால் முதுகில் பிடித்துக்கொண்டு மாடுகளைப் பழக்கும் வண்டிக்குப் பின்னால் என் தம்பியை நான் ஓட்டிக்கொண்டிருந்தேன்.

எங்கள் அப்பா இறந்து சில மாதங்கள் ஆகியிருக்கலாம். எனக்கு அதெல்லாம் தெளிவாக ஞாபகம் இல்லை. எங்களுக்கு அப்பா இல்லாத குறையைப் பெரியப்பா நீக்கிவிட்டாராகை யால் எங்களுக்கு அப்பா இல்லை என்ற குறையைத் தவிர, வேறு குறை எதுவும் இல்லை. காலம் அதன் போக்கில் போய்க்கொண்டிருந்தது. நாள் கணக்கில் நீளும் காலத்தில் ஒன்றும் என் மனதில் பாதிப்புகள் ஏற்பட்டிருக்கவில்லை. அப்பா இல்லாத வெறுமையைத் தவிர வேறு வெறுமை எதுவும் இல்லை. ஆனால், அது மிகப் பெரிதாக இருந்தது. அதைவிடப் பெரிதாக பெரியப்பா செய்த ஈடு இருந்தது. ஒரு வினோதமான மனநிலையில் நான் வளர்ந்தேன். என் தம்பி எப்படி என்று தெரியவில்லை. நாங்கள் அந்த மாடுகளைப் பழக்குகிற காலத்தில் மிகவும் செறிவான நிகழ்காலத்தில் குவிந்த மனோநிலையில் இருந்தோம். எங்கள் பெரியப்பாவைப் போல ஒருவர் வேறு யாருக்கும் இருந்திருக்க முடியுமா என்பது தெரியவில்லை. அவருக்குக் குழந்தைகள் இல்லை. ஆனால், குழந்தைகள் வேண்டும் என்ற ஆசை மட்டும் இருந்துகொண்டிருந்தது. ஒருக்கால் குழந்தைகள் பிறந்திருந்தால் அந்த அன்பு மாறிப்போயிருக்குமோ என்றும் தோன்றுகிறது. ஆனால், அதற்கெல்லாம் அவசியமே இல்லை. அப்படிப்பட்ட மனிதர்தான் எங்கள் பெரியப்பா என்றும் தோன்றுகிறது.

முதல் இரண்டு நாட்கள் அவர் மாடுகள் பழக்கப்படும் இடத்திற்கு வரவில்லை. ஆனால், நாங்கள் மாடுகளாகப் பின்னால் ஓடுகிறோம் என்பதைக் கேட்டதும் அவரும் வரத் தொடங்கிவிட்டார். முதலில் பழக்கப்படும் வண்டி. பின்னால் நாங்கள் பெரிய மனோவேகத்தில் ஓடிக்கொண்டிருப்போம். எங்களுக்குப் பின்னால் பெரியப்பா கவலையுடன் வந்து கொண்டிருப்பார்.

'வேண்டாண்டா . . . வேண்டாண்டா . . . அவன் ஒத்தன் என்னை விட்டுப் போனது போதும்டா . . . நீங்களும் என்னெ அநாதையாக்கிடாதீங்கடா . . . கொழந்தெக் காலுடா . . . எவ்வளவுதான் ஓட்டத்தெத் தாங்கும்? கொழந்தெக் காலுடா . . .' என்று பின்னால் வந்துகொண்டிருப்பார்.

பண்டாரம் ஒன்றும் சொல்வதில்லை. குழந்தைகள் தாங்குவார்கள் என்று அவன் எண்ணியிருக்கலாம். முடியாவிட்டால்

தாங்களாகவே நின்றுவிடுவார்கள் என்று எண்ணியிருக்கலாம். குழந்தைகளுக்கு வீம்பு இல்லை. உத்வேகம்தான் இருக்கிறது, ஆசை இருக்கிறது என்றெல்லாம் அவன் எண்ணியிருக்கலாம். அந்த மாடுகள்போல இளம் காளைகளாக நாங்கள் உருவாக வேண்டும் என்று அவன் எண்ணியிருக்கலாம்.

பழக்கப்படுத்துவது எந்த இடத்தில் விடப்படுகிறதோ அந்த இடத்திலிருந்து எங்களைத் தூக்கிக்கொண்டு வருவார் பெரியப்பா. அதற்கு நாங்கள் ஒத்துக்கொண்டோம். நான் இரண்டு கால்களையும் மார்பில் போட்டுக்கொண்டு அவர் தோளில் உட்கார்ந்துகொண்டிருப்பேன். ஒரு தக்காளிப் பழத்தைத் தின்றுகொண்டு அதன் சாற்றையும் விதைகளையும் அவருடைய குடுமித் தலையில் தேய்த்துக்கொண்டு வருவேன். என் தம்பி அவர் முதுகில் உப்பு மூட்டையாக வருவான். 'ஓடு ஓடு' என்று அவர் முதுகில் குத்துவான். முடிந்த மட்டில் அவர் ஓடுவார். அழுவார். 'ஒங்களையாவது வைச்சுட்டுப் போனானே' என்று தன் தம்பியை நினைத்துக்கொண்டு அழுவார். அவரை நாங்கள்அழவிட மாட்டோம். நாங்களும் அழுவோம். அதனால் அவர் அழுவதை நிறுத்திவிடுவார். வழியில் அவரைப் பார்ப்பவர்கள் நிற்பார்கள். அவர் அழுவதைப் பார்ப்பார்கள். அவர்களுடைய கண்களும் கலங்கும்.

பின்னால் அல்லது முன்னால் மாடுகளை அவிழ்த்துப் பிடித்துக்கொண்டு பண்டாரம் போவான். அப்போது மாடுகள் சாதுவாகப் போகும். அவனிடம் அன்புகொள்ள அப்படி நடத்தி அழைத்துக்கொண்டு போக வேண்டும் என்று அவன் சொல்வான். தன்மேல் பிறக்கும் கருணையால் அவை வண்டியில் பழகுவதற்கு விட்டுக்கொடுத்துவிடும் என்று சொல்வான். வழியில் வெற்றிலைபாக்குக் கடையில் தொங்கும் மொந்தன் தாரிலிருந்து ஒரு சீப்புப் பழங்களைப் பிய்த்துக்கொண்டு வந்து அவற்றுக்குக் கொடுத்துக்கொண்டு வருவான். எங்களுக்கும் கொடுப்பான். நீங்களும் ஓடியிருக்கீங்க என்பான். 'பண்டாரம் . . . பண்டாரம் . . . எந்தலையிலும் முதுகிலும் பஞ்சாமிர்தம் பண்ணிடுவாங்க' என்பார் பெரியப்பா. நாங்களும் அப்படித்தான் செய்வோம். கிடாரங்கொண்டான் மேலைச்சாலை முக்குட்டைத் தாண்டிப் போயிருந்தாலும் சரி, இங்கு சத்திரத்தார் வீட்டுத் திருப்பத்திற்குப் போயிருந்தாலும் சரி, எங்களைத் தூக்கிக்கொண்டுதான் வருவார். வந்தவுடன் தலை முழுகிவிட மாட்டார். பச்சிலை மூலிகை தேய்த்துக்கொண்டு ஊறவைத்துக் குளிப்பதைப் போல் அப்படியே காய விட்டுவிட்டு அவர் குளிக்கிறபோதுதான் குளிப்பார். நாங்கள் எங்கள் வீட்டுக்கு ஓடிவிடுவோம்.

'நீங்களும் ஒங்க பெரியப்பாவும்' என்பாள் எங்கள் அம்மா. அவள் கண்கள் கசியும். வீட்டில் நாங்கள் பழையது சாப்பிட்டுவிட்டு மீண்டும் பெரியப்பா வீட்டுக்கு ஓடி வந்துவிடுவோம். அப்போதும் பண்டாரம் பேசிக்கொண் டிருப்பான். மாடுகளைக் கொல்லைக் கொட்டிலில் கட்டிவிட்டு வந்து பேசிக்கொண்டிருப்பான். பூண்டுகளாலும் கோரைகளாலும் கலப்படமில்லாத புற்கட்டுகளை வாங்கி அவற்றுக்குத் தனிச் சலுகையாகப் போடுவான். அவை அசுரப் பிறப்புகள் என்பது அவனுடைய அபிப்பிராயம். மாடுகளை அப்படியெல்லாம் சொல்லக் கூடாது என்பார் பெரியப்பா. அவனுக்கும் அப்படிச் சொல்வது பிடிக்காத ஒன்றுதான். அவனுக்குக் கோபம் கோபமாக வந்ததால் அப்படிச் சொல்லியிருக்க வேண்டும். 'அவை மாமிச பக்ஷிணிகள். சாக பக்ஷிணிகள் அல்ல. மனித மாமிசத்தைச் சாப்பிடப்பார்க்கின்றன. புலியாகவும் சிங்கங்களாகவும் பிறந்திருக்க வேண்டியவை. மாடுகளை மனிதன் பழக்கப்படுத்துவதற்கு முன்பே அவன் இயந்திரங்களைக் கண்டுபிடித்திருக்கக் கூடாதா?' என்று சொல்வான். 'சாணி கிடைக்காதுடா, பண்டாரம்' என்று சிரிப்பார் பெரியப்பா. அப்படி மாடுகளை மாமிச பக்ஷிணி என்று சொன்னது அவனை நாள் பூராவும் அரித்துக்கொண்டிருக்கும். அவன் மிகவும் நல்லவன்.

மாடுகளைப் பழக்குகிறவரையில் நாங்கள் பின்னால் ஓடிக்கொண்டுதான் இருந்தோம். அதை அவன் ஆதரித்தான். பின்னால் ஓடுவதற்குப் பதில் முன்னால் ஓடச் சொன்னான். அவற்றை ஒத்த நாங்கள் ஓடுவதைப் பார்த்து அவை பழகிக் கொள்ளும் என்று அவன் எதிர்பார்த்தான். எங்களோடு பெரியப்பாவும் இருந்ததால் அதற்கு அவர் சம்மதிக்கவில்லை. அவன் எவ்வளவோ சொல்லிப்பார்த்தான். மாடுகளின் தலைக்கயிறுதான் கையில் இருக்கிறதே என்று அவன் சொன்னான். 'அப்படிச் சொன்னால் மாடுகளை சோடைபிடித்து ஓடச் சொல்லு. உன் கையில்தானே தலைக்கயிறு இருக்கிறது. பக்கத்தில் ஓடும் ஆட்களை எடுத்துவிட்டு ஓட்டு' என்று பெரியப்பா மறுத்துவிட்டார். ஆனால், அவன் அதை வேறு விதமாகச் சாதித்துக்கொண்டான். மாலையில் மாடுகளுக்குத் தீனி வைக்கிறபோது தீனிச்சட்டியை நாங்கள் கிளறிக் கொடுத்துக்கொண்டிருந்தோம். அதற்கும் பெரியப்பா எதிர்ப்பு தெரிவித்தார். அநேகமாக மாடுகள் பழகிவிட்டன என்று அவன் சொன்னான். அது உண்மை என்றும் தோன்றிற்று. சமயத்தில் மாடுகள் எங்களை நக்கிக்கொடுக்க ஆரம்பித்தன.

கொட்டாயில் உள்ள பசுங்கன்றுகளுக்கு மடியைத் தடவிக்கொடுப்பார் பெரியப்பா. பின்னால் அவை கன்று

போடும்போது கறவைக்குச் சாதுவாக இருக்க வேண்டும் என்பது பெரியப்பாவின் நோக்கம். காளைக் கன்றுகளைப் பிடரியைத் தடவிக்கொடுப்பார். ஷொட்டு கொடுப்பார். அவை நட்பு பாராட்ட வேண்டும் என்பது அவர் எதிர்பார்ப்பு. மாடுகளுக்கு இடையில் நாங்கள் புகுந்து புறப்பட்டு வருவோம். அதற்குப் பெரியப்பா தடை சொன்னது கிடையாது. பெரியம்மா கோபித்துக்கொள்வாள். என்ன பரிசோதனை இது என்பாள். மாடுகள் குழந்தைகள் காலை மிதித்துவிட்டால் என்ன செய்வது என்பாள். அப்படி ஒன்றும் நடக்காது என்பார் பெரியப்பா. அது உண்மைதான்போல. ஒருமுறை எங்கள் தங்கை சிறு குழந்தையாகப் பெரியப்பாவின் வீட்டு முற்றத்தில் தவழ்ந்துகொண்டிருந்தபோது அதன் வழியாகக் கொட்டாய்க்குத் திரும்பிய உழவு மாடுகள் எல்லாம் அவளைத் தாண்டித் தாண்டியே சென்றன. அப்படி அவர் அவற்றைப் பழக்கப்படுத்தி வைத்திருந்தார். என்றாலும் இந்த மாடுகளுக்கு அப்பால் நாங்கள் இருக்க வேண்டும் என்று அவர் எதிர்பார்த்தார்.

'ஆட்கொல்லிகள்' என்ற வார்த்தையை நாங்கள் முதன்முதலாக அவற்றின் காரணமாகவே தெரிந்துகொண்டோம். என்றாலும் பண்டாரத்தின்காரணமாக நாங்கள் பெரியப்பா இல்லாத நேரத்தில் அவற்றின் பிடரியைத் தடவிக் கொடுத்தோம். திமிலைத் தடவிக் கொடுத்தோம். நெற்றியைத் தடவிக் கொடுத்தோம். கொம்புகளைப் பிடித்துக்கொண்டோம். அவை சும்மாவே இருந்தன. மாடுகள் பழக்கப்பட்டுக்கொண்டு வருகின்றன என்று பண்டாரம் சந்தோஷமடைய ஆரம்பித்தான். டைமண்ட் பட்டறையை விட்டு இப்போது மாடுகளை வில் பட்டறையில் பூட்டி ஓட்டத் தலைப்பட்டார்கள். மாடுகள் முரண்டிக்கொண்டுதான் இருந்தன. என்றாலும், அவை சோடையில் ஓடத் தலைப்பட்டன. ஆட்கள் நுகத்தடியைப் பிடிக்காமல் பக்கத்தில் மட்டுமே ஓடி வரத் தொடங்கினார்கள். இப்போது பெரியப்பாவும் வண்டியில் அமர்ந்துகொண்டு போகத் தொடங்கினார். ஆனால், எங்களை வண்டியில் ஏற்றிக்கொள்ள அனுமதித்ததில்லை. பின்னால் ஓடி வரவும் அனுமதிக்கவில்லை. இப்போது வண்டி வேகமாக ஓடத் த்லைப்பட்டது என்றாலும் முறையாக வண்டி கட்டிக்கொண்டு போகிறோம் என்பது ஏற்படவில்லை.

ஒருநாள் முறையாக வண்டி கட்டிக்கொண்டு செம்பனார் கோயில் போவது என்று ஏற்பாடாயிற்று. ஆனால், எங்களை அழைத்துக்கொண்டு போக மாட்டேன் என்று சொல்லி விட்டார் பெரியப்பா. இடையில் ஒருநாள் அவை பெரியப்பாவை வண்டியிலிருந்து கீழே தள்ளிவிட்டன. உள்மூக்கு உடைந்து

ரத்தம் கொட்டிற்று. எனவே எங்களை ஏற்றிக்கொண்டு போக அவர் தயாராய் இல்லை. ஆனால், நாங்கள் அடம்பிடித்தோம். நாங்களும் வருவோம் என்று சொன்னோம். எங்கே எங்களை விட்டுவிட்டுப் போய்விடுவாரோ என்று எங்கள் சாப்பாடு பெரியப்பாவோடேயே இருந்தது. பூனைக் குட்டிகளைப் போல அவர் காலையே சுற்றிக்கொண்டிருந்தோம். 'நீங்க என்ன சொன்னாலும் சரி, உங்களை அழச்சுக்கிட்டுப் போக முடியாது' என்றே சொல்லிக்கொண்டிருந்தார் பெரியப்பா. பெரியப்பாவின் கோபத்துக்கு ஆளாகக் கூடாது என்று பண்டாரமும் எங்கள் கண்ணில் படாமல் பதுங்கிக்கொண்டே திரிந்தான்.

மத்தியானத்துக்கு மேல் வில் பட்டறை வாயிலில் கொண்டுவந்து நிறுத்தப்பட்டது. வைக்கோல் திணித்த சாக்கு மூட்டைகள் மெத்தென்று போடப்பட்டு அதன்மேல் ஒரு கம்பளியும் விரிக்கப்பட்டது. மாடுகளும் வாயில் ஆளோடித் தூணில் கொண்டுவந்து கட்டப்பட்டன. அவற்றுக்கு இப்போது வண்டி இழுத்துக்கொண்டு சவாரி போகப்போகிறோம் என்பது தெரிய வேண்டும். மீன் உணவுக்குக் காத்துக்கொண்டிருக்கும் பூனைக் குட்டிகளைப் போல நாங்கள் வாயில் திண்ணையிலும் ஆளோடியிலும் மட்டுமே இருந்தோம். வண்டி பூட்டுகிற நேரம் வந்துவிட்டது. நாங்கள் அழுக்குப் படிந்த தோற்றத்தோடேயே இருந்தோம். தம்பி முண்டக்கட்டையாகவே இருந்தான். இந்தத் தோற்றத்தில் எங்களை செம்பனார் கோயிலுக்கு அழைத்துக்கொண்டு போவாரா என்ற சந்தேகம் இருந்தது. ஆனால், நாங்கள் உடை மாற்றிக்கொண்டு சுத்தமாக வருவதற்குள் எங்களை ஏமாற்றிவிட்டுப் போய்விட்டார் என்றால்? அதனால் நாங்கள் அன்று முழுதும் பெரியப்பா வீட்டை விட்டு நகரவே இல்லை. குளிக்கவே இல்லை. பெரியப்பாவுடன் உட்கார்ந்து சாப்பிடுகிறபோது 'குளிக்கவேயில்லை... சாப்பிடறானுவோ பாரு!' என்றார் பெரியப்பா. எதிர்பாராத விதமாக என் தம்பி தன் எச்சில் கையால் பெரியப்பாவை ஒரு அறை விட்டான். அவர் அழுதுகொண்டே போய் முகத்தைக் கழுவிக்கொண்டு வந்து மீண்டும் சாப்பிட்டார். ஒன்றுமே சொல்லவில்லை. சற்று நேரங்கழித்து 'என்னடா அடம் புடிக்கிறீங்க...பய மவனுவோளே... தலகீழே நின்னாலும் அழச்சுக்கிட்டுப் போக மாட்டேன். இன்னும் பழகலேடா, இன்னும் பழகலேடா' என்றார். நாங்கள் பதில் சொல்லவில்லை. சாப்பிட்டுக்கொண்டே இருந்துவிட்டோம். எங்களுக்குப் பிடிக்காததை எல்லாம்கூடச் சாப்பிட்டோம். எங்களுக்குப் பிடித்தது இனி வரப்போகிறது. அதுதான் மேற்கத்தி மாடுகள் பூட்டிய வண்டியில் செம்பனார் கோயில் போவது.

பெரியப்பா சலவையிலிருந்து எடுத்த நான்கு முழ வேட்டியையும் விசிறி மடிப்பு கலைந்த அங்கவஸ்திரத்தையும்

தரித்துக்கொண்டு வெளியில் வந்தார். வேடிக்கை பார்த்துக்கொண்டு நின்றுகொண்டிருந்த நாங்கள் ஒரே ஓட்டமாக ஓடி வண்டியில் போய் ஏறிக்கொண்டுவிட்டோம்.

“எறங்குங்கடா கீழே. நா இப்போ செம்பனார் கோயில் போகல” என்றார். “முடியாது” என்றோம் நாங்கள். “எறங்குங்கடா ... எறங்குங்கடா” என்று பெரியப்பா கெஞ்சினார். “முடியாது .. . முடியாது” என்று நாங்கள் பிடிவாதமாக இருந்தோம். “அவ ஒத்தன் போனது போதும்டா . . . அது ஆட்கொல்லிடா ... கீழே தள்ளி மிதிச்சாலும் மிதிச்சுடும்டா வீம்புக்கு. எறங்குங்கடா.”

“முடியாது பெரியப்பா” என்றான் என் தம்பி. பண்டாரம் சாதாரணமாகக் கையில் வைத்துக்கொண்டிருந்த சாட்டைக் கழியைப் பிடுங்கி, பெரியப்பாமேல் எறிந்தான்.

“விதி யாரெடா விட்டுது ... நான் தூக்கு மாட்டிக்கிறேண்டா ... நீங்க போன பின்னாலே எனக்கு என்ன இருக்கு இந்த ஒலகத்துலே” என்றார் பெரியப்பா.

“அப்படிச் சொல்லாதீங்க கொழந்தே” என்றான் பண்டாரம்.

“சரி . . .பெருமாள் கோயிலத் தாண்டி ஒரு சுத்து சுத்திட்டு வா” என்று சொல்லிவிட்டுப் பெரியப்பா உள்ளே போய்விட்டார்.

மாட்டின் தலைக்கயிற்றைப் பற்றியபடியே எட்டி விழுந்திருந்த சாட்டைக் கழியைப் பண்டாரம் பொறுக்கிக்கொண்டான். வண்டியில் ஏறி அமர்ந்துகொண்டு தலைக்கயிற்றை நன்றாகப் பற்றிக்கொண்டு ‘ஹே’ என்றான். மாடுகள் புறப்பட்டுவிட்டன. எங்களுக்கு ஒரே குஷி.

புஞ்சை அந்த வேகத்தைக் கண்டதில்லை. முன்பும் சரி. பின்பும் சரி. மாடு பூட்டிய வண்டிகளைத் தாண்டி அந்த அழகும் அந்த வேகமும் இயந்திரகதியில் இல்லை. இல்லவேயில்லை. பழைய புத்தகங்களில் மரத்தில் செதுக்கிய வடிவங்களால் அச்சிடப்பட்ட படங்களில் ரதங்கள் ஆகாசத்தில் போவதைப் போல வண்டி போயிற்று. அன்புக்கும் அடிமைத்தனத்துக்கும் உள்ள வித்தியாசத்தை அம்மாடுகள் காட்டிக்கொண்டு போவதைப் போலப் போயின. தலைக்கயிற்றைப் பிடித்துக்கொண்டிருப்ப திலிருந்து தவறிப் பண்டாரம் கீழே விழுந்துவிட்டான். அவன்மேல் வண்டிச் சக்கரங்கள் ஏறவில்லை. மொட்டைக் கோபுரமாக நின்ற பெருமாள் கோயிலை அலாக்காகத் தாண்டி வண்டி போவதுபோல் இருந்தது. நானும் என் தம்பியும் ஆளுக்கொரு தலைக்கயிறாகப் பிடித்துக்கொண்டோம். நாங்கள் பயப்பட்டோமா என்று இப்போது நினைவில் இல்லை. வண்டி சாலையைக் குறுக்கே கடந்து ஓடிற்று. பக்க வாய்க்காலைத் தாண்டி, மேடு பள்ளங்களைத்

தாண்டி சாலைக் குளத்தின் இறக்கத்தில் ஓடி, தோய்க்கப் போட்டிருக்கும் கருங்கற்களின் மேல் ஏறி இறங்கி, தண்ணீருக்குள் ஓடி மாடுகள் நீந்துகிற அளவுக்கு இழுத்துக்கொண்டு போய்விட்டன. எங்கள் மார்பளவு தண்ணீர் வந்துவிட்டது. நாங்கள் வண்டியில் ஸ்திரமாக இருந்தோம். தலைக்கயிற்றை இன்னும் இழுத்துப் பிடித்துக்கொண்டிருந்தோம். மாடுகளின் கால்கள் தரையில் பாவவில்லை. அவை முழுதாகவே நீந்திக்கொண்டிருந்தன. முழு உடலும் தண்ணீருக்குள் இருந்தது. நான்கு கொம்புகளும் தண்ணீரில் முளைத்தது போலிருந்தது. நான்கு நாரைகள் தாமரை இலைகளில் உட்கார்ந்துகொண்டிருப்பதுபோல் இருந்தது. இன்னும் இன்னும் ஆழத்துக்கு அவை போகப்பார்த்தன. எனில், அவை தண்ணீரில் மூழ்கிச் செத்துவிடும். மூச்சுமுட்டியது.

மாடுகள் வடக்கே திரும்பி நீந்தத் தொடங்கின. காவிரிக்குப் போகும் கரையை நோக்கி நீந்தின. நீந்திக் கரையேறின. மாடுகளுக்கு மூச்சு வாங்கிற்று. அவை உயரமான கரைகளில் ஏறி வண்டி குடையடித்துவிடும்போல் ஓடி, பாதைக்கு அப்பால் இருந்த வேலியில் போய் முட்டிக்கொண்டு நின்றன.

அதற்குள் நாலா புறங்களிலிருந்தும் ஆட்கள் ஓடி வந்து விட்டார்கள். விழுந்ததும் எழுந்து "ஐயோ கொழந்தே, கொழந்தே" என்று கத்திக்கொண்டு நொண்டிக்கொண்டு பின்னால் ஓடிவந்துகொண்டிருந்தான் பண்டாரம். வண்டி தறிகெட்டு ஓடுவதைக் கண்டவர்கள் 'வண்டி வண்டி' என்று பின்னால் ஓடி வந்திருக்கிறார்கள்.

எங்களை அனுப்பிவிட்டுப் போன பெரியப்பா, கூடத்து ஊஞ்சலில் போய் உட்கார்ந்துகொண்டிருக்கிறார். அவருக்கு இது ஒன்றும் தெரியாது. அவர் தலைவிதியை நொந்துகொண்டு தலையை முழங்கால் முட்டியில் வைத்துக்கொண்டு உட்கார்ந்து விட்டார்.

வேலியைப் பொத்துக்கொண்டு வேலியை முட்டிக் கொண்டு நிற்பதைப் போல நின்ற வண்டியிலிருந்து எங்களை ஆளுக்கு ஒருவராகத் தூக்கிக்கொண்டு எங்கள் வீட்டுக்கு ஓடிவந்திருக்கிறார்கள். மாடுகளைப் பூட்டுவிட்டு வெளியில் இழுத்து வழியில் விட்டிருக்கிறார்கள். வண்டியை நான்கைந்து பேராகத் தூக்கிப் பாதையில் வைத்து இழுத்துக்கொண்டு வந்திருக்கிறார்கள். வண்டியையும் எங்கள் வீட்டு வாசலிலேயே நிறுத்திவிட்டு உள்ளே ஓடிவந்திருக்கிறார்கள்.

இதற்குள் செய்தியைக் கேட்டுப் பெரியப்பா ஓடிவந்து விட்டார். தலையில் அடித்துக்கொண்டே ஓடிவந்திருக்கிறார். வாசலில் வந்து நின்ற மாடுகள் அவரைக் கண்டு மிரண்டு சற்று

விலகிக்கொண்டு, மீண்டும் வந்து வாசலில் நின்று உள்ளேயே பார்த்துக்கொண்டிருந்திருக்கின்றன.

எங்களை அடுப்பங்கரைக்குக் கொண்டுபோயிருந்தார்கள். அதற்குள் பெரியப்பா ஓடி வந்துவிட்டார். எங்களை இரண்டு அக்குளிலும் அடக்கிக்கொண்டு கதறிக்கதறி அழுதார். இடையில் எங்களை அடிஅடியென்று அடித்தார். 'ராஜாராமா, ராஜாராமா' என்று எங்கள் பெரியப்பாவைச் சமாதானப்படுத்தி யிருக்கிறார்கள் உள்ளே இருந்தவர்கள்.

அங்கு ஜாதி குழம்பிப்போய்விட்டது. எல்லா ஜாதிக்காரர் களும் அடுப்பங்கரைக்கு வந்துவிட்டார்கள். பெரிய விபத்து நேர்ந்த நேரத்தில் ஜாதி என்னடா என்று அவர்கள் கேட்டிருப்பார்கள். பெரியப்பாவே கேட்டிருப்பார். ஆசிரியரு மான அவருக்கு இப்படிக் கேட்பது சுலபம்.

"கொழுமோரு காய்ச்சிக் கொடுங்க, கொழுமோரு காய்ச்சிக் கொடுங்க" என்று கூட்டத்தில் யாரோ சொன்னார்கள்.

அம்மா சட்டுவத்தை அடுப்பில் வைத்து அடுப்பை மூட்டினாள். யாராலும் கட்டுப்படுத்த முடியாமல் அழுது கொண்டிருந்த பெரியப்பாவிடமிருந்து எங்களைப் பிடுங்கித் தூக்கிக்கொண்டான் பண்டாரம். தூக்கிக்கொண்டு வெளியில் வந்தான். நாங்கள் இப்போது அழுதுகொண்டிருந்தோம். பெரியப்பாவால்தான் அழுதுகொண்டிருந்தோம். "ஒரு க்ஷணம், ஒரு க்ஷணம் பாவி கொழந்தெங்களெ கொண்டுபோக இருந்தேயடா" என்று தன் தம்பியை ஏசி, தலையில் அடித்துக்கொண்டு அழுத அவரை எல்லோரும் சமாதானம் செய்துகொண்டிருந்தார்கள்.

வெளியில் வந்த எங்களை மாடுகள் பார்த்தன. அருகில் வந்து நக்கிக்கொடுத்தன. அவற்றைப் புறங்கையால் அப்பால் தள்ளினான் பண்டாரம். அன்று மாலையே அந்த மாடுகளை விற்றுவிட்டான்.

கருவேல மரம்

கிராமத்தில் எங்கள் தெருவுக்குக் கிழக்கே கொஞ்ச தூரத்தில் ஒரு சிவன் கோயில். அழகிய சின்னக் கோயில். அதன் அளவிற்குப் பிராகாரமும் மடப் பள்ளியும் உண்டு அதற்கு. கோயில் வாசலில் குளம் ஒன்று. ஆலங்குளம் என்று பெயர். கோயிலுக்குத் தென்புறம் திடல் இருக்கிறது. திடலை ஒட்டினாற்போல் கிழக்கு-மேற்காக ஒரு கன்னி வாய்க்கால் ஓடுகிறது. கன்னியின் தென்புறமெல்லாம் வயல்கள். ஆலங்குளத்திற்கு நேர் தெற்கே கன்னிக்குப் பக்கத்தில் இருக்கும் நிலம் என் நண்பன் ராமானுஜத்தினுடையது. ஆலங்குளத்துக்குப் பக்கத்தில் இருப்பதால் அதற்கு ஆலங்குளத்தங்கரை என்றே பெயர்.

அந்த வயலுக்கு மேற்புறத்தில் இருக்கும் நிலம் சிவன் கோயிலுக்குச் சொந்தமானது. கன்னி வாய்க்காலையும் அந்த நிலங்களையும் ஒரு பெரிய வரப்பு பிரிக்கிறது. நிலத்திற்குக் கீழண்டை வரப்பும் தென்னண்டை வரப்பும் அந்தந்த நிலத்திற்குச் சொந்தமானவை. கன்னிக்குப் பக்கத்து வரப்பில் பாதி தனக்குச் சொந்தம் என்று என் நண்பன் சொல்லிக்கொண்டிருந்தான். அது புறம்போக்கு என்று சிலர் சொன்னார்கள். வரப்பு பெரிதாய் இருப்பதால் அதில் அவனுக்குப் பங்கு இருக்கலாம் என்றனர் சிலர். அந்த வட்டத்துக் கர்ணம் இருவருக்கும் சாதகமாகப் பேசினார். ஆனால், யாரும் சர்வேபடி உண்மையைத் தெரிந்துகொண்டவர்கள் இல்லை.

ந. முத்துசாமி

எப்படியோ இருந்துவிட்டுப் போகட்டுமே, அதனால் என்ன வந்துவிடப்போகிறது என்று இருந்துவிட்டான் நண்பன்.

கோயில் நிலத்துக்குக் கீழண்டை வரப்பு கன்னி வரப்பில் இணைகிற முனையில் ஒரு கருவேலங்கன்று முளைத்தது. யாரும் வைத்துப் பயிராக்கவில்லை. தானாகவே முளைத்தது. எந்த ஆடு கருவைக் காயைத் தின்றுவிட்டுப் புழுக்கை போட்டதோ? கன்று முளைத்து நல்ல மரமாகிவிட்டது. ஆட்டுக்குப் பேசும் சக்தி இருந்திருந்தால் அதை நான்தான் வைத்துப் பயிராக்கினேன், அது எனக்குத்தான் சொந்தம் என்று சொல்லியிருக்கும். நல்ல வேளை, ஆட்டுக்கு அந்த சக்தி இல்லை!

அந்த வரப்பில் நண்பனுக்குப் பாதி சொந்தம் என்றால், கோயிலுக்கும் சொந்தமுண்டு. கோயில் நிலத்தின் கீழண்டை வரப்பு வேறு கன்னி வரப்போடு கலக்கிறது. அந்த மூலையில் தான் யாருக்குச் சொந்தம் என்று சொல்ல முடியாமல் அந்த மரம் வளர்ந்துவிட்டது. நண்பன் நினைத்துக்கொண்டிருந்தான் அது தனக்குத்தான் சொந்தமென்று. கோயில் நிலத்தைப் பயிர்செய்பவன் அதைத் தான் வெட்டிக்கொள்ளலாம் என்றிருந்தான். அது கீழே விழட்டும், மூன்று ரூபாய்க்கு ஏலம் போட்டுத் தான் எடுத்துக்கொண்டுவிடலாம் என்று கர்ணம் நினைத்துக்கொண்டிருந்தார். அது புறம்போக்கில் இருக்கிறது என்று அவர் எல்லோரிடமும் ஜாடைமாடையாகச் சொல்லிக்கொண்டிருந்தார்.

ஒருநாள் நண்பன் ராமானுஜம் நிலத்தை உழுதுகொண்டிருந்தான். காலை வெயில். பத்து மணி இருக்கும். அவனுக்கு ஆகாரம் வந்தது. உடம்பில் இருக்கும் சேற்றைக் கன்னித் தண்ணீரில் கழுவிக்கொண்டு கருவை மரத்தடியில் உட்கார்ந்து சாப்பிட ஆரம்பித்தான். அப்பொழுது மரத்தை நன்றாகக் கவனித்தான். மரம் உருண்டு திரண்டு இருந்தது. நான்கு சேற்றுக் கலப்பை செதுக்கலாம்; கிளைகளில் மண்வெட்டிக் காம்புகள் விழும்; மிளாறுகளை அடுப்பு எரிக்கலாம். மரத்தை வெட்டிவிட வேண்டியதுதான். நடவெல்லாம் ஆகி முடியட்டும், வெட்டிவிடலாம் என்று நினைத்துக்கொண்டான்.

நிலங்களைப் பார்வையிட்டுவிட்டுத் திரும்பிக்கொண்டிருந்த ஊர்ப் பட்டா மணியம் அவன் அங்கு உட்கார்ந்து சாப்பிட்டுக்கொண்டிருப்பதைப் பார்த்துவிட்டு அங்கு வந்தார்.

"சேறு நல்லாக் கொழஞ்சுபூட்டுதே! என்னிக்கி நடவு போடறே?" என்றார்.

"நாளைக்கிப் போட்டுடலாம்னு பாக்கறேங்க. ஆளுவோலே நாத்துப் பறிக்க விட்டிருக்கேன். பசங்க வேறே இல்ல. கெடெக்க

மாட்டேங்கறானுவோ. எக்கச்சக்கமா கூலி கேக்கறானுவோ . . . அதிலே வெத்திலைபாக்கு வேறயாம். 'டீ'த் தண்ணிக்கி வேறயாம்! ஒரு ஆளுக்கு அரைக் கட்டு ஒழுங்கா அடிச்சுக் கரையிலேத்த முடியலே. என்னமோ போங்க. காலம் கெட்டுப்போச்சுங்க" என்று அவன் நீராகாரத்தை அள்ளும் தண்ணீருமாய் எடுத்து வாயில் போட்டுக்கொண்டு விறுவிறுப்பாய் நேற்று இரவில் குழம்பில் ஊறின விரால் மீனைக் கடித்துக்கொண்டான்.

அவன் பேசிக்கொண்டிருக்கும்போதே கருவேல மரத்தை நோட்டம் விட்ட பட்டாமணியம் "ரெண்டு மூணு வருஷத்திலே மரம் நல்லா பருத்துப்பூட்டுதே!" என்றார்.

"ஆமாங்க . . . மண்ணு ஒரங்கொண்டது பாருங்க, மரம் வீராந்துபோச்சு."

அதற்குமேல் பேச்சு வளராமல், வரப்பின் திருப்பத்தில் பட்டாமணியத்தின் பார்வை ஆழ்ந்துவிட்டதைக் கவனித்த ராமானுஜம் அப்பக்கம் திரும்பிப் பார்த்தான். குடியானவப் பெண் ஒருத்தி சுள்ளிக் கட்டைத் தலையில் சுமந்து ஒற்றையடி வரப்பின் மேல் லாவகமான விறுவிறுப்பு நடையில் வந்துகொண்டிருந்தாள். அவள் வரப்பைத் தாண்டி மறையும்வரை பட்டாமணியம் உறுத்துப் பார்த்துவிட்டு, ராமானுஜம் தன்னைக் கவனிப்பதை உணர்ந்து சுதாரித்துக்கொண்டார்.

உள்ளூரச் சிரித்துக்கொண்டான் ராமானுஜம். வாலிபம் போனாலும் பட்டாமணியத்தின் சபலம் எல்லோருக்கும் தெரிந்த விஷயம்தான். ஊருக்குப் பெரிய மனிதராயிற்றே, அவரிடம் இதைப் பற்றிக் கேலிசெய்ய முடியுமா? ஒன்றும் கவனிக்காதவன்போல் சாப்பாட்டை முடிப்பதில் ஈடுபட்டான்.

பட்டாமணியம் தொண்டையைக் கனைத்துக்கொண்டு திரும்பவும் கருவேல மரத்தின் மீது கவனத்தைத் திருப்பினார். "ஆமா, நீ சொல்றாப்லே மரம் செளுமையாத்தான் வளந்திடுச்சி. ரெண்டு மூணு சேத்துக்கட்டை அடிக்கலாம் போலிருக்குதே!"

"ஆமாங்க, கணு இல்லாமலே மரம் நெட்டுக்கு வளந்துபோச்சு. சேத்துக்கட்டே அழுத்தமா இருக்கும். நாலைஞ்சு வருஷம் கவலே இல்லாமே அடிக்கலாம்."

"எனக்குக்கூட சேத்துக் கலப்பை ரெண்டு மூணு வேண்டியிருக்கு. கோவிந்த ராசுகிட்டே கலப்பைக்கிப் போனா அவன் கெழக்கயும் மேக்கயும் பார்க்கிறான். மரத்தை நான் வெட்டிக்கட்டுமா?" என்றார்.

"நான் வெட்டிக்கலாம்னு இருக்கேங்க. எனக்கும் சரியான கலப்பை இல்லே" என்றான் அவன்.

“மரம் பொறம்போக்கிலே இருக்குப்பா . . . மரத்தை வெட்டிக்கிட்டு மாட்டிக்காதே.”

“இல்லைங்க அது என் பொழியிலேயேதாங்க இருக்கு” என்றான் அவன் கையைக் கழுவிக்கொண்டே.

“இல்லேப்பா, அது பொறம்போக்கு. ஒனக்கு எப்படிச் சொந்தமாகும்? போக்கிரிப் பசங்க நெரம்பின ஊரு. எவனாவது எழுதிப் போட்டா மாட்டிப்பே. சரி, பசிக்குது, வரட்டுமா?” என்று அவர் புறப்பட்டார்.

“இவன்லாம் ஊருக்குப் பெரிய மனுசனாம். மரம் தனக்கு இல்லேன்னதும் மிரட்டறான் பாரேன். யாரோ எழுதிப்போடுவானாமே. எவன் வூட்டு அப்பன் மரத்துக்கு எவன் பிறந்தான்கிறேன்” என்று எண்ணியபடியே இறங்கி மீண்டும் உழ ஆரம்பித்தான் ராமானுஜம்.

பட்டாமணியம் சாலையோடு மேற்கே போய்க்கொண்டிருந்தார். சிவன் கோயில் நிலத்தைப் பயிர்ச்செலவு பண்ணும் கோவிந்தராசு பல்குச்சியைக் கடித்துக்கொண்டே குளத்தை நோக்கி வந்துகொண்டிருந்தான்.

“என்ன கோவிந்தராசி, இப்பத்தான் பல் தேய்க்கிறாப்பிலேயா? மணி பதினொண்ணு இருக்கும் போலேருக்கே” என்று சூரியனை அண்ணாந்து பார்த்தார் பட்டாமணியம்.

“ஆமாங்க . . .கொஞ்சம் இன்னிக்கி நடவு போட்டிருக்கேன். நடவு சால் ஓட்டிக் கொடுத்துட்டு வர்றேன் . . .”

“ஆமா, அந்தக் கருவ மரம் இருக்கே . . .” என்று ஆரம்பித்தார் பட்டாமணியம்.

“அதெ அந்தப் பய ராமானுஜம் தன்னுதுன்னு சொல்லிக்கிட்டுத் திரியறானே” என்றான் கோவிந்தராசு.

“எப்படி அவனுக்குச் சொந்தமாகும்னு கேக்குறேன்.”

“அது எப்படிங்க அவனுக்குச் சொந்தமாகும்? கோயில் மண்ணுலேயே இருக்கு அது. நான் வெட்டப்போறேங்க அதெ. நடவெல்லாம் ஆகட்டும்னு பாத்துக்கிட்டு இருக்கேங்க. வெட்டிக்கிட்டா கோயிலுக்கு ஏதாவது கொடுத்திடலாங்க” என்றான்.

“எனக்குக்கூட ரெண்டு சேத்துக்கட்டைக்கு வேணும்.”

“வேணும்னா எடுத்துக்கறதுங்க. அதுக்கு என்னங்க. எடுத்துக்குங்களேன்” என்று பல்குச்சியைக் கடித்துத் துப்பினான்.

“அதுக்குச் சொல்லலே ராசு. அந்தப் பயலே இப்போப் பார்த்தேன். இன்னும் ரெண்டு நாள்லே வெட்டப்போறேன்னு சொன்னான்” என்றார்.

“நான் இன்னிக்கே வெட்டிடறேன். பய என்ன செய்யறான்னு பாப்போம். ஒங்களுக்குத் தெரியாதுங்களா? அது யார் பொழியிலேங்க இருக்கு?”

“அளந்துபார்த்தாலே அது தெரியப்போவுது. கர்ணத்தைக் கேட்டாலும் எங்க ஒழுங்காச் சொல்லப்போறாரு! அதப் பொரட்டணும், இதப் பொரட்டணும்னு சொல்லுவாரு.”

அன்று இரவோடு இரவாக கோவிந்தராசு மரத்தை வெட்டிவிட்டான். அடிமரம் கிளைகள் எல்லாவற்றையும் கோயில் பிராகாரத்துக்குள் போட்டுப் பூட்டிக்கொண்டு போய்விட்டான். நடவுக் காலத்தில் யார் கோயிலுக்குப் போகப் போகிறார்கள்? குருக்களிடம் சொல்லிவிட்டால் போச்சு.

○○○

ராமானுஜம் காலையில் ஆலங்குளத்தங்கரையில் ஏர் கட்ட வந்தான். வரப்பு வெறிச்சென்றிருந்தது. பார்த்தால் கருவேல மரத்தைக் காணவில்லை. அவனுக்குப் பகீரென்றது. வரப்படியில் நின்றுகொண்டு வாயில் வந்தபடியெல்லாம் திட்டினான். இது பட்டாமணியத்தின் வேலையாகத்தான் இருக்க வேண்டும் என்று நினைத்துக்கொண்டு மாடுகளைப் பக்கத்தில் இருந்த காட்டாமணக்குச் செடியில் கட்டிவிட்டுப் பட்டாமணியத்தின் வீட்டுக்குப் புறப்பட்டான்.

அப்பொழுதுதான் எழுந்து திண்ணையில் உட்கார்ந்து கொண்டு வெற்றிலையை அசைபோட்டுக்கொண்டிருந்தார் பட்டாமணியம்.

“என்னங்க மரத்தை நீங்க வெட்டச் சொன்னீங்களா?” என்று ஆரம்பித்தான் ராமானுஜம்.

“எந்த மரத்தைச் சொல்றே?”

“அதாங்க, ஆலங்குளத்தங்கரை கருவ மரம்.”

“வெட்டிட்டானுவளா? நான் ஏம்பா அதை வெட்டச் சொல்றேன் . . . எவன் வெட்டினான்னு விசாரிச்சியா?”

“அப்போ நீங்க வெட்டலிங்களா?”

“இல்லியே!”

“யார் வெட்டினதுன்னு தெரியலிங்க . . . ராவோட ராவா பூந்து வெட்டியிருக்குது. முதுகெலும்பிலே தெம்பு இருக்கிற பயலா இருந்தா பகல்லேல்லெ மரத்தை வெட்டியிருக்கணும் . . .”

“திருடறவன் பகல்லே ஒங்கண்ணு எதிரிலேயா திருடுவான்?”

“இப்போ என்னங்க பண்றது? யாருன்னு தெரிஞ்சாக் கொத்திப்போட்டுடுவேன் கொத்தி!”

“என்ன பண்ண முடியும்? போலீஸுக்கு வேணும்னா ரிப்போர்ட் பண்ணு.”

“ஊர்க் குடியே கெடுத்து ஒலையிலே போடறக் காலமாப் போச்சு” என்று திட்டிக்கொண்டே ராமானுஜம் வீடு திரும்பி விட்டான்.

“நாய் மாதிரி குரைச்சுக்கிட்டே போறான் பாரேன் . . . ராவோட ராவா அந்தப் பய வெட்டிட்டாம் போலிருக்கு. மரம் இந்நேரம் ஆலங்குளத்திலே ஊறிக்கிட்டு இருக்கும். இந்தப் பய மனசிலே ரெண்டு நாளைக்கி ஊறப்போவுது. அப்புறம் காஞ்சிப்பூடும். என்ன பண்ணிடப்போறாம் பய” என்று நினைத்துக்கொண்டே எழுந்து பல் தேய்க்கப் போய்விட்டார் பட்டாமணியம்.

ராமானுஜம் திரும்பிக்கொண்டிருந்தான். எதிரில் கர்ணம் வந்தார். “என்ன கால நேரத்திலே ஆலங்குளத்தங்கரையிலே சத்தம் போட்டுக்கிட்டிருந்தே?” என்று கேட்டார்.

“எந்தத்... பய மவனோ அந்தக் கருவ மரத்தை வெட்டிட்டான். காலையிலே போனா மரத்தைக் காணலிங்க” என்றான்.

“யார் வெட்டியிருக்கப்போறாங்க? கோவிந்தராசுவாத்தான் இருக்கணும். புதுசா ஒரு ஆளு வந்து வெட்டிடப்போறானா? அவன்தான் மரம் கோயில் பொழியிலே இருக்குதுன்னு சொல்லிக்கிட்டிருந்தான்” என்றார் கர்ணம்.

“இப்போ என்ன பண்றது?”

“என்ன பண்றது . . . ரிப்போர்ட் செய்ய வேண்டியதுதான்.”

“அதாங்க பட்டாமணியமும் சொன்னாங்க. போலீஸிலே ரிப்போர்ட் பண்ணுன்னு.”

“அவரையும் போயி தரிசனம் பண்ணிட்டு வந்திட்டியா? அவருக்கு என்னப்பா தெரியும்? கிஸ்தி கணக்குப் போட்டுக் கொடுத்தா வசூல் பண்றத்துக்குள்ளே எம்பாடு உம்பாடுன்னு ஆயிடுது. சும்மா வயலுலே பொம்புளிங்க நாத்து நடற

இடத்திலே சுத்திக்கிட்டிருப்பாரு. அவருக்கு என்ன தெரியும்? மரம் பொறம்போக்கிலே இருந்தது. தாசில்தாருக்கும் ரெவின்யூ இன்ஸ்பெக்டருக்கும் தனித்தனியா எளுதிப் போடு."

"இல்லீங்க. மரம் எம் பொழியிலேதாங்க இருந்தது."

"சரி, அப்படியே வெச்சுக்க . . . போலீஸிலே ரிப்போர்ட் பண்ணினா உடனே கண்டுபிடிச்சு ஒனக்குக் கொடுத்திடறாங் களா? மரத்தை வெட்டினவன் மாட்டணும்னா மரம் பொறம்போக்குன்னு ஒரு ரிப்போர்ட் தாசில்தாருக்கும் ரெவின்யூ இன்ஸ்பெக்டருக்கும் எழுதிப்போட வேண்டியதுதான்."

"சரிங்க" என்று புறப்பட்டான் ராமானுஜம்.

"ராமானுஜம், விஷயம் மனசிலேயே இருக்கட்டும். நான் சொன்னேன்னு சொல்லாதே. மரம் மட்டும் எங்கே இருக்குன்னு பார்த்து வெச்சுக்கோ. கோயில் மரம்னாக்கூட இவன் வெட்டறத்துக்கு என்ன அதிகாரம் இருக்கு? தடி புடிச்சவன்லாம் தண்டல்காரன்னு ஆச்சு கிராமத்தோட நெலமே" என்று அவர் போய்விட்டார். அவர் கிராமத்தில் யாரையும் பகைத்துக்கொள்ள முடியாது; பகைத்துக்கொண்டால் அவர் வருமானம் குறைந்துவிடும். பத்திரம் எழுத வேறு யாரையாவது தேடிப் போய்விடுவார்கள். மாமூல் நெல் வசூல் பண்ண விசாரிப்புக்காரன் போனால் நெல் கிடைக்காது.

ராமானுஜம் ஆலங்குளத்தங்கரைக்குத் திரும்பினான். குளத்தில் இறங்கி மரத்தைத் தேடினால் என்ன என்று யோசனை வந்தது. இறங்கித் தேடிப் பார்த்தான். மரம் இல்லை. ஒருக்கால் கோயிலுக்குள் இருக்குமோ என்று நினைத்தான்.

கோயில் தென்புறத்துச் சுவர் ஓரமாய் ஒரு சரக்கொன்றை மரம். அதில் ஏறினால் கோயில் பிராகாரங்களை நன்றாகப் பார்க்கலாம். ஏறிப் பார்த்தான். கோயில் பிராகாரத்தில் மரம் கிடப்பது தெரிந்தது. "சரி, பயலப் பாத்துடுறன்" என்று உறுமிக்கொண்டே இறங்கி உழுவதற்குப் போய்விட்டான்.

இரண்டு மூன்று நாட்கள் ஓடிவிட்டன. மரம் கோயிலில் இருக்கிறதா என்பதை மட்டும் ராமானுஜம் கண்காணித்துக் கொண்டே இருந்தான்.

ஒருநாள் பட்டாமணியமும் கர்ணமும் சந்தித்துக் கொண்டார்கள். பட்டாமணியத்திடம் கர்ணம் விஷயத்தைச் சொன்னார். ராமானுஜம் ரிப்போர்ட் செய்த செய்தி போஸ்ட் மாஸ்டரின் மூலம் கர்ணத்திற்கு எட்டியிருந்தது. கிராமத்திலிருந்து ரெவின்யூ இன்ஸ்பெக்டருக்கும் தாசில்தாருக்கும் ரிஜிஸ்டர்

பண்ணிக் கடிதம் போகிறதென்றால் ஏதோ விஷயம் இருக்கிறது என்று அர்த்தம். "ஏன் கோவிந்தராசுவுக்கு இந்த வம்பு . . . ரெவின்யூ இன்ஸ்பெக்டர் வந்தா அவன் என்ன பதில் சொல்லப் போறான்? ஏதாவது ஃபைன் தீட்டிடுவானே" என்றார் கர்ணம்.

"கோவிந்தராசு வெட்டினான்னு எவன் சொன்னான்?"

"அவன்தான்யா ராமானுஜம் – அன்னிக்கிச் சொல்லிக்கிட்டிருந்தான். பொறம்போக்கு மரத்தை வெட்டிட்டான்னு ரிப்போர்ட் பண்ணப் போறேன்னு சொல்லிட்டுப் போனான்."

"அவன் பொழியிலே இருந்ததுன்னுன்னா சொல்லிக்கிட்டிருந்தான்? இன்னிக்கே போலீஸுக்குப் போறேன் பாருன்னுட்டுப் போனானே எங்கிட்டே?" என்றார் பட்டாமணியம்.

"நூறு அம்பதுன்னு அபராதம் போட்டுடுவான்."

"மரம் பொறம்போக்கிலேயா இருந்துது?' என்று கேட்டார் பட்டாமணியம். ஆமாம் . . . ஆமாம். அதிலே என்ன சந்தேகம்?" என்றார் கர்ணம்.

"இவன் அயோக்கியனாச்சே. இவனே காட்டிக்கொடுத்திடுவான்" என்று நினைத்துக்கொண்டு கிளம்பினார் பட்டாமணியம். கோவிந்தராசுவிடம் விஷயத்தைச் சொல்லிவிட்டுப் போய்விட்டார்.

கோவிந்தராசு மரத்தை ஒளித்துவைக்க முடிவுசெய்தான், தான் வெட்டவே இல்லை என்று சாதித்துவிடலாம் என்ற நினைப்பு அவனுக்கு. முதலில் விறகாகப் பிளந்து வீட்டுப் பரணில் அடுக்கிவிடலாமா என்று யோசித்தான். அது அவ்வளவு சீக்கிரத்தில் நடைபெறக்கூடிய காரியமல்ல. விஷயம் வெளியில் தெரிந்துவிடும். பயல் ரெவின்யூ இன்ஸ்பெக்டரை வீட்டுக்கே அழைத்துவந்து பரணையைக் காட்டிவிடக்கூடும். ராமானுஜம் ஆலங்குளத்தில் இறங்கி மரத்தைத் தேடிய செய்தி அவனுக்கு எட்டியிருந்தது. இனிமேல் மரத்தை அவன் குளத்தில் தேட மாட்டான். ஆகையால் மரத்தைக் குளத்தில் போட்டுவிடுவதே நல்லது என்ற முடிவுக்கு வந்தான். இரவோடு இரவாக அடிமரம் குளத்தில் போய் விட்டது. கிளைகளையும், மிளாறுகளையும் கோயில் மடப்பள்ளியில் போட்டுப் பூட்டிச் சாவியைக் குருக்களிடம் கொடுத்துவிட்டான். வரட்டுமே! சாமர்த்தியத்தைப் பார்க்கலாம் என்று அமைதியாக இருந்தான்.

மறுநாள் காலையில் பட்டாமணியத்தின் வீட்டிற்கு ரெவின்யூ இன்ஸ்பெக்டர் வந்தார். பட்டாமணியம் நடவுத் தளையில் இருந்தார். அவரைக் கூப்பிட்டுவர ஆளை அனுப்பிவிட்டு உட்கார்ந்தார் இன்ஸ்பெக்டர்.

பட்டாமணியத்திற்குச் செய்தி கிடைத்ததும் அவர் நேரே கோவிந்தராசுவைப் போய்ப் பார்த்தார். “ரெவின்யூ இன்ஸ்பெக்டர் வந்திருக்காராம் ராசு. அங்கே தாம் இப்போ போறேன். விஷயத்தை அமுக்கிடறதுக்கு முயற்சி பண்றேன். முடியலேன்னா ஆளை அனுப்பறேன். வந்து நான் ஊருலேயே இல்லீங்க, விஷயம் எனக்குத் தெரியாதுங்க, இது வீண் அக்கப்போருங்கன்னு சாதிச்சிடு. அந்தப் பய நீ வெட்டினதாத்தான் ரிப்போர்ட்டு பண்ணியிருக்கானாம்” என்று சொல்லிவிட்டு வீட்டுக்கு வந்தார்.

ரெவின்யூ இன்ஸ்பெக்டரைக் கண்டதும் “வாங்க, என்னங்க, காலை நேரத்திலே இந்தப் பக்கம்? சௌக்கியங்களா?” என்று கும்பிட்டுவிட்டுத் திண்ணையில் போய் உட்கார்ந்தார்.

“சௌக்கியம்தான் ஸார். என்ன ஒங்க ஊருலேருந்து ஒரு பெட்டிஷன் வந்திருக்கே?” என்றார் அவர்.

“என்னங்க விஷயம்?”

“பொறம்போக்குல இருந்த கருவேல மரத்தை கோவிந்தராசுங்கற ஆளு வெட்டிட்டான்னு ராமானுஜங்கறவரு எழுதியிருக்காரு. உண்மைதானா?”

“விஷயமே எனக்குத் தெரியாதுங்க. நீங்க இப்போ சொல்லித்தாங்க தெரியுது. நாத்துப் பறிக்கிற எடத்துக்கும் நடவுத் தளைக்கும் ஒழவுக்குமா அலைஞ்சுக்கிட்டு இருக்கேங்க. பசங்க சும்மா இருக்க மாட்டானுங்க. அக்கப்போர் புடிச்ச பசங்க . . . கூட்டியாற ஆள் அனுப்பட்டுங்களா?” என்றார்.

“ஆமாம் . . . ராமானுஜத்தையும் கோவிந்தராசுவையும் அழைச்சிகிட்டு வரச் சொல்லுங்க.”

ரெவின்யூ இன்ஸ்பெக்டர் வாய் மூலமும் நடந்த செய்தியைக் கேட்டுக்கொண்டார் பட்டாமணியம். “பயிர்ச்செலவு நேரங்க இது. பசங்க அடிச்சுக்கிடிச்சுக்கிட்டு நிக்கப்போறானுவோ. ஏதோ சொற்பமா அபராதத்தைப் போட்டு விட்டுடுங்க” என்றார்.

“மரத்தை நீங்க பாத்திருக்கீங்களா?”

“ரெண்டு வாரத்துக்கு முந்திகூடப் பாத்தேங்க.”

“மரம் என்ன விலை போகும்னு நினைக்கறீங்க?”

“அம்பது ரூபாயைத் தாண்டித்தாங்க போகும்” என்றார் பட்டாமணியம்.

அதற்குள் ராமானுஜம் வந்துவிட்டான்.

“இவர் யாரு?”

“இவருதாங்க ராமானுஜம்” என்றார் பட்டாமணியம்.

“ஏனையா, நீதான் இந்த ரிப்போர்ட்ட எழுதினியா?”

“ஆமாங்க.”

“அந்த ஆளு மரம் வெட்டினதை நீ பாத்தியா?”

“பாக்கலைங்க; ஆனா அவருதாங்க அந்த மரத்தை வெட்டினது. அவருதான் கோயில் பட்டாவுலே மரம் இருக்குதுன்னு சொல்லிக்கிட்டு இருந்தாரு. ஆளு ராவோடு ராவாப் பூந்து மரத்தை வெட்டிட்டாருங்க . . . வெட்டின மரத்தை ஏங்க ஒளிச்சுவைக்கணும்?”

“அந்த மரத்தக் காட்டுவியா?”

“காட்டறேங்க . . . மரம் கோயில்லேதாங்க இருக்குது” என்றான் அவன்.

“அப்போபோய்ப் பார்க்கலாம் வாங்க. கோவிந்தராசு வந்தா அங்கே வரட்டும்” என்று ரெவின்யூ இன்ஸ்பெக்டர் கிளம்பினார். அவரோடு இருவரும் தொடர்ந்தனர். வழியில் கோவிந்தராசு வந்துகொண்டிருந்தான்.

“என்னங்க, கூட்டிவரச் சொன்னீங்களாமே!” என்று கும்பிட்டான் அவன்.

“பொறம்போக்குலே இருந்த கருவேல மரத்தை நீ திருட்டுத்தனமா வெட்டிட்டேயாமே. இவரு ரிப்போர்ட்டுப் பண்ணியிருக்காரு. உண்மைதானாய்யா?” நடந்துகொண்டே கேட்டார் அவர்.

“எனக்கு ஒண்ணும் தெரியாதுங்க . . . ஒரு வாரமா நான் ஊருலே இல்லீங்க” என்றான் அவன், “சரி சரி, வா போகலாம்” என்று அவர்களை அழைத்துக்கொண்டு ஊர்க் கர்ணத்தையும் வரவழைத்துக்கொண்டு போனார்.

“என்ன கர்ணம், மரம் பட்டாவிலே இருக்குதுன்னு இவரு சொல்றாரே, பட்டாவிலேயா இருக்குது?”

“இல்லீங்களே . . . நேத்திக்கு நான் பாத்தேங்க. அந்தக் கன்னிக் கரை முழுசும் பொறம்போக்குத்தாங்க” என்றார் கர்ணம்.

எல்லோரும் கோயிலை அடைந்தனர். மரம் இருந்த இடம் முதலியவற்றைப் பார்வையிட்டார் ரெவின்யூ இன்ஸ்பெக்டர். கோவிந்தராசு கோயில் சாவியை போய் எடுத்து வந்தான். கதவுகளைத் திறந்துவிட்டு வெளியில் நின்றான் அவன்.

“ராமானுஜம், போய் மரத்தைக் காட்டுய்யா” என்றார் ரெவின்யூ இன்ஸ்பெக்டர். ராமானுஜம் கோயில் பிரகாரத்தைச் சுற்றி வந்தான். அவனுடன் அவர்களும் சுற்றி வந்தனர். மரத்தைக் காணவில்லை.

“எங்கேய்யா மரத்தைக் காணோம்?”

“நேத்தி சாயங்காலம்கூடப் பார்த்தேங்க. மரம் எங்கேயோ அப்புறப்படுத்தப்பட்டுட்டுதுங்க, எப்படியும் ஒங்களுக்கு நான் காண்பிச்சுக்கொடுக்கறேங்க” என்றான் ராமானுஜம். பூட்டப்பட்டிருக்கும் மடப்பள்ளி அவன் கண்ணில் தென்பட்டது. என்றும் பூட்டப்படாதது இன்று பூட்டப்படுவானேன் என்று யோசித்தான். “இந்த மடப்பள்ளியே தெறந்துகாட்டச் சொல்லுங்க” என்றான். “சாவி குருக்கள்கிட்டே இருக்குதுங்க. அவரு தட்டுமுட்டுச் சாமானெப் போட்டுப் பூட்டியிருப்பாரு” என்றான் கோவிந்தராசு.

“நெதெக்கும் பூட்டாமே தெறந்து கெடக்கற கதவ இன்னிக்கி மட்டும் பூட்டுவானேங்க? அதைத் தெறந்துகாட்டச் சொல்லுங்க” என்றான் ராமானுஜம்.

“போய்ச் சாவியெ வாங்கிட்டு வாய்யா, போ” கொஞ்சம் மிரட்டலாகவே ரெவின்யூ இன்ஸ்பெக்டர் சொன்னார்.

சாவி வந்தது. கதவு திறக்கப்பட்டது. உள்ளே இருந்த கிளைகளையும் மிளாறுகளையும் வெளியில் இழுத்துப் போட்டான் ராமானுஜம்.

“என்னப்பா இதுதானா?”

“அடிமரத்தைக் காணலைங்க . . . இருங்க அதையும் கண்டுபிடிச்சுடறேன்” என்று வேட்டியை இழுத்துக்கட்டிக்கொண்டு குளத்தில் குதித்துவிட்டான் ராமானுஜம்.

“என்னய்யா மரத்தை நான் வெட்டலைன்னே, இப்போ எப்படிய்யா இங்கே வந்தது?”

“எனக்குத் தெரியாதுங்க . . . போன வாரம் முழுசா நான் ஊருல இல்லீங்க . . . எங்க ஆளுகீளு வெட்டினானோ என்னமோ. குருக்கள் ரொம்ப நாளா வெறவு வேணும்னு கேட்டுக்கிட்டிருந்தாரு.”

“அப்போபோய் ஒங்க ஆளைக் கொண்டா.”

கோவிந்தராசு ஆளை அழைக்கப் போனான்.

“ஊருலே இதுமாதிரி திருட்டுத்தனம்லாம் போனாத்தாங்க ஊரு உருப்படும்” என்றார் பட்டாமணியம்.

ராமானுஜம் குளத்தில் முழுகி முழுகி எழுந்துகொண்டிருந்தான்.

“இது நடவுக் காலங்க; பசங்க ஆளு கூலிக்கே காசுக்குக் கஷ்டப்பட்டுக்கிட்டு இருப்பானுங்க. ஒரு மாதிரியா விஷயத்தை முடிச்சுடக்கூடாதுங்களா?” என்றார் பட்டாமணியம்.

“நான் என்ன பண்ண முடியும் பட்டாமணியம்? இதிலே ஒண்ணும் செய்யறத்துக்கில்லே. அவன் நேரே தாசில்தாருக்கு எழுதிட்டான். தாசில்தாருக்கிட்டேருந்து எனக்கு உத்தரவு. நான் ஏதாவது செஞ்சேன்னா நாளைக்கே எழுதிப் போடறான்னு வெச்சுக்கங்க, என் பேரு கெட்டுப்போயிடும்” என்று சொல்லி விட்டார் அவர்.

ராமானுஜம் குளத்திலிருந்து அடிமரத்தைக் கரையேற்றிப் போட்டான்.

“என்ன விலை போகும்னு இப்போ பாருங்க” என்றார் ரெவின்யூ இன்ஸ்பெக்டர்.

“அறுபது... எழுபது போகும்” என்றார் கர்ணம்.

“அவ்வளவு போகாதுன்னு நெனெக்கிறேன்” என்றார் பட்டாமணியம்.

“எழுபதைத் தாண்டித்தாங்க மரத்துக்கு வெல” என்றான் ராமானுஜம். ஆளுடன் கோவிந்தராசு திரும்பினான்.

“என்னப்பா இந்த மரத்தை நீதான் வெட்டினதா”

“ஆமாங்க.”

“பொறம்போக்குலே இருக்கற மரத்தை வெட்டக் கூடாதுன்னு தெரியாதா?”

“மரம் கோயில் பொழியிலே இருக்குதுன்னு சொல்லிக் கிட்டாங்க... குருக்கள் அய்யிரு வெறவுக்கு மரம் பாருடான்னாருங்க. பக்கத்திலே மரம் இருக்குதே, கோவில் மரமாவும் இருக்குதேன்னு வெட்டிப் போட்டுட்டேங்க.”

“என்னய்யா, சொல்லிக்கொடுத்து அழைச்சுக்கிட்டு வந்தியா?” அவர் கோவிந்தராசுவைப் பார்த்துச் சிரித்தார். “பாத்தீங்களா, கோவில் மரத்தை வெட்ட ராத்திரி நேரம்தான் கெடெச்சிருக்கு.”

“இல்லீங்க எசமான் ... பகல்லே எங்கேங்க எசமான் ஓய்வு இருக்குது?” என்றான் வேலையாள்.

“திருடவா?” என்றார் ரெவின்யூ இன்ஸ்பெக்டர்.

“என்ன கோவிந்தராசு ... மரம் எழுபத்தஞ்சு ரூபாய்க்கு மேலே போகும்னு மதிப்பும் போடறாங்க ... அவ்வளவு அதிகமா

இல்லேன்னு வெச்சுக்கிட்டா கூட நீ அபராதம் எல்லாம் சேர்த்து எழுபத்தஞ்சு ரூபா கட்ட வேண்டி இருக்கும். என்ன சொல்றே?"

"அந்தப் பய தெரியாம செஞ்ச குத்தம்தானேங்க" என்றான் கோவிந்தராசு.

"அது எப்படிப்பா . . . தெரியாமெ வெட்டினாக்கூட மரத்தைத்தானே வெட்டியிருக்கே. அதுக்குன்னு மதிப்பு இருக்கில்லே? தெரியாமேதான் ரோட்டு மரத்தை எல்லாம் வெட்டி டீக்கடை நடத்தறிங்க... தெரிஞ்ச விஷயத்தைக்கூட சும்மா விட்டுட முடியுமா நாங்க? எழுபத்தஞ்சு ரூபா அபராதம் கட்டிடு."

"ஆளு பேருலேயே போட்டுக்கங்க . . . கட்டிடறேன்" என்றான் கோவிந்தராசு.

ooo

ரொம்ப நாள் வரையில் கோவிந்தராசு "நானா அபராதம் கட்டினேன்? என் பண்ணைப் பறையனை விட்டுக் கட்டச் சொன்னேன்" என்று சொல்லிக்கொண்டிருந்தான்.

"அந்தப் பயலை அபராதம் கட்ட வெச்சேனா இல்லையா? அவன் கட்டினா என்ன, அவன் பறையன் கட்டினா என்னய்யா? அபராதம் அபராதம்தானே!" என்று சொல்லிக்கொண்டிருந்தான் என் நண்பன் ராமானுஜம்.

"கோவிந்தராசு, கவலெப்படாதே . . . பய என்னிக்காவது ஒரு நாள் மாட்டிக்காமேயா போயிடுவான்? அன்னிக்குப் புடிச்சு ஒரே அமுக்கா அமுக்கிடலாம்" என்று கோவிந்தராசுவுக்கு ஆறுதல் சொல்லிக்கொண்டிருந்தார் பட்டாமணியம்,

கல்யாணி

என் பேத்தி ஊருக்குக் கிளம்பிக்கொண்டிருந்தாள்.

காலை நேரம்.

புஞ்சையிலிருந்து தொலைபேசியில் செய்தி வந்தது. 'கல்யாணி இறந்துவிட்டார். நேற்று இரவு இறந்துபோனார். இன்று பிற்பகல் எடுக்கிறார்கள்' என்றார் தொலைபேசியில் பேசியவர்.

"நீங்கள் யார் பேசுவது?" என்று நான் கேட்டேன்.

"நான் நரசிம்மனின் மகன்" என்றார் அவர்.

எந்த நரசிம்மன்?

எனக்கு நிறைய நரசிம்மன்களுடன் பழக்கமுண்டு, கூத்தில் உள்ள நரசிம்மனையும் சேர்த்து.

கல்யாணிக்குக் கல்யாணம் பண்ணிவைப்பதில் என் பங்கு மிகப் பெரிதாக இருந்தது. அவருடைய தங்கையைக் கல்யாணம் பண்ணிக்கொண்டிருந்த நரசிம்மன் என்ற தையற்காரனின் பங்கும் பெரிதாக இருந்தது. நாங்கள் இருவரும் நண்பர்கள். ஒருவருக்கொருவர் நண்பராக இருந்ததாலேயே கெட்ட பெயர் எடுத்தவர்கள். கல்யாணியும் என் நண்பர். கல்யாணிதான் என் நண்பர். அதற்குப் பிறகு கல்யாணியின் தங்கையைக் கல்யாணம் பண்ணிக்கொண்ட விதத்தில் நரசிம்மன் எனக்குக் கூடுதல் நண்பரானான். செம்பனார் கோயிலில் தையற்கடை வைத்திருந்த சர்க்கரையின் மூலம் அதே செம்பனார் கோயிலில் தையற்கடை வைத்திருந்த நரசிம்மன் எனக்கு நண்பனானான். எனக்குக் கல்யாணி நண்பர் என்பதால் அவருடைய தங்கையைக் கல்யாணம் பண்ணிக்கொள்வதில் என்

உதவியைப் பெற்று அதன் மூலம் கூடுதலான உறவு உண்டாயிற்று எனக்கும் நரசிம்மனுக்கும் இடையில்.

எனக்கும் கல்யாணிக்கும் இடையில் 12 வயது வித்தியாசம் இருந்தது. இறக்கிறபோது அவருக்கு வயது 82 என்று அவருடைய கருமாதி அன்றைக்குப் புஞ்சைக்குத் தொலைபேசியில் பேசியபோது தெரிந்துகொண்டேன். கடைசிப் பன்னிரண்டு ஆண்டுகளில் அவர் சக்கர நாற்காலியிலேயே பொழுதைக் கழித்தார். அவருக்கு நீரிழிவு நோய் இருந்தது. அதில் அவர் ஒரு காலை இழந்து பிறகு சக்கர நாற்காலியில் ஏறிக்கொண்டு புஞ்சையின் இன்னொரு விநோதமான பாத்திரமாக மாறியிருந்தார். சக்கர நாற்காலியில், மாடியில் இருந்த அவர் மகன் வீட்டில் சென்னையில் அவரால் பொழுதைக் கழிக்க முடியவில்லை. எனவே, அவர் புஞ்சைக்குத் திரும்பிவிட்டார். இந்தப் பன்னிரண்டு வருஷங்கள் அவருக்குப் புஞ்சையில் மிகவும் சந்தோஷமாகவே போயிருந்திருக்கின்றன. சக்கர நாற்காலியில் எங்கும் அவர் போய் வந்துகொண்டிருந்ததால் அவருக்கு நல்ல உடற்பயிற்சியும் கிடைத்திருக்கிறது. அவருக்குப் பிடித்தமான அரசியலைப் பேச முடிந்திருக்கிறது. அதற்குப் போதுமான டீக்கடைகள் புஞ்சையில் இருந்தன. அவர் திராவிடக் கழகத்துக்காரர். கடைசிவரையில் அவர் திராவிடக் கழகத்துக்காரராகவே இருந்தார்.

என்னுடைய பேத்தி சென்ற ஆண்டுக்கு முந்தின ஆண்டு சிங்கப்பூரிலிருந்து வந்திருந்தபோது புஞ்சைக்கு நாங்கள் போயிருந்தோம். அப்போது அவள் கல்யாணியைப் பார்த்தாள். மேற்குப் பார்த்தும் கிழக்குப் பார்த்தும் இருந்த வீடுகளைக் கொண்ட மேலவீதியின் மேல்சாரியில் தெற்குப் பார்த்து இருந்த வீட்டின் முன்தாழ்வாரத்தில் அவர் சக்கர நாற்காலியில் உட்கார்ந்துகொண்டிருந்தார். 'என்ன கொழந்தெ, ரவியோட மகளா?' என்று என் பேத்தியை அருகில் அழைத்து அணைத்துக்கொண்டார். அது ஒரு நாற்பது நாற்பத்தைந்து வருஷங்களுக்கு முந்தியதாக இருக்குமானால் சாராய வாடையில் என் பேத்தி அவர் மேலேயே வாந்தி எடுத்திருப்பாள். இப்போது வேர்வை நாற்றம் மட்டுமே இருந்தது. என் பேத்தி அந்தத் தழுவலில் சற்று நேரம் அப்படியே இருந்தாள். எனக்கு மட்டும் ஆச்சரியமாகவே இருந்தது எப்படி இந்த மொடாக்குடியன் குடியை விட்டுவிட்டு 'அ'குடியரானார்! அது அவருடைய கல்யாணத்தின் போதே ஆகிவிட்டது. ஆனால் பெரிய வைராக்கியமுள்ள ஒரு பரம்பரையில் வந்த அவர் குடியை விட்டது ஒன்றும் ஆச்சரியம் இல்லைதான்.

அந்தப் பரம்பரையில் ஏற்கனவே நான் சின்னதாடியைப் பற்றிச் சொல்லியிருக்கிறேன். சின்னதாடி கல்யாணியின் சின்ன நாயனா. இப்போது கல்யாணியின் நாயனா பெரியதாடியைப்

பற்றிச் சொல்ல வேண்டும். அவர் மிகவும் மௌனமாகப் புஞ்சையின் தெருக்களில் உலவிக்கொண்டிருந்தார். பேசும்போது தலையை ஆட்டி ஒரு ஆஸ்பதம் போட்டுவிட்டே பேசுவார். இவர்கள் எல்லோருமே கூட்டுக் குடும்பத்தில் வளர்ந்தவர்கள். கஸ்தூரி நாயுடுவின் வீட்டுக்கு எதிரில் இருந்த அவர்கள் வீடு எனக்குத் தெரிந்தே வசவசவென்று இருந்தது. இத்தனை ஜனங்களைக் கொண்ட அந்த வீட்டில் எல்லோரும் பேசினார்கள் என்றால் எல்லோருக்குமே காது செவிடாகி இருந்திருக்க வேண்டும். அவர்களுக்குக் காது நன்றாகவே கேட்டது. ஆனால், அவர்களுடைய பேச்சு குறைந்துவிட்டது போலும். அப்படித்தான் இருக்க வேண்டும். தலையை ஆட்டுவது. மௌனமாகக் கேட்டுக்கொண்டிருப்பது. பேச்சு உள்ளிருந்து புறப்பட்டு யோசனை அனுமதித்த பின்னர்தான் வர வேண்டும் போலிருக்கிறது. தலையை ஆட்டுவது அதற்கான ஆமோதிப்புபோலும். இந்தப் பேச்சு ஒன்றும் விரோதத்தைச் சம்பாதித்துக்கொண்டு வராது. எனவே, பேசலாம்.

அவரைப் பற்றி ஒரே ஒரு சம்பவத்தைச் சொன்னாலே போதுமானது என்று நினைக்கிறேன். குழந்தைகளான எங்களுக்கு அக்ரகாரத்தை விட்டு மேற்கே வந்து தெற்கே திரும்பினால் இருந்த டீக்கடைகளின் வாசற்புறம் பெரிய பொழுதுபோக்கு ஸ்தலம். அப்போது நாங்கள் அந்த டீக்கடைகளில் ஏ.கே.சி. நடராஜனின் கிளாரினெட் கேட்டுக்கொண்டிருந்த காலம். எஸ்.ஜி. கிட்டப்பா, தியாகராஜ பாகவதர், டி.ஆர். மகாலிங்கம், டி.கே. பட்டம்மாள், இவர்களையெல்லாம் கொஞ்சம் பின்தள்ளி விட்டு ஏ.கே.சி. போன்றவர்கள் முன்னுக்கு வந்துவிட்ட காலம் அது. அலுத்துப்போகிற அளவுக்கு ஏ.கே.சியைப் போட்டி போட்டுக்கொண்டு மாற்றி மாற்றிப் போட்டுக்கொண்டிருந்தார்கள் டீக்கடைக்காரர்கள். நாங்கள் ஏ.கே.சி.யை சங்கீதமாகக் கேட்பதை விட்டுவிட்டு வெறும் சப்தமாகக் கேட்கிற அளவுக்கு வந்துவிட்டோம். அந்த சப்தத்தைக் கேட்டுக்கொண்டு நின்றிருந்த போது . . . என்ன ஆச்சரியம் இது!

அங்கு ஒரு ஆச்சரியம் நடக்கப்போகிறது என்று எங்கள் உள்ளுணர்வில் புலப்பட்டுவிட்டது போலும். நாங்கள் எல்லோரும் அங்கு தோளின் மேல் துண்டைப் போட்டு மத்து சிலுப்புவதுபோலச் செய்துகொண்டிருந்த பெரிய தாடியின் பக்கம் திரும்பினோம். தெற்கே இருந்து ஒரு நாய் வெகு வேகமாக வடக்கை நோக்கிச் சாலையில் பெரிய தாடி நின்றுகொண்டிருந்த பக்கம் ஓடிவந்துகொண்டிருந்தது. அது அவரைக் கடக்கிற போது நாயக்கர் ஒரு தாவலில் குனிந்து நாயின் பின்னங்கால்களைப் பற்றித் தலையைச் சுற்றிக் கார்த்திகைக்கு மாவலிப்பைச் சுற்றுவதுபோலச் சுற்றித் தரையில் அடித்துக் கொன்றுவிட்டார். எல்லோரும் ஆச்சரியத்தில் பேச்சிழந்து இருந்தார்கள்.

அது ஒரு வெறிநாய். புஞ்சையில் அது இரண்டொரு நாள்களுக்கு முன்பு இரண்டு பேரைக் கடித்திருந்தது.

அடுத்த முறை புஞ்சைக்குப் போகிறபோது என் பேத்திக்கு அந்த இடத்தைக் காட்ட வேண்டியிருக்கும். இந்த முறை அவளால் புஞ்சைக்குப் போக முடியவில்லை. செப்டம்பர்வாக்கில் அவள் தொலைபேசியில் என்னிடம் பேசியபோது 'இந்த முறை புஞ்சைக்குப் போய்விட்டுவர வேண்டும் தாத்தா' என்றாள். ஏனெனில் போன முறையும் அவளால் போக முடியவில்லை. போன முறை சுனாமி வந்துவிட்டது. இந்த முறை அடைமழை. இந்த முறையும் ஊருக்குப் போய்விட்டு வர முடியாமல் போய்விட்டதே என்றும், கல்யாணி இறந்துவிட்டாரே என்றும் என் பேத்தி வருந்தினாள். தொலைபேசியில் செய்தியைக் கேட்டதும் அப்படியே உட்கார்ந்துவிட்டாள். இடிந்து உட்காருதல் என்பதற்கு அப்போதுதான் எனக்கு உண்மையான அர்த்தம் புரிந்தது.

கல்யாணிக்கு அந்தப் பெயரை வைத்தவர் எங்கள் பெரியப்பாதான். பெரியப்பா அவருடைய வாத்தியார். அவர் வைத்த பெயரில் அவருக்குப் பெரிய சந்தோஷம் இருந்தது. 'பெரிய ஸார் வைத்த பெயர். பெரிய ஸார் வைத்த பெயர்' என்று அடிக்கடி சொல்லிக்கொண்டிருப்பார். எங்கள் அப்பா சின்ன ஸார்.

அவருக்கு விஜயன் என்ற ஒரு பெயர் இருந்தது நினைவுக்கு வருகிறது. கல்யாணத்தின்போது கல்யாணி என்கிற விஜயனுக்கு என்று போட்டார்கள். பத்திரங்களில் விஜயன் என்ற பெயர் பயன்படுத்தப்பட்டிருக்கும். கல்யாணி என் நண்பராக இருந்ததால், எங்கள் பெரியப்பா அவருக்கு வைத்த பெயரே நிலைத்துவிட்டது என்பதைச் சொல்லிக்கொள்வதில் அவருக்குப் பெருமையாக இருந்தது.

நான் குழந்தையாக எங்கள் பெரியப்பா போதித்த வகுப்புக்குப் போயிருக்கிறேன். அப்போது கல்யாணியைச் சந்தித்தது இப்போது நன்றாக நினைவுக்கு வருகிறது. ஒரு சந்தோஷ உணர்வாக உடம்பில் பரவுகிறது. செம்பனார் கோயிலிலிருந்து வரும் சாலை மேலவீதியாக வடக்கே திரும்பும் முனையில் இருந்த பள்ளிக்கூடத்தைத் தவிர, இப்போது கல்யாணி வீடு கட்டிக்கொண்டிருந்த இடத்துக்கு எதிரே பெரிய கோயிலுக்குப் போகிற சந்துக்கு இடப்பக்கத்தில் இருந்த கட்டடத்தில் எங்கள் பெரியப்பாவின் வகுப்பு இருந்தது. அப்போது புஞ்சைப் பள்ளிக்கூடத்தில் எட்டாம் வகுப்புவரை இருந்தது. எங்கள் அப்பா அந்தப் பள்ளிக்கூடத்தில் இருந்தார். இடமின்மையால் இங்கு சில வகுப்புகள் நடந்தன. அங்கு என்னைக் கல்யாணி கையைப் பிடித்து அழைத்துக்கொண்டுபோனது இன்னமும் நினைவிருக்கிறது. அந்த உறவு இன்றுவரையில் தொடர்ந்தது.

கல்யாணிக்குக் கல்யாணம் பண்ணிவைப்பதில் என் பங்கு மிகப் பெரிதாக இருந்தது என்று சொன்னேன். சர்க்கரையைப் பற்றியும் சொன்னேன். சர்க்கரைக்கு அவப்பெயர் இருந்தது. அதனால் அவனோடான எங்கள் நட்பு கேவலமாக மதிக்கப் பட்டது. அவன் அக்ரகாரத்தில் இருந்த பெண்களுக்கு ஜாக்கெட் தைத்துக் கொண்டுவந்து கொடுத்தான். அதை வைத்து அவனைக் கேவலமாகப் பேசினார்கள். வடுவத் தெருவில். அதனால் அவனை நாடான் என்றார்கள். அவனுடைய அண்ணன் கௌரவமாக ஏற்றுக்கொள்ளப்பட்டு அவருடைய ஜாதி மறைந்திருந்தபோது சர்க்கரையுடைய ஜாதி பெரிதாகத் தெரிந்தது. சர்க்கரையும் தெரியாத்தனமாக ஜாதியைப் பாராட்டினான். எங்களுக்குச் செம்பனார் கோயில் தையற்கடைக்கு வந்துபோன, ராணுவத்திலிருந்து ஓய்வுபெற்று வந்த ஒரு தலித் நண்பன் இருந்தான். அவன் இல்லாதபோது அவனைச் செடி என்பான் சர்க்கரை. செம்பனார் கோயிலில் செடி என்பது தலித்துகளுக்கு அவர்களுக்குத் தெரியாமலே சூட்டப்பட்டிருந்த பெயர். அவன் எங்களுக்கு இணையாகப் பழகினான். அவனைச் செடி என்று சொல்வதற்கு என்ன நியாயம் இருக்கிறது சர்க்கரைக்கு?

நரசிம்மனுக்குப் பற்கள் பெரிதாக இருந்தன. அவை நரசிம்மவதாரத்தின் பற்களைப் போலவே இருந்தனவாம். எப்போதும் சிரித்துக்கொண்டே பீடியைத் தொடர்ந்து புகைத்துக்கொண்டிருந்தான் நரசிம்மன். பிரஹலாதர்களாகிய எங்களிடம் நரசிம்மன் சந்தோஷமாக இருந்தான்போலும். ஆனால், நாங்கள் இரணியனை அல்லவா இணையற்ற வீரனாகப் பாராட்டிக்கொண்டிருந்தோம். நரசிம்மனின் பற்களுக்கு இடையில் இடைவெளி பெரிதாகத் தெரிந்தது. சிரித்தால் மட்டுமே வெளியில் தெரியும்படி பற்கள் உள்ளடங்கியே இருந்தன. பீடிப் புகை படிந்து சுட்டுக் கருத்த உதடுகளுக்கு உள்ளே புகையால் பழுத்த பற்கள் சிரிப்பில் பெரிதாகத் தெரியும். அதைக் காட்டிக் கொள்வதில் அவனுக்குத் தயக்கமில்லை. சிரித்துக்கொண்டே இருப்பான். சிரிப்புக்கு இடையிலும் புகை இழுப்புக்கு இடையிலும் மிகவும் சந்தோஷமாகப் பேசுவான். புகை இழுப்புகூட மிக சந்தோஷமாக நுரையீரல்கள் நிறையநிறைய இழுப்பதாக இருக்கும். புகைபிடிப்பதில்லை அது. புகை குடிப்பது. அதுகூடச் சரியான பிரயோகமாகத் தெரியவில்லை. குடிப்பது எல்லாம் இரைப்பைக்கு அல்லவா போகிறது. கபடமில்லாமலும் பயமில்லாமலும் மிக சந்தோஷமாகப் புகைபிடித்து, மிக சந்தோஷமாகவே சிறு வயதில் அவன் செத்தும் போய்விட்டான்.

பெரியதாடியின் வேகமான நடைக்குப் பின்னால் நாங்கள் நாய்க்குட்டிகளைப் போல ஓடி, கல்யாணியின் கல்யாணப் பேச்சைப் பேசிக்கொண்டிருந்தோம். நரசிம்மனுக்கு ஆணிக்கால்,

தெத்தித்தெத்தி நடப்பான். அதோடு ஓட்டம். சட்டெனப் பெரியதாடி நின்று திரும்புகிறபோது அவர்மேல் மோதிக்கொண்டு விடுவதைப் போல முட்டுக்கட்டை போட்டு நாங்கள் நிற்போம். எங்களை ஒரு பார்வை பார்த்துவிட்டு மீண்டும் திரும்பி நடப்பார் பெரியதாடி. 'ஓதவாக்கரைகள், ஓதவாக்கரைகள்' என்பதுபோல இருக்கும் அந்தப் பார்வை.

கல்யாணி திராவிடக் கழகத்துக்காரர் என்பதல்லாமல் அவர் வேலையில்லாமல் திரிகிறார் என்பதும் அவருடைய நாயனாவுக்கு அவருக்குக் கல்யாணம் பண்ணிவைப்பதில் பெரிய தடையாக இருந்தது. பணம் தேவைப்பட்டால் கல்யாணி ஒரு வாழைத்தாரை வெட்டிக்கொண்டு போய் விற்றுவிட்டு வந்துவிடுகிறார்.

கல்யாணிக்குக் கல்யாண ஆசை வந்த கதை எனக்கு ஞாபகம் இருக்கிறது. ஒருமுறை கல்யாணி என்னைக் குரங்குப்புத்தூருக்கு அழைத்துக்கொண்டு போனார். போகும் வழியில் சர்க்கரையையும் அழைத்துக்கொண்டு போனோம். குரங்குப்புத்தூரில் சர்க்கரையின் சொந்தக்காரர் ஒருவர் சாராயம் காய்ச்சினார். கள்ளச்சாராயம். உள்ளபடியே அதுதான் நிஜச் சாராயம். நான் இலங்கையிலிருந்து வந்த சாராயத்தைக் குடித்திருக்கிறேன். மணிப்பூரில் 'ரைஸ் ஓயின்' என்று அழைக்கப் படுகிற சாராயத்தைக் குடித்திருக்கிறேன். அது எங்கள் வீட்டின் இரண்டாம் கட்டில் அடுக்கிவைத்திருக்கும் தவிட்டு மூட்டைகள் சிக்குப்பிடித்து நாறுவதுபோல் நாறிற்று. நாள்பட்ட உமியின் நாற்றம். கொலம்பியாவில் சாராயம் குடித்திருக்கிறேன். இந்தச் சாராயங்களைக் குடிக்கிறபோதெல்லாம் அந்தக் குரங்குப்புத்தூர்ச் சாராயத்தின் நினைவுதான் வந்தது.

சாராயம் கலப்படம் இல்லாமல் இருக்கிறதா என்பதைக் காண்பிக்கக் காலி பாட்டிலின் வாயில் தீக்குச்சியைக் கிழித்துக்காட்டி அது 'பக்கென்று எரிந்து வெடித்துத் தழல் இளஞ்சிவப்பிலும் இளம்பச்சையிலும் வெளியேறி பாட்டில் காய்ந்திருப்பதைக் காட்டினார் கல்யாணி. நாங்கள் முட்டமுட்டச் சாராயம் குடித்தோம். அவர்கள் வறுத்த கருவாடு தொட்டுக்கொண்டார்கள். நான் அப்போது அதெல்லாம் பழகிக்கொள்ளவில்லை. எனக்கு எலுமிச்சங்காய் ஊறுகாய் கொடுத்தார்கள். உலகமே சந்தோஷத்தில் மிதக்க, நாங்கள் காவிரிப்பூம்பட்டினம் மண்சாலையை அளைந்துகொண்டு வந்தோம். மண்ணை உழுது, புழுதி கிளப்பிக்கொண்டு வந்தோம். அந்தச் சாலையைக் கீழணையிலிருந்து காவிரிப்பூம்பட்டினம்வரை போட்டு இரண்டு புறமும் ஆலமரங்கள் வைத்த கரிகாலனைப் புகழ்ந்துகொண்டே வந்தோம். அந்தச் சாலையைச் சோழன் போட்டான் என்பது செவிவழிச் செய்தியாகவே எங்களை எட்டி யிருந்தது. காவிரிப்பூம்பட்டினத்தைத் தலைநகராகக் கொண்டு

ஆண்ட சோழர்கள் இப்படி ஒரு சாலையைப் போட்டிருப்பார்கள் என்பதை எந்த ஆராய்ச்சிக்கும் அப்பாற்பட்டு நாங்கள் நம்பினோம். 'மண்ணை நன்றாக உழு' என்றார் கல்யாணி. அது நம் பண்டைத் தமிழர்கள் மிதித்த மண் என்றார். குரங்குப்புத்தூர் நாடாருக்குச் சாராயம் காய்ச்சும் மரபு அப்படியே சங்க காலத்திலிருந்து தொடர்ந்து வருகிறது என்றார். திராவிடக் கழகத்துக்காரராதலால் அவர் படிப்பதிலும் அதிகக் கவனம் செலுத்தினார். வெ. சாமிநாத சர்மா எழுதிய புத்தகங்களை நான் அவர் வீட்டில்தான் பார்த்தேன். கோபாலகிருஷ்ண பாரதியின் நந்தனார் சரித்திரக் கீர்த்தனையும் எனக்கு அப்போதுதான் அறிமுகமானது. உ.வே. சாமிநாதையர் எழுதிய கனம் கிருஷ்ணய்யர், கோபாலகிருஷ்ண பாரதியார் முதலிய புத்தகங்களை அவர்தான் கொடுத்தார். படித்தேன். ஓர் அபூர்வமான உணர்வு என்னிடம் இருந்தது. ஒரு பெரிய தொடர்ச்சியில் நான் இன்றைய ஒரு கட்டம். இது என்னைப் பற்றிக்கொண்டிருக்கிறது.

அப்புறம் நாங்கள் காவிரிக்குப் பக்கத்தில் காவிரிக்கரையில் ஏறினோம். ஏனெனில் அதற்குப் பிறகு கிடாரங்கொண்டான் வந்துவிடுகிறது. தெரிந்தவர்கள் வந்துவிடுகிறார்கள். அது எனக்காக. அவர் ஊரறிந்த குடிகாரன். காவிரிக்கரையில் ஏறியதும் ஆதிமந்தியும் ஆட்டனத்தியும் எங்கள் பேச்சில் இடம் பிடித்துக்கொண்டார்கள். அவர்களைப் பற்றி பாரதிதாசன் எழுதியிருக்கும் புத்தகத்தை நான் படித்திருந்தேன். சுயமரியாதை மரபில் அது கல்யாணிக்கு நிச்சயம் தெரிந்திருக்க வேண்டும் என்பதால் அதையும் நான் அவரிடமிருந்துதான் படித்திருந்தேன். இந்தக் காவிரியில் எப்படி ஆட்டனத்தி அடித்துக்கொண்டு போகப்பட்டான் என்ற கேள்வி எங்களுக்குள் எழுந்தது. அப்போது காவிரி ஆழமாக இருந்ததா ? இன்னும் இன்னும் ஆழம் என்று இறந்தகாலத்தில் அதன் ஆழம் பாதாளம்வரையில் போய்ச் சங்க காலத்தில் அடி நாகலோகத்தைத் தொட்டுக்கொண்டு இருந்ததால் ஆட்டனத்தியால் நீந்த முடியாமல் தண்ணீரில் அடித்துக்கொண்டு போகப்பட்டுவிட்டான் என்றார் கல்யாணி. கல்யாணி சுத்த சுயமரியாதைக்காரராக இருந்த காரணத்தால் அவருக்குப் பழைய பெருமை பேசிக்கொண்டிருப்பதில் எல்லாம் நம்பிக்கை இல்லை. இன்று இன்று இன்று என்ன என்று கேட்டுக்கொண்டே இருப்பார்.

இன்றைப் பற்றி எனக்கு நினைவு வந்தபோது இன்று எங்கள் மாமா வீட்டுக்கு வருகிறார் என்பது நினைவுக்கு வந்துவிட்டது. அப்போது நாங்கள் பள்ளக் கொல்லையைக் கடந்துகொண்டிருந்தோம். கல்யாணி ஒரு உபாயம் சொன்னார். போதை தெளிவதற்குக் காவிரியில் கிடந்து புரளலாம் என்று. காவிரியில் தண்ணீர் அரித்து ஓடிக்கொண்டிருந்தது. படுத்துக்

குளித்தாலும் உடல் முழுதும் நனையாது. என்றாலும், படுத்துப் புரள்வதற்கு மிகப் பிரமாதமாக இருக்கும். மணலில் குதிரை புரள்வதுபோல் புரளலாம். வளைவில் களிமண் பாங்கான பகுதியில் தண்ணீர் பள்ளம் பண்ணியிருக்கும். அதில் தலைமுழுகக் குளிக்கலாம். தண்ணீர் ஓடிக்கொண்டே இருப்பதால் சுத்தமாக இருக்கும். அப்போது காவிரி சாக்கடையாக மாறவில்லை. காவிரியை தெய்வமாக நினைப்பவர்கள் காவிரி நெடுகிலும் இருந்தார்கள். கல்யாணி, காவிரியை ஒரு பெண்ணைப் போலவே மதித்தார்.

நாங்கள் தண்ணீரில் மணலில் புரண்டு புரண்டு குளித்தோம். உள்ளே ஏற்கனவே பெரிய பழைய நதி ஓடியிருப்பதால் இரண்டு தண்ணீரும் ஒன்றுக்கொன்று உறவுகொண்டு எங்களைப் பெருத்த சந்தோஷத்துக்கு ஆளாக்கியிருந்தது. இந்த நதிக்குக் கொஞ்சம் சலுகை காட்டினார் கல்யாணி. வேத காலத்து நதி. சோமநதி. வேட்டி சட்டைகளை அவிழ்த்துவைத்துவிட்டு ஜட்டியுடன் குளித்தோம். உடம்பெல்லாம் மணல். தலையெல்லாம் மணல். அரித்தோடும் தண்ணீரில் எதிர்நீச்சல் போட்டுத் தண்ணீரோடு அடித்தோடும் மீன்களைப் போல விழுந்து விழுந்து குளித்தோம். ரொம்ப குஷியாக இருந்தது. அப்படியே கரைந்து தண்ணீரோடு போய்க் காவிரிப்பூம்பட்டினக் கடலில் கலந்துவிட மாட்டோமா என்பதுபோல இருந்தது. ஒருக்கால் இப்படிக் கரைந்துதான் ஆட்டனத்தி காவிரியோடு போயிருக்க வேண்டும். இதே போன்ற எண்ணங்கள் கல்யாணியின் மனத்திலும் ஓடியிருக்க வேண்டும். 'பக்தர்களைக் குறைசொல்வது தப்பு' என்றார் கல்யாணி. நான் ஏன் என்று கேட்கவில்லை. சர்க்கரை மௌனமாகவே இருந்தான். தன் சொந்தக்காரன் இவ்வளவு அற்புதமான மதுவைக் காய்ச்சி, கல்யாணியிடம் பெயர் வாங்கிவிட்டான் என்ற சந்தோஷத்திலேயே பின் தங்கிவிட்டான்.

கரையோடு போனவர்கள் கல்யாணியைக் குசலம் விசாரித்துக்கொண்டு போனார்கள். நாங்களெல்லாம் என்ன குழந்தைகளாகிவிட்டோமா என்று கேட்டுக்கொண்டு போனார்கள். ஒங்களுக்கென்ன இன்னிக்கிதான் பதினெட்டாம் பெருக்கா? சப்பாத்துபடிகள் எங்கே? என்று கேட்டார்கள். மரக்கிளைகளில் ஏறிக் குதிக்கச் சொன்னார்கள். கொழந்தெ யாரு, நடேசய்யரு புள்ளையா என்று என் யோக்யதையைச் சிலாகித்துக்கொண்டு போனவர்களும் உண்டு. அப்போதெல்லாம் கல்யாணி பதில் சொல்லவில்லை. அவர்களெல்லாம் நாங்கள் அதீத உணர்வுகளோடு இருக்கிறோம் என்பதைப் புரிந்து கொண்டவர்கள். அப்படியென்றால் நாங்கள் இன்னும் மண்ணில் புகுந்து புறப்பட வேண்டும்.

“அண்ணே, இந்தக் கரையோடுதானே அண்ணே ஆதிமந்தி ஓடினா?” என்று அவர் ஒருவரைப் பார்த்துக் கேட்டார்.

“யாரய்யா அது ஆதிமந்தி?”

அந்த மனிதருக்கு மந்தி என்றால் பெண் குரங்கு என்பதுக்கு மேல் ஒன்றும் தெரியாதாகையால் பெரிய குழப்பத்தோடு போய்விட்டார். ஆனால், அடுத்து வந்த ஆள் “ஒரு கல்யாணமா கார்த்தியா . . . ஊதாரித்தனமா சுத்திக்கிட்டிருந்தா பொறுப்பு எங்கே வரப்போகுது. பெரியதாடி என்ன பாவம் செஞ்சாரோ . . . குடிகாரப்பய, குடிகாரப்பய” என்று சொல்லிக்கொண்டே போனது கல்யாணியின் காதில் விழுந்துவிட்டது. அவர் கோபப்படவில்லை. “கண்ணா . . . ஒரு யோசனை தோணுது. கல்யாணம் பண்ணிக்கிட்டா என்ன?” என்றார். அப்புறம் கொஞ்சம் மௌனமாகிவிட்டார். அவருக்குக் கல்யாண யோசனை வந்தது அந்தச் சந்தர்ப்பத்தில்தான்.

நாங்கள் நீண்ட நேரம் குளித்தோம். கண்கள் சிவந்துவிட்டன. வழியில் கிடாரங்கொண்டான் டீக்கடையில் ஒரு டீ குடித்துவிட்டு, ஒரு ரிண்டான் மாத்திரையை வாங்கிப் போட்டுக்கொண்டு வீட்டுக்குப் போய்விட்டோம். என்னோடு கல்யாணி வீட்டுக்கு வந்தார். போதை தெளிந்துவிட்டது. நாங்கள் குளித்தது ஒரு தூக்கத்திற்கு ஒப்பாக இருந்தது. ஏதாவது நாற்றம் வருகிறதென்றால் அது தன்னிடமிருந்து வருகிறது என்று நினைத்துக்கொள்ளட்டும் என்றுதான் அவர் என்னோடு வந்தது. எங்கள் மாமா வந்திருந்தார். கூடத்து ஊஞ்சலில் உட்கார்ந்துகொண்டு ஆடிக்கொண்டிருந்தார். நான் தலையில் இருந்த மண் எல்லாம் போக வேண்டுமென்று குளிப்பதற்குக் கிணற்றுக்குப் போனேன். ஏற்கனவே, மடுவில் குளித்துத் தலையில் மண் எல்லாம் போய்விட்டிருந்தது. வீட்டில் குளிப்பதால் சோப்பின் மணம் கொஞ்சநஞ்ச வாசனையைக் கழுவிவிட்டுவிடும் என்று எண்ணினேன். நான் குடித்திருந்தேன் என்பதை யாரும் கண்டுகொள்ளவில்லை. கல்யாணி என் நண்பர் என்பது எங்கள் மாமாவுக்குத் தெரியும். யாருக்கும் அடங்காத தறுதலை என்ற பெயரும் எனக்கு இருந்தது. என்னைத் தறுதலை என்று எங்கள் மாமா எண்ணாவிட்டாலும் யாருக்கும் அடங்காதவன் என்று நினைக்கிறவர்தான்.

எங்கள் மாமா போன பிறகு மாலையில் என்னைப் பார்க்கக் கல்யாணி வந்தார். வழக்கம்போல ஆளுயர மூங்கில் கம்பும் பெரிய வாழைக்கொல்லை அரிவாளுடனும் இருந்தார். அரிவாள் வாழைக்கொல்லைக்காக. மூங்கில் கம்பு அவர் சிலம்பம் பழகுவதற்காக. அவர் அறிந்த சிலம்பத்தை தினமும் பழகாமல் அவர் இருப்பதில்லை. காவிரிக்கரையில் அவர்களுக்குச்

சொந்தமாக இருந்த வாழைத் தோட்டத்தின் இடையில் ஒரு நல்ல தென்னந்தோப்பு இருந்தது. அதில் சில மரங்களுக்கு இடையில் கம்பு சுற்றுவதற்குப் போதுமான இடமிருந்தது. அதில் ஒரு மணிநேரம் நன்றாகப் பழகிவிட்டு வருவார். ஏதாவதொரு காரணத்தினால் ஒரு நாளைக்கு விட்டுப்போய்விட்டதென்றால் அடுத்த இரண்டு நாள்களில் அரைமணி, அரைமணி நேரமாக ஈடுசெய்து சுற்றிவிடுவார். இந்தத் தோற்றம்கூட அவருக்கு அவப்பெயரைக் கொடுப்பதற்கு ஒரு காரணமாக இருந்திருக்கக் கூடும்.

“வா கல்யாணி, சேவகம் பண்ணக் கிளம்பியாச்சா?” என்றாள் எங்கள் பாட்டி. அவள் சேவகம் என்றது தலையாரியைப் போல இவரும் ஒரு தலை உயரக் கம்பு வைத்துக்கொண்டிருப்பதால். மேலும் சம்பளம் இல்லாத ஊழியம் செய்பவர் என்பதையும் குறிக்கத்தான். ஒரு கட்டு வாழை இலையைக் கொண்டுவந்து தாழ்வாரத்தில் வைத்துவிட்டுச் சிரித்தார் கல்யாணி. “இல்லை பாட்டி” என்றார். அது நான் பாட்டியைக் கூப்பிடுவதைப் போன்றதொரு தொனி.

“என்னமோ ... போப்பா, இப்படியே காலத்தெ ஓட்டிவிடப் பாக்கறெ” என்றாள் பாட்டி.

“பாட்டி, நான் கல்யாணம் பண்ணிக்கப்போறேன் பாட்டி.”

“என்ன இது கூத்து?” என்றாள் எங்கள் அம்மா.

“கூத்துமில்லே ஆட்டமுமில்லே. நெஜமா கல்யாணம் பண்ணிக்கப்போறேன்.”

“அதைச் செய் முதல்லே” என்றாள் எங்கள் அம்மா.

“என்னமோப்பா நாயக்கர் பேரெக் காப்பாத்தினேன்னா அதுலே மொதல்லே சந்தோஷப்படறவ நான்தான்” என்றாள் பாட்டி.

“பெண் யாரு?” என்று கேட்டாள் எங்கள் அம்மா.

“இனிமேதான் பாக்கணும்”

அந்தச் சில மணிநேரத்தில் ஒருவன் ஏசலாகப் போட்டுவிட்டுப் போனது இப்படி வளரும் என்று நான் எதிர்பார்க்கவில்லை. அவர் பெண்பார்த்த படலமும் எனக்குத் தெரிந்துதான் நடந்தது

நாங்கள் காரைக்காலுக்குக் குடிக்கப்போனபோது அது நடந்தது. நாங்கள் எல்லோரும் சைக்கிளில் போனோம். போகிறபோது ஒரு காரியமாகப் போய்விட்டு, வருகிறபோது குடித்துவிட்டு வந்தோம். ராமகிருஷ்ணனுக்குச் சொந்தக்காரனும் எங்களுக்கு நண்பனும் எங்களோடு படித்தவனும் ராமகிருஷ்ணன் வீட்டில் இருந்தவனும் அறப்பளீசுவர சதகத்தைக் கரைத்துக் குடித்தவனுமான தாணுவின் மாமாவின் வீடு தென்னங்குடியில்

இருந்தது. அவர் நகர் சார்ந்த நாகரிகத்தை அனுசரிப்பவர். மேலும் ஃபிரெஞ்சுக் கலாச்சாரத்தைச் சேர்ந்தவர்கள் மிகவும் நாகரிகமானவர்களாகத் தோற்றம் தருவார்கள். நீர்க்காவி ஏறிய வேட்டியை அவர்கள் கட்டுவதில்லை. சலவை செய்த சட்டையையே அணிவார்கள். நாங்கள் புஞ்சையில் நீர்க்காவி ஏறிய வேட்டியையே கட்டிக்கொண்டிருந்தோம். எங்கள் ஊரில் சலவைத் தொழிலாளர்கள் இருந்தார்கள் என்றாலும் சலவை செய்த வேட்டியை எடுத்து அன்றாடத் தேவைகளுக்குக் கட்டுவதற்கு எங்களுக்குத் தயக்கமாக இருந்தது. மேலே சட்டையே அணிவதில்லை. அது ஊர்ப் பயணத்துக்கு மட்டுமே. ஆனால் அவர்களோ வீட்டில்கூடச் சலவைசெய்த சட்டையை அணிந்து கொண்டிருந்தார்கள். வீடு ஒட்டடை அடிக்கப்பட்டு எப்போதும் புதிதுபோலவே இருக்கும். அவர் வீட்டுக்கு மெத்தைகள் தைக்கவே நாங்கள் போனோம். அப்போது இலவம் பஞ்சு மெத்தைகள் இருந்தன. பஞ்சை அடித்து மெத்தை தைக்க வேண்டும். நரசிம்மன் தையல்காரனானதால் அவனையே கூப்பிட்டிருந்தான் தாணு. தனக்கு வேண்டியவனுக்குப் பணம் போகட்டுமே என்று அவனுடைய மாமா இதற்கு ஒத்துக்கொண்டிருந்தார். நாங்களும் கூடப் போனோம்.

அவரை நானும் அறிவேன். அவர் ராமகிருஷ்ணனின் வீட்டுக்கு அடிக்கடி வருகிறவர். ராமகிருஷ்ணனின் அம்மாவின் தங்கையை அவர் மணந்துகொண்டிருந்தார். நாங்கள் நரசிம்மனின் வேலையில் உதவ முடியும். நரசிம்மன் மெத்தைக்கு வேண்டிய துணியைச் செம்பனார் கோயிலிலேயே தைத்துக்கொண்டு வந்துவிட்டான். கையில் கொண்டுபோக வேண்டியது ஊசியும் நூலும்தான். பஞ்சு தென்னங்குடியில் இருந்தது. ஒரு சைக்கிளில் இருவர் இரு வராகப் போனோம். சர்க்கரையை நாங்கள் அழைத்துக்கொண்டு போகவில்லை. தாணு ஏற்கனவே தென்னங்குடி போய்விட்டான். நானும் கல்யாணியும் ஒரு சைக்கிள். ராமகிருஷ்ணனும் நரசிம்மனும் ஒரு சைக்கிள்.

கல்யாணியை வெளியில் வைத்துவிட்டு ஒரு அறையில் பஞ்சைப் போட்டுக்கொண்டு கழியால் நாங்கள் அடித்தோம். அதற்கான வில்லை நாங்கள் தேடவில்லை. அதற்கான தொழிற்திறமை முஸ்லிம்களிடமே இருந்தது. நாங்கள் வில்லால் பஞ்சு அடிக்கிற கற்பனையோடேயே கழியால் பஞ்சு அடித்தோம். கழி பஞ்சைக் கொந்திக்கொந்திக்கொண்டு வந்தது. சுவர் எல்லாம் பஞ்சு. கூரை எல்லாம் பஞ்சு. எங்கள் மேலெல்லாம் பஞ்சு. எங்கள் நுரையீரலில் பஞ்சு. பனிமூட்டம்போலப் பஞ்சு அறையை மூடிக்கொண்டிருந்தது. இவற்றிலிருந்தெல்லாம் பஞ்சின் தரம் கெட்டுப்போய்விடாமல் துரும்புகள் பஞ்சில் கலந்துவிடாமல் மெதுவாகப் பஞ்சை எடுக்க வேண்டியிருந்தது. ஒரே நாளில் அடித்து மெத்தைக்குப் பஞ்சடைத்துவிட்டோம். பிறகு கூரையை

ஒட்டடை அடித்துச் சுவர்களைப் பெருக்கித் தரையை எல்லாம் பெருக்கித்துடைத்து மெத்தையை ஈரதத்துணியால் துடைத்துப் பஞ்சைப் போக்கி வெயிலில் காய வைத்து எங்கள் மூக்கு, நுரையீரல், தலை மேலெல்லாம் ஒட்டிக்கொண்டிருந்த பஞ்சைத் துடைத்தும் தும்மியும் காறித்துப்பியும் வெளியேற்றி அங்கு ஒன்றுமே நடவாதது போல் ஆக்கிக்கொடுத்துவிட்டு வர இரண்டு நாள்கள் பிடித்தன. அப்படியொரு துல்லியமான வேலையை அவர் இதற்கு முன் கண்டிருக்க முடியாது. மூன்றாம் நாள் காலையில் நாங்கள் புறப்பட்டோம்.

கல்யாணியை வெளியில் வைத்திருந்தது அவருக்கு நல்லதாகப் போய்விட்டது. அவர் கற்பனையில் கல்யாண ஆசையைக் காவிரிக்கரையில் போனவன் போட்டுவிட்டுப் போனதற்குப் பிறகு அவர் புலம்பல் என்ற அர்த்தம் தொனித்துவிடாமல் சற்று முன்னதாகவே முடித்துக்கொண்டு தன் கல்யாண ஆசையை எல்லோரிடமும் வெளிப்படுத்திக்கொண்டிருந்தார். அப்படி அவர் தாணுவின் மாமாவிடமும் பேசியிருப்பார் போலிருக்கிறது. அவர் அதற்குச் சாத்தியமான ஒரு யோசனையைச் சொல்லிப் பக்கத்து வீட்டில் இருந்த ஒரு பெண்ணையும் காட்டி அவர்களோடு தொடர்புபடுத்திவிட்டார் கல்யாணியை. கல்யாணி ஆட்களைக் கவரும் நட்புபாராட்டத் தெரிந்தவர், அதனால் அங்கு உறவை உண்டாக்கிக்கொண்டுவிட்டதோடு அந்தப் பெண்ணோடு காதலையும் ஸ்தாபித்துக்கொண்டுவிட்டார். இந்த இரண்டு நாள்களில் உள்ளே மெத்தை உருவாயிற்று. வெளியில் காதல் உருவாயிற்று.

எங்கள் புறப்பாடு திட்டமிட்டபடியே நடந்தது. நாங்கள் நேரே காரைக்காலுக்குப் போய் பாரில் உட்கார்ந்துகொண்டு குடிக்கத் தொடங்கிவிட்டோம். எந்த பிராண்ட் எந்தக் கலவையில் எப்படிக் குடிக்க வேண்டும் என்பதற்கெல்லாம் வாத்தியார் கல்யாணிதான். அந்தக் குடியை நாங்கள் கல்யாணியின் காதலுக்குச் சமர்ப்பித்தோம். அந்த க்ஷணம் நானும் நரசிம்மனும் கல்யாணிக்குக் கல்யாணம் பண்ணிவைக்கும் பொறுப்புக்குப் பிரமாணம் எடுத்துக்கொண்டோம். குடித்துவிட்டு நாங்கள் ஊர் திரும்பியபோது காரைக்காலின் தெருக்களில் சைக்கிளை உருட்டிக்கொண்டு வந்தோம். தெருவில் அளைந்துகொண்டு வந்தோம். குடித்துவிட்டு அப்படி வருவது பெரிய பெருமையாக இருந்தது எங்களுக்கு. அடங்காப்பிடாரியாக இருப்பதில் லயிப்பு இருந்த காலகட்டம் அது. சமூக நியதிகளை உடைத்தெறிந்து அதில் மூத்திரம் பெய்து காறித்துப்பி நாசப்படுத்த வேண்டும் என்றும், அதுவும் போதாமல் மனம் வெறுப்பு கொள்ளும் காலகட்டமாக அது இருந்தது. அது திராவிட இயக்கத்தால் உண்டாகியிருந்த மனநிலைதான். மிக மெதுவாக மாறும்

124 ந. முத்துசாமி

சமூகத்தில் நாங்கள் பொறுமையில்லாதவர்களாக இருந்தோம். எங்களுக்கெல்லாம் தலைவர் கல்யாணி. அவருடைய கல்யாணம் என்னும்போது எங்கள் உற்சாகம் கரைபுரண்டு ஓடியது.

திரும்பும்போது கல்யாணியால் சைக்கிள் மிதிக்க முடியவில்லை. ஒருக்கால் எங்களைவிட அவர் அதிகம் குடித்திருந்தாரோ என்னவோ? நாங்கள் எதையுமே இயல்பாக எடுத்துக்கொள்ளாமல் தொடர்ந்த போராட்டத்தில் இருந்து கொண்டிருந்த காரணத்தால் போதைகூட எங்கள்மேல் ஏறத் தயங்கிவிட்டது போலும். இந்தச் சமூகத்தை எதிர்த்த யுகத்தில் நாங்கள் போர் வீரர்கள். அப்படித்தான் அப்போது எங்கள் மனநிலை இருந்தது. நாங்கள் ஒன்றுமே ஆகாதவர்களைப் போல இருந்தோம். ஆகாயத்தில் இருந்தோம். பெரிய பெருமை. படுபலம். கல்யாணியை சைக்கிளில் வைத்துக்கொண்டு நான்தான் ஓட்டிக்கொண்டு வந்தேன்.

அவரைக் காதலிப்பதற்கும் ஒரு பெண் இருக்கிறாளா என்றுதான் நாயக்கருக்குத் தோன்றியது. நாயனா மறுக்க மறுக்க அவருடைய காதல் வலுவாக வளர்ந்தது. எங்களை அன்னியில் அவர் இரண்டொரு முறை தென்னங்குடிக்குப் போய்விட்டு வந்தார். நாங்கள் அறியாமல் அங்கே போய்விட்டு வந்தாரோ என்றும் எங்களுக்குச் சந்தேகம் இருந்தது. இப்படி அவர் தென்னங்குடி போய்விட்டு வருவது அநியாயமாக ஒரு பெண்ணின் வாழ்க்கையைப் பாழாக்கிவிடும் என்று நாயக்கர் பெரிய கவலைக்கு ஆளாகிவிட்டிருந்தார்.

இப்படி ஒரு புள்ளையா வந்து பொறக்கணும், என்ன பாவம் செஞ்சோமோ என்றே அவர் குன்றிப்போய்க்கொண் டிருந்தார் என்பது எங்களுக்கு அவர் எதிர்வீட்டுக்காரர் கஸ்தூரி நாயுடுவிடம் பேசிக்கொண்டிருப்பதிலிருந்து தெரிந்தது. இதில் கஸ்தூரி நாயுடு தலையிட மாட்டாரா என்ற ஆதங்கமும் அவருக்கு இருந்திருக்கக் கூடும். ஆனால், இந்த நேரத்தில் அவருக்கு நம்பிக்கை வரும் இரண்டொரு காரியங்கள் நடந்தன. அந்த நேரத்தில்தான் அவர் நான் மேலே குறிப்பிட்ட வீட்டைக் கட்டியது. அதை மட்டும் அவர் கட்டாமல் இருந்திருந்தாரானால் அவருடைய கல்யாணத்துக்கு ஒத்துக்கொண்டிருக்க மாட்டார் நாயக்கர். வீட்டைக் கட்டிப்பார், கல்யாணம் பண்ணிப்பார் என்று ஒரு பழமொழி இருக்கிறதல்லவா? அவர் வீட்டைக் கட்டிப்பார்த்துவிட்டதனால் இனிமேல் அவருக்குக் கல்யாணம் பண்ணிப்பார்க்கலாம் என்று நாயக்கர் தன் ஸ்தானத்திலிருந்து கீழிறங்கி வந்துவிட்டார் போலிருக்கிறது.

அந்த இடத்தில் இடிந்த ஒரு பழைய வீடு இருந்தது. வரிசையாகக் கிழக்குப் பார்த்த வீடுகளின் இடையில் பாழடைந்து போயிருந்தது அந்த வீடு. ஆள்களை விட்டு அந்த வீட்டின் செங்கற்களைப் பெயர்த்து அடுக்கி ஒப்பேறிய ஓடுகளைப்

பிரித்து அடுக்கித் தெற்குப் பார்த்து வாசலை வைத்து வீட்டைக் கட்டுவதற்கு அஸ்திவாரம் போட்டுவிட்டார் கல்யாணி. அது தெருவின் சாரியில் அமையவில்லை என்பதும் ஆரம்பத்தில் அவருக்கு நாயனாவிடம் அவப்பெயரைக் கொடுத்தது. ஊரோடு ஒத்துப்போகாத காலிப்பயல். காலிப்பயல்கள். அதுதான் சரியானது.

அந்த மனைக்கட்டின் கோடியில் இருந்த ஒரு மூங்கில் கொத்தின் மூங்கில்கள் எல்லாவற்றையும் வெட்டி மேற்கே காவிரிக்கரையில் இருந்த குட்டையில் ஊறப் போட்டுவிட்டு– அந்தக் குட்டையில் மட்டும்தான் அதிகம் மனிதர்கள் குளிக்காமல் இருந்தார்கள் – போதாக்குறைக்குப் புதிய ஓடுகளை மட்டும் வாங்கிக்கொண்டு அழகிய ஒரு சிறிய வீடு உருவாகிக்கொண்டுவந்ததைப் பார்த்த பிறகுதான் ஊரோடு முரணிக்கொண்டு அவர் வீட்டைக் கட்டவில்லை என்பதும் தெற்குப் பார்த்து வாசலை வைத்துக் கட்டுகிறார் என்பதும் நாயனாவுக்குப் புலப்பட்டது.

கிளுவை வேலியால் வாயிலை அடைத்து, அந்தக் கொல்லைக் கோடியில் போகிறவரையில் கிளுவை வேலியால் எல்லா வற்றையும் நன்றாக அடைத்துக் கொத்தி, வாழை வைத்து, அது நன்றாகக் குருத்துவிட்டு ஓரிரு இலைகள் வெளியில் வந்து இடமே களைகட்டியபோது நாயனாவுக்கு நன்றாக நம்பிக்கை வந்துவிட்டது. புஞ்சையில் கிளுவை என்றால் அது சின்னதாடியைத்தான் நினைவுபடுத்தும். கிளுவை வேலி போடுவதும் கிளுவைப் போத்துகளை வெட்டி வியாபாரம் பண்ணுவதும் ஒரு பெரிய கலை. அதை மிக நன்றாகச் செய்தவர் சின்னதாடி. அப்படியே கல்யாணி பரம்பரைப் பழக்கத்தில் வருவது கண்டு பெரியதாடிக்கு உள்ளூர சந்தோஷமாகவே இருந்தது. நானும் நரசிம்மனும் செய்ய முடியாத காரியத்தை வீடும் வாழைத் தோட்டமும் கிளுவை வேலிகளும் செய்துவிட்டன.

கல்யாணி மிக எளிமையாகக் கொண்டாடிய கிரகப் பிரவேசம், என்னவோ வீட்டை நாயக்கர்தான் கட்டி கிரகப்பிரவேசம் பண்ணுவதுபோல இருந்தது. நாங்கள் எல்லோரும் இருந்தோம். அது ஒரு நல்ல சடங்காகத்தான் நடந்தது. அவருக்கும் மனசுக்கு ஒத்துப்போயிற்று. அவருடைய நாயனாவுக்கும் சம்பிரதாயமாக இருந்தது. அதற்குப் பிறகு நாய்களைப் போல நாங்கள் நாயனாவுக்குப் பின்னால் ஓடவில்லை.

வீடு கட்டியதைத் தொடர்ந்து அவர் தன் டீக்கடையைத் திறந்தார். அது உட்கார்ந்து இருப்பதற்கு சந்தோஷமான இடமாக அமைந்துவிட்டது. தெற்கு வடக்காக நீண்ட ஓர் அமைப்பு. அதன் நடுவிலிருந்து கிழக்கே போகும் ஒரு பகுதி அடுப்படிக்கு. மனையின் வடமேற்குத் தென்மேற்கு மூலைகளில் இரண்டு

தென்னை மரங்கள் இருந்தன. அந்தத் தென்னைகளைச் சுற்றி வட்டமாகக் கூரை அமைத்து, அதன் அடியில் அமர்ந்து சாப்பிடுவதற்கு அமைப்புகளை உருவாக்கியிருந்தார். அந்த வசதிகள் தெற்கு வடக்காக இருந்த தென்னைகளின் வரிசையில் உண்டாக்கப்படவில்லை. அது இடைஞ்சலாக இருக்கும் என்று விட்டுவிட்டார் போலிருக்கிறது. தென்னைகளுக்கு வெளிப் புறத்தில் அழகான கிளுவை வேலியை அடர்த்தியான படலை வைத்து அமைத்துவிட்டார். இடம் மிகச் சுத்தமாக இருந்தது. நான் ஏற்கனவே சொல்லியிருந்த அக்ரகாரத்தின் முனையில் இருந்த டீக்கடைகளும் இருந்தன. இது வடக்கு வீதி வடக்கே திரும்பிச் சாலையாக மாறும் இடத்தின் கீழ்க்கையில் இருந்தது. இது வடக்கு வீதி மேலும் தொடர்ந்து கிழக்கே போய்த் தெற்கே திரும்பிக் கீழவீதியாக மாறிவிடுகிறது. தெற்கு வீதியான வடுவத் தெருவிலிருந்து வரும் சந்து, குருக்கள் வீட்டை ஒட்டி மேலும் தொடர்ந்து வடக்கு வீதியில் வந்து சேர்கிறது. எனவே இந்தக் கடை இந்தப் பகுதியில் உள்ளவர்கள் தொடர்ந்து வடக்கே போய்ப் பழைய டீக்கடைகளை நாட வேண்டிய அவசியமற்றுப் போயிற்று. இது அக்கடைகளுக்குப் போட்டி அல்லவென்றும் தன் கடை புதிய வாடிக்கையாளர்களை உண்டாக்குவதிலேயே கருத்தாக இருக்கும் என்றும் அந்தக் கடைக்காரர்களுக்குச் சொல்லி அவர்களுடைய கவலைகளைப் போக்கியதுதான் கல்யாணியின் முதல் வேலையாக இருந்தது.

முதன்முதலில் புஞ்சையில் பறையர்கள் எல்லோரும் சமமாக உட்கார்ந்து டீ குடிக்க அனுமதித்தார் கல்யாணி. எல்லோருக்கும் கொடுத்ததைப் போல அதே டபரா டம்ளர்களில் அவர்களுக்கும் டீ கொடுத்தார். அதற்கு முன்பெல்லாம் அவர்களுக்கு டீக்கடையின் பக்கத்தில் சார்ப்பு இறக்கியிருப்பார்கள். அதிலிருந்துதான் அவர்கள் டீ குடிக்க வேண்டும். அவர்களுக்கு டபரா டம்ளர் கிடையாது. கண்ணாடி டம்ளர்கள் தனியாக ஒதுக்கப்பட்டிருக்கும். டீ வேண்டுவோர் அந்தக் கண்ணாடி டம்ளரை எடுத்து வைக்க வேண்டும். அதில் டீக்கடைக்காரர் வெந்நீரை ஊற்றுவார். அதைக் கழுவிவைத்தால் டபரா டம்ளரில் டீயை ஆற்றி அதில் ஊற்றுவார். எடுத்துக் குடித்துவிட்டு அதை அவர்களே அதற்கான இடத்தில் கழுவி வைத்துவிட வேண்டும். இதுதான் தொடர்ந்துகொண்டிருந்தது. இப்போது இதைத் தன் கடையில் மாற்றி விட்டார் கல்யாணி. இதற்கெல்லாம் ஒத்துக்கொண்டவர்கள் கல்யாணியின் கடைக்கு வந்தார்கள்.

இன்னொரு அற்புதமான வேலையைச் செய்தார் கல்யாணி. அவர் கோயில் காளையைப்போல ஊர் சுற்றிக்கொண்டிருந்ததால் அவருக்கு யார்யார் வீட்டில் என்னென்ன விசேஷமான

பலகாரங்கள் பழக்கத்தில் இருக்கின்றன என்பது தெரிந்திருந்தது. அவற்றைத் தயாரித்துக் கொண்டுவந்து தன் கடையில் ஒவ்வொரு நாள் சிறப்பான அம்சங்களாக விற்பனைக்கு வைத்துவிட்டார். அது மாலை நேரங்களில் குறிப்பிட்ட நேரத்தில் குறிப்பிட்ட அளவு மட்டும் விற்கப்படும். அது அவர் கடையின் தனிச்சிறப்பாக எங்கும் பரவ ஆரம்பித்துவிட்டது. தனக்கு லாபம் குறைவாகப் போதும் என்பதும், வருபவர்களுக்கு நல்ல பொருள்கள் கிடைக்க வேண்டும் என்பதும் அவருடைய லட்சியமாக இருந்தது.

எனவே மிக உயரிய காபி, டீ அவருடைய கடையில் கிடைத்தது. இளம் காலைப் பொழுதும் மாலை நேரங்களும் மிக இனியவையாகப் பலருக்கு மாறிவிட்டன. குறிப்பாக, மனஅழுத்தத்தைக் கொடுக்கும் மாலைப் பொழுது மிகவும் சுவாரஸ்யமான மாலைப் பொழுதாக மாறிவிட்டது. இப்போது டீக்கடைக்குப் பால் கொண்டுவரும் நபராகப் பெரியதாடி மாறிப்போய்விட்டார். இனிமேல் கல்யாணத்தை முடித்து விடலாம் என்ற கட்டம் வந்துவிட்டது.

கல்யாணம் நடந்தது. கல்யாணம் கஸ்தூரி நாயுடுவின் வீட்டில் நடந்தது. பெரிய சந்தோஷம். கஸ்தூரி நாயுடுவுக்குப் பெரிய சந்தோஷம். 'மாமா' என்று கூப்பிடு குரலுக்கு ஓடிவந்து திண்ணையில் உட்கார்ந்துகொண்டு பேசுகிறவர் அல்லவா? யோசனைகள் பண்ணுகிறவர்கள், மதிக்காத இளைய தலைமுறை மார்பைத் தூக்கிக்கொண்டு தெருவோடு போகிறபோது மதிப்பாகத் திண்ணையில் உட்கார்ந்துகொண்டு யோசனை பண்ணுகிறதென்றால் அதற்குப் பெரிய மதிப்பு இருந்தது.

நாங்கள் பெரிய சந்தோஷத்தில் இருந்தோம். ராமகிருஷ்ணனின் வீட்டுக்கு நல்ல காய்ச்சிய சுத்த சாராயத்தைச் சர்க்கரை பாட்டில் பாட்டிலாகக் கொண்டுவந்துவிட்டான். இப்போது நாங்கள் மட்டுமே சாராயம் குடித்தோம். நாங்கள் குடித்துக்கொண்டிருந்தபோது பெண்ணும் பிள்ளையும் பெரிய கோயிலுக்குப் போகிறார்களென்றும் எங்களைக் கூப்பிடுகிறார்கள் என்றும் ஒருவன் ஓடிவந்து சொன்னான். நாங்கள் கச்சேரியை முடித்துக்கொண்டு எழுந்து ஓடினோம். பெண்ணும் பிள்ளையும் மேளதாளத்துடன் நற்றுணையப்பன் சந்நிதிக்குப் போனார்கள். இதுவரையில் நாங்கள் கிண்டல் பண்ணிக்கொண்டிருந்த குருக்கள் சம்பிரதாயங்களை எல்லாம் முடித்துத் தீபாராதனைத் தட்டைக் கண்ணில் ஒத்திக்கொள்ளப் பெண்ணுக்கும் பிள்ளைக்கும் முன் கொண்டுவந்து காண்பித்தார். கல்யாணி தீபாராதனையைத் தொட்டுக் கண்ணில் ஒத்திக்கொண்டார். அவரைத் தொடர்ந்து நாங்களும் ஒத்திக்கொண்டோம்.

இனிமேல் என் பேத்திக்குத் தெரியும், என் உறவு கல்யாணியோடு எப்படிப்பட்டது என்று.

தம்பி கல்யாணம்

செங்கல் கீறிப் பதிந்த ஆளோடியில் அவன் காலைத் தொங்கவிட்டுக்கொண்டு, பெரிய திண்ணையின் சிமெண்டு பூசின குறட்டில் உட்கார்ந்திருந்தான். மார்பு, இடுப்பிற்கு மேல் மண் பூசின திண்ணையின் நீண்ட பகுதியைப் பார்த்துத் திருகலாய்த் திரும்பியிருந்தது. மார்பில் தலை தொய்வாகக் குனிந்திருந்தது. திண்ணையில் தனியாக அங்கங்கே போய்க்கொண்டிருக்கும் எறும்புகளின் மேல் மண்ணைக்கிள்ளித்தூவிக்கொண் டிருந்தான். அவை மண்ணின் பாரத்தை லட்சியம் செய்யாது மேலே ஊர்ந்துகொண்டிருந்தன. அவன் தூவுகிற வேகமும் அவை போகிற வேகமும் சமனில்லாததால் அவை மேலே விழுந்த மண்ணை உதறிக்கொண்டு, மேலும் விழுவதற்குள் முன்னேறிவிடுகின்றன என்று நினைத்தான். அவற்றைவிடச் சின்ன உருவம் பெற்று அவற்றின் முன் நின்று பார்க்க முடிந்தால் குதிரையைப் போலவும், தோலைச் சிலிர்த்து மண்ணை உதறிவிட்டுப் போய்க்கொண்டிருப்பது போலவும் அவை தெரியும் என நினைத்துக்கொண்டான். இதைப் போல எல்லாவற்றையும் கற்பனையாக்குவதால் தனக்கு அவமானம் வருவதாகத் தோன்றிற்று. உடனே வேகமாகத் திண்ணையில் ஊர்ந்துகொண்டிருந்த எறும்புகளைத் தனக்கு அருகிலும், படுத்துக் கையை நீட்டித் தூரத்திலும் மண்ணில் தேய்த்துக் கொன்றான். சட்டென்று எழுந்து அடியில் போட்டு உட்கார்ந்திருந்த துண்டை உதறித் தோளில் போட்டுக்கொண்டு வாசலில் இறங்கி மேற்கே பெருமாள் கோயில் திருப்பத்தைப் பார்த்தான். அங்கே தனக்காக யாராவது வருவார்கள் என்று

விடியற்காலையிலிருந்தே எதிர்பார்த்திருந்தான். இதுவரையில் அவனைத் தேடிக்கொண்டு யாரும் வரவில்லை. தன் முக்கியத்துவம் மிகவும் கேவலமானதை உணர்ந்து "அப்படி விட்டுவிடக் கூடாது. அப்படிவிட்டுவிடக் கூடாது" என்று தனக்குள் சொல்லிக்கொண்டான். வாசலில் இருப்புக்கொள்ளவில்லை. தன்னை யாரும் கவனிக்கிறார்களா என்று சுற்றுமுற்றும் பார்த்துக்கொண்டான். மிகவும் இயல்பாகச் சோம்பல் முறிப்பவனைப் போல இடுப்பில் கையை ஊன்றி இடமும் வலமுமாக, நிலைத்த இடுப்பின் மேல் உடம்பைத் திருப்பி நெட்டிமுறித்துத் தெருவைப் பார்த்தான். பிறகு கைகளை உதறி, நெட்டிமுறித்துவிட்டு மேற்கே பெருமாள் கோயிலை நோக்கி நடக்க ஆரம்பித்தான். மனதின் பரபரப்பை உடம்பில் முறிப்பது நல்ல வேடிக்கை எனத் தோன்றிற்று.

அவனைத் தேடி ஆள் வருவதானால் காவிரிக்கரையிலிருந்து சாலைக் குளத்தை ஒட்டிய கரையோடு வர வேண்டும். என்றாலும், காவிரிப்பூம்பட்டினச் சாலையில் தெற்கே வடுவத் தெரு பக்கமும் வடக்கே கிடாரங்கொண்டான் பக்கமும் பார்த்துக்கொண்டான். மேற்கே சாலைக் குளத்தைத் தாண்டிக் காவிரிக் குறுக்குச் சாலைக்குப் போகும் வேலிக்கருவை வளர்ந்து தழைத்த சந்தை யாருக்கும் தெரியாமல் பார்த்தான். தன் பின்னால் பல உதிர்ந்த வாய்போல் இடைஇடையில் வீடுகளை இழந்த தெருவைத் திரும்பிப் பார்த்துக்கொண்டான். தெருவைப் பார்க்கவும் வெட்கம் வந்தது. காவிரிக்கு, இடுப்பில் குடத்தோடு குளிக்கப்போக தெரு நீள, அங்கும் இங்குமாய்ப் பல வயதிலும் பெண்கள் வந்துகொண்டிருந்தார்கள். அவர்கள் தன் முதுகுக்குப் பின்னால் சிரித்துத் தன் முகத்துக்கு நேரே தலைகுனிந்து வருவதுபோலத் தோன்றிற்று. 'என்ன அவமானம் இப்புஞ்சைப் பெண்களிடத்தில்' என்று மனதிற்குள் துடித்தது.

"என்ன கொழந்தே, தம்பி கல்யாணத்துக்குப் போவலீங்களா?" என்றான். சாலையின் மேல்கையில் குளத்தை ஒட்டிக் கிழக்குப் பார்த்த குடிசையின் வாயிலில் சிமிண்டுக் கைப்பிடிச் சுவரின் மேல் உட்கார்ந்து வெற்றிலை போட்டுக்கொண்டிருந்தவன். இவன் அவனைத் திரும்பிப் பார்த்தான். அவன் இவனைப் பார்க்கவில்லை. வெற்றிலையில் சுண்ணாம்பு தடவிக் குனிந்து நரம்பு கிழித்துக் கொண்டிருந்தான் அவன். வேலிக்குப் பாளை கிழிப்பவனைப் போல மிகக் கவனமாகக் குனிந்திருந்தான். இவன் பதில் சொல்லவில்லை. பிறகு அவன் எச்சில் ஊறிய வாயைக் கிண்ணம்போல் தூக்கலாக ஏந்தி இவனைப் பார்த்துப் பேசினான். வெற்றிலை போடுபவர்கள் மிகவும் நிதானமானவர்கள் என்பது போலப் புகையிலைச் சாறு தொண்டையில் இறங்கிவிடாமலும்,

ந. முத்துசாமி

சொற்களில் எச்சில் ததும்பித் தெறித்துவிடாமலும் அவன் பேசினான். எழுத்துக்கு மாத்திரை எண்ணி "இன்னிக்கித்தானேங்க நம்ம தம்பி கல்யாணம்? மேலூர்லேங்களா?" என்றான். இவனுக்கு மரியாதை கொடுப்பவனாகத் தலையில் கரகம் சுமந்தவன் போன்று எழுந்து அங்கே நின்றுகொண்டான். திறமையாக வெற்றிலை போடும் அவன் தொண்டையிலும் புகையிலைச் சாறு இறங்கிவிட, அடிக்கடித் தொண்டையைக் கமறிக்கொண்டான். மடையை அடைக்க மண்வெட்டி போல அவனுக்குக் கமறல் ஒரு கருவி போலும்.

இவனுக்குப் புகையிலை போட்டு அனுபவமில்லை. புகைபிடிக்கும் புதுத் தலைமுறை புஞ்சையில் பெருகிவிட்டது. புகையிலை என்பது காரணப் பெயர். அதன் முதல் உபயோகம் அதுதான் போலும். காப்பியைப் போல ஏன் அதற்கு இன்னும் மதிப்பு வரவில்லை? இவனுக்கு சிகரெட்டு குடிக்க வேண்டும்போல் இருந்தது. அவன் மாட்டுத் தரகன்தான் என்றாலும் அவனுக்கு முன்னால் குடிக்க முடியாது. பெருமாள் கோயிலுக்குப் பக்கத்து வீடு கர்ணத்துடையது. எந்த நேரமும் வாயிற் கதவைத் திறந்து ஒருக்களித்த இடுக்கில் தலையை நீட்டி வாசலைப் பார்ப்பார் அவர். அப்படி அடிக்கடி வெளியில் வந்து மூச்சு விட்டுவிட்டுப் போக வேண்டும் அவருக்கு. காவிரியில் குளித்துவிட்டு ஈரப் புடவையோடு இடுப்பில் நீர் கனக்கும் குடத்தோடு குளிராலோ ஜபத்தாலோ அசையும் வாயோடு பெண்கள் சிலர் தெருவில் நுழைந்து கொண்டிருந்தார்கள். குடத்தில் தண்ணீர் ததும்புவதும், ஈரப் புடவை காலில் உராய்வதும், வாயில் வழிந்த சப்தமும் அவர்கள் போன பின்பும் இவனுக்குக் கேட்டுக்கொண்டிருந்தது. தெற்கேயிருந்து வடக்கே ஒரு ஜோடி வண்டி மாடுகளைத் தலைக் கயிற்றைப் பிடித்து ஓட்டிக்கொண்டு போனான் வரதராசுவின் மகன். இவனைக் கண்டதும் வாயில் இருந்த பீடியை எடுத்துக் கையில் மறைத்துக்கொண்டு பார்த்துச் சிரித்துவிட்டுப் போனான். கொஞ்ச தூரம் போனதும் வாயில் வைத்துக்கொண்டான். புகை விடவில்லை. கிடாரங்கொண்டான் வாய்க்கால் மதகிற்குப் போனதும் இவன் கண்ணுக்குத் தெரியாது என்று நினைத்துப் புகையை விட்டான். காற்றில் புகை அவன் கன்னத்திற்கு இடமும் வலமும் வழிந்தது. வேகமாகப் போகும் மாடுகள் அவனை இழுத்துக்கொண்டு போயின. அவற்றின் வேகத்தை ஊருக்குக் காட்ட வேண்டி அவன் விசுவாக நடந்தே போனான். மாட்டுத் தரகன் மாடுகள் மறையும்வரையில் அவன் பார்வையை மறைத்த வேலி இடுக்கின் வழியாக அந்தத் திசையிலேயே பார்த்துக்கொண்டிருந்தான். மாடுகளைக் கொண்டு வரதராசுவின் மகன் தான் வேலைசெய்யும் பண்ணைக்கு ஒரு தரகனின் முன் நியாயம் செய்துவிட்டான் என்று இவனுக்குத் தோன்றிற்று.

தனக்கு உடமை இல்லாததில் அவன் பெருமைகொண்டு போவது இவனுக்கு ஆச்சரியமாக இருந்தது.

சிகரெட் குடிக்க வேண்டுமென்று மனதை அரித்தது. செம்பனார் கோயிலில்கூட அவனால் சுதந்திரமாய் சிகரெட் குடிக்க முடிவதில்லை. புஞ்சையிலிருந்து மாயூரத்திற்கு டவுன் பஸ் போகிறது. திருடனைப் போல அங்கே அக்கம்பக்கத்தைப் பார்த்துக்கொள்ள வேண்டும். புஞ்சையில் தனக்கு முந்திய தலைமுறை அழியும்வரையில் அவனால் இது முடியாது. வெளியூரில் தனக்கு அறிமுகமில்லாதவர்களுக்கு முன் மட்டுமே முடிகிறது. தனக்குப் பின் பிறந்தவர்கள் வாயில் புகை வழிவது இவனுக்குப் பிடிப்பதில்லை.

இவன் பதில் சொல்லாது நின்றுகொண்டிருப்பதைப் பார்த்து "மேலூர்லேதானேங்க?" என்றான் மாட்டுத்தரகன்.

வரதராசுவின் மகன் புகை பிடித்துக்கொண்டு மாரியம்மன் கோயிலைத் தாண்டிப் போவதையே இவன் இன்னும் பார்த்துக்கொண்டு நின்றான்.

"கல்யாணம் மேலூர்லேதானேங்க?" என்றான் அவன் மீண்டும்.

"ஆமாம்."

"போவலிங்களா?"

"போகணும்."

"முகூர்த்தம் எத்தனை மணிக்கிங்களோ?" இவன் அதற்குப் பதில் சொல்லவில்லை. அவன் தன்னை அவமானப்படுத்தக் கேள்விகளின் வழியே போய்க்கொண்டிருக்கிறான் என்று தோன்றிற்று "யாரெப் பாத்துக்கிட்டிருக்கீங்க?"

கைப்பிடிச் சுவரில் கையை ஊன்றித் தலையை வெளியில் நீட்டி சுவர் ஓரமாய் எச்சிலைப் பீய்ச்சிவிட்டு இவனை நோக்கி வந்தான் அவன். அவன் தன் அருகில் வருவதையும் அவனோடு பேசிக்கொண்டிருப்பதையும் இவன் விரும்பவில்லை. அவன் வருவதைக் கவனிக்காது தெருவிற்குள் திரும்பினான். பெருமாள் கோயில் வாசலில் கர்ணம், சவரம் செய்து கட்டைகட்டையாக மயிர் வளர்ந்த வயிற்றைத் தடவிக்கொண்டு நின்றிருந்தார். இவனைப் பார்த்துச் சிரித்தார். இவனுக்காக அவர் அனுதாபப்படுவதுபோல இருந்தது.

"என்ன?"

இவன் பதில் பேசாது சிரித்தான்.

“அசட்டுப் பய இப்படிச் செய்வானா, என்ன ஸ்வீகாரம் போனாலும் . . . ஒங்க பெரியப்பன் இருந்தான்னா இப்பிடி ஆக விடுவானா? பொம்புளைப் புத்தி. இந்தப் பயலுக்குப் புத்தி எங்கே போச்சு?”

அதைக் கேட்டுக்கொண்டே அவரைப் பார்த்து அசட்டுத்தனமாய்ச் சிரித்துவிட்டு மெதுவாக வீட்டை நோக்கி நடந்தான். வீட்டு வாசலுக்குப் போய் மேற்கே பார்த்துச் சின்னத் திண்ணையில் உட்கார்ந்தான். வெளிக் குறட்டு ஓரமாய்க் கீழண்டைச் சுவரில் சாய்ந்து தூணில் காலை மடக்கி உதைத்துக்கொண்டான், வந்து உட்கார்ந்த இடத்தில் கர்ணம் சொன்னதைத் தொடர்ந்து பெரியப்பாவின் நினைப்பு வந்தது. அந்த இடத்தில் உட்கார்ந்து கூடத்தில் கிடந்தபோது அழுதான். இவன் தம்பி செய்தியைக் கேட்டு உள்ளே கூடத்தில் ஊஞ்சலில் போய்க் குப்புறப் படுத்தவன் அவரைத் தூக்கிக்கொண்டு போகிறவரையில் எழுந்திருக்கவில்லை.

பெரியப்பா தூக்கத்திலேயே செத்த செய்தி இவன் விழித்துப் படுக்கையில் இருக்கும்போது விடியற்காலையில் தெரிந்தது. இவன் போர்வையை உதறி விட்டு அழுதுகொண்டு அவர் வீட்டுக்கு ஓடினான். எதிர்த்த சாரியில் இரண்டு வீடு தள்ளிக் கீழ்க்கையில் பெரியப்பாவின் வீடு.

அவர் முதல் நாள்வரையில் இவன் தம்பியைச் சுவீகாரம் எடுத்துக்கொள்ள வேண்டும் என்று சொல்லிக்கொண்டிருந்தார். அதில் அவர் அவ்வளவு தீவிரமாக இல்லை. தன் தம்பி சின்ன வயதிலேயே இரண்டு குழந்தைகளை விட்டுவிட்டு இறந்து போனதற்குப் பிறகு அவர்கள் தன் குழந்தைகள் என்ற நினைப்பு அவருக்கு வளர்ந்துவிட்டது. ஸ்வீகாரம் எடுத்துக்கொள்வதால் அவை தன் குழந்தைகள் இல்லை என்று ஆகும் என்றும், புதிதாய் உறவுபடுத்திக்கொள்வதுபோல் ஆகும் என்றும், ஒருவனை விலக்கிப் பந்தப்படுத்தியதாகும் என்றும் அவருக்கு ஒரு நினைப்பு இருந்தது. ஆகவே அதை ஒத்திப்போட்டுக்கொண்டேவந்தார். தனக்குப் பிறகு தொல்லைகள் வரக் கூடாது என்று நாலு பேருக்குத் தன் நினைப்புத் தெரியட்டும் என்று இவன் தம்பியை ஸ்வீகாரம் எடுத்துக்கொள்ள வேண்டுமென்று சொல்லிக்கொண்டிருந்தார். பெரியம்மாவிடத்தில் பெரியப்பாவுக்கு அக்கறையில்லை. தனக்குக் குழந்தை கொடுக்காதவள் என்ற நினைப்பு பின்னால் வெறுப்பாக வளர்ந்திருக்கலாம். தனக்குக் குழந்தை கொடுக்காதவள் என்ற வெறுப்பு பெரியப்பாவின் பார்வையில் இவனுக்கு அடிக்கடி தெரிந்திருக்கிறது. அவர் தங்களைப் பார்க்கும்போது அவள் அவரைப் பார்ப்பதை இவன் பார்த்திருக்கிறான்.

அடுப்பங்கரை நிலைப்படியில் சாய்ந்துகொண்டு மேலே கையைப் பிடித்துக்கொண்டு, கூடத்து ஊஞ்சலில் ஆடும் இவர்களை அவள் பார்த்துக்கொண்டு நின்றிருக்கிறாள். திடீரென்று என்னவோ நினைத்துக்கொண்டு பெரியப்பாவுக்குத் தெரியாமல் முகத்தைத் தோளில் இடித்துக்கொண்டு மாட்டுக் கொட்டாய்க்குப் போய்விடுவாள்.

அவர் இறந்து கூடத்து ஊஞ்சலில் கிடக்கும்போது பெரியம்மா ஸ்வீகாரப் பிரச்சினையைச் சரியான வழியில் தீர்க்க மாட்டாள் என்றும், சொத்துக்களை பிறந்தகத்துக்குக் கொண்டுபோய்விடுவாள் என்றும் சந்தேகம் இவனுடைய ஒன்றுவிட்ட பெரியப்பா ஒருவருக்கு வந்துவிட்டது. இவன் உள்ளே பெரியப்பாவின் மேல் விழுந்து அழுதுகொண்டிருக்கும் போது ரேழி நிலைப்படியில் அவர் தலையை நீட்டி 'டேய்' என்று அடித்தொண்டையில் அதட்டினார். அழுதுகொண்டிருந்தவன் கன்னங்களில் கண்ணீர் வழிய நிமிர்ந்து பயந்து அவரைப் பார்த்தான். "டேய் பயலே, வாடா இங்கே" என்றார் அதே அதட்டலில். "ஓங்க அப்பன் செத்துப்போனதை நெனெச்சுண்டு அழறேயாடா? அவன் உசிரு இருக்கிறவரைக்கும்தான்டா ஒனக்குப் பெரியப்பன். இனிமே என்ன ஒறவு இங்கே . . . போடா போ . . . வீட்டுக்குப் போ" என்றார் அவர். இவன் "பெரியப்பா" என்று அழ ஆரம்பித்துவிட்டான். இவரைக் கூப்பிட்டு அழுதானா அவரைக் கூப்பிட்டு அழுதானா என்பது தெரியாமல் அழுதான். பிறகு அவர் அவனைப் பார்த்து விழிப்பதைக் கண்டு பயந்து வீட்டுக்குப் போய் பெரியப்பாவைத் தூக்கிக்கொண்டு போகிறவரையில் சின்னத் திண்ணையிலேயே உட்கார்ந்து கொண்டிருந்தான்.

அவரைத் தூக்க உள்ளூர்க்காரர்கள் யாரும் போகவில்லை. மாயூரத்திலிருந்து கூலிக்கு ஆள் வந்தான். பெரியம்மாவின் ஊரிலிருந்து வந்த அவளுடைய சொந்தக்காரர்களே உடன் போனார்கள். உள்ளூர்க்காரர்களுக்குப் பயந்து அவர்கள் யாரும் தோள் கொடுக்கவில்லை. உள்ளூர்க்காரர்கள் திண்ணைத் தூணைப் பிடித்துக்கொண்டு வேடிக்கை பார்த்துக்கொண்டு நின்றார்கள். கையில் தர்ப்பைக் கட்டோடு பஞ்சகச்சத்தின் ஒரு முனையைக் கையில் எடுத்துப் பிடித்துக்கொண்டு உள்ளூர் சாஸ்திரிகள் போனார். இவர்களைப் பார்த்து அசட்டுச் சிரிப்பு சிரித்துக்கொண்டே போனார். இவனுக்குப் பக்கத்தில், திண்ணைக்குக் கீழே நின்றுகொண்டிருந்த சுந்தர பெரியப்பாவைப் பார்த்து "ஒங்களுக்கெல்லாம் பிரதிநிதியா போறேன்" என்று சொல்லிவிட்டுப் போனார். பெரியப்பாவுக்குப் பெரியம்மாவே தீயிட்டாள்.

மறுநாள் மூட்டம் பிரிக்கக் கூடாது என்று சுந்தர பெரியப்பா தடுத்துவிட்டார். சவரம் செய்த நரைத்த மயிர் முளைத்த உருண்டை முகத்தோடும், கருத்த தடித்த உருவத்தோடும் பிறரை நடுங்க வைக்கும் குரல் அவருக்கு. கரகரப்பானது. ஆணையிடும் தோரணை. யாரையாவது மிரட்டிக்கொண்டிருக்கும் சுபாவம். தனக்குச் செல்வாக்கு இருக்கிறது என்பதை ஞாபகப்படுத்திக்கொண்டே இருக்க வேண்டும்.

“எவன்டாவன் புஞ்சையான் சொத்துக்குப் பொறந்தவன்? வாங்கடா காலை வாங்கிடறேன்” என்று தெருவில் மேலக்கோடிக்கும் கீழக்கோடிக்கும் வெளியூரிலிருந்து வந்திருந்தவர்களும் உள்ளூர்க்காரர்களும் பார்க்க அவர் உலவிக்கொண்டிருந்தார். கோபம் கொண்டு யோசனையோடு வளையவளைய உலவும் காட்டு மிருகத்தைப் போல உலவினார். அதன் தலையும் முன்னங்கால்களையும் தொடர்ந்து வளைய வரும் அதன் உடலைப் போல அவரைத் தொடர்ந்து புஞ்சை வருகிறது என்ற பிரமையைப் பார்ப்பவருக்கு ஏற்படுத்தி விட்டார். பெரியம்மாவும் அவளுடைய சொந்தக்காரர்களும் இவருக்குப் பணிந்தார்கள்.

சுந்தர பெரியப்பாவால் எப்படி அதைச் சாதிக்க முடிந்தது? பெரியம்மா கோபத்தை எல்லாம் தன்மேல் காட்டுவதுபோலத் தோன்றிற்று. தம்பிக்குப் பெண்பார்க்கப் போனபோது இவனைக் கூப்பிடவில்லை. கல்யாண ஏற்பாடுகள் இவனை அன்றி அவள் மனிதர்களால் நடைபெற்றது. தம்பியும் வெகு தொலைவில் உத்யோகத்தில் இருக்கும் பலவீனத்தினால் சக்தி இழந்து அவள் போக்கிற்கு விட்டிருந்தான். திருமணத்திற்கு நான்கு தினங்களுக்கு முன்பு விடுமுறையில் ஊர் வந்தபோது இவனை ஒதுக்கிக் காரியங்கள் நடப்பதை அறிந்து வருந்தினான். புது நாகரிகத்தினால் சம்பிரதாயங்களை விலக்க முடியாமலும் அனுசரிக்க முடியாமலும், இரண்டு வகையிலும் தவறுசெய்து சிறைப் பட்டது அப்பொழுதுதான் அவனுக்குத் தெரிந்தது. நடந்ததற்காக வருந்தி உறவை விட முடியாது. இவனிடம் தன் கல்யாணத்திற்கு வரும்படி மன்றாடினான். இவன் அவமானத்தைத் தாங்க முடியாது அவனோடு திருமணத்திற்குப் புறப்பட மறுத்துவிட்டான். அவனோ, அது வேறு ஒரு வீட்டுப் பெண்ணின் வாழ்க்கை என உணர்ந்து தன் கௌரவத்தைக் காப்பாற்றிக்கொள்ள விரும்பினான். தலைக்கயிற்றை இழுத்துக்கொண்டு ஓட விகுவாக நின்ற மேற்கத்திக் காளைகள் பூட்டிய வில் வண்டியில் ஏறிக்கொண்டு சலங்கை குலுங்கக் கிளம்பிவிட்டான்.

நேரம் ஆகஆக, இவனுக்குத் திண்ணையில் இருப்புக் கொள்ளவில்லை. இவன் எதிர்பார்த்துக் காத்துக்கொண்டிருந்த

ஆள் மேற்கே இருந்து வரவில்லை. இன்னொருவனின் முன்னிலையில் தன் விகு அதிகமே ஆகும் என உணர்ந்தான். இவன் இல்லாமலே நேற்று மாப்பிள்ளை அழைப்பு நடந்திருக்கும். மனதில் வீம்புக்கு அடியில் வருத்தம் இருப்பது தெரிந்தது. வீம்பை மீறி வருத்தம் எழுந்து தன்னை மூழ்கடித்துவிடும் எனத் தோன்றிற்று. "என்னதான் இருந்தாலும் ரத்தபாசம் கேட்கிறதா? தாலி கட்டும் நேரத்திற்கு வந்துட்டான் பாரேன்" என்று இன்று நாலுபேர் பேச அங்கு போய் நிற்க விரும்பினான். மனதிற்குத் தெம்பு வந்தது. வேகம் கொண்டு எழுந்தான்.

எதிர்த்த கொல்லை வண்டிக் கொட்டாயில் இருந்த வில் வண்டியை இழுத்து வாசலில் நிறுத்தினான். வைக்கோல் போரிலிருந்து ஒரு பன்னல் வைக்கோலைச் சுருட்டிக்கொண்டு வந்து வண்டியில் பரப்பி ஜமுக்காளத்தை விரித்துத் தட்டி விட்டான். கொல்லைக் கொட்டாயில் இருந்து விரைவான தெற்கத்தி மயிலைக் காளைகளை ஓட்டிவந்து வண்டியில் பூட்டினான். கணுவுக்குப் பிரம்பு கட்டிய நீண்ட தார்க்குச்சியை எடுத்துக்கொண்டு மாட்டின் விலாவில் சொருகித் திருகி இழுத்தான். மாடுகள் பிய்த்துக்கொண்டு கிளம்பின. சக்கரங்கள் மண்ணில் பாவாது உருண்டன. மேற்கே பெருமாள் கோயிலைத் தாண்டி, சாலையில் செம்பனார் கோயிலை நோக்கித் தெற்கே திரும்ப வேண்டிய மாடுகள் அவன் ஆணையை மீறி வடக்கே திரும்பிக் கிடாராங்கொண்டான் பக்கம் ஓடின. அங்கிருந்து வாங்கிய மாடுகள் அவை. அவற்றுக்குப் பழக்கமான பாதை அது. அப்படியும் மேலூருக்குப் போகலாம்.

புஞ்சையிலிருந்து நான்கு மைல் மேற்கே மேலூர் இருக்கிறது. இந்த வேகத்தில் அரை மணிநேரத்தில் அங்கு போய்ச் சேர்ந்துவிடலாம். தெற்கே திரும்பி ஐயனார் கோயில் பக்கத்துச் சந்தோடு போனால் மேலைச் சாலை வெகு அருகில். எல்லாவற்றையும்விட வெகு அருகாமை மேலக் குளத்தங்கரையோடு போவதுதான். அது கால்நடைக்குத்தான் லாயக்கு. வண்டி போக முடியாது. ஒற்றையடிப் பாதை.

காவிரிப்பூம்பட்டினச் சாலையில் கிடாரங்கொண்டான் வாய்க்கால் குறுக்கிடும் மதகைக் கடந்து புஞ்சை மாரியம்மன் கோயிலை நோக்கி வண்டி ஓடிக்கொண்டிருந்தது. தலைக்கயிற்றைக் கையில் தூக்கிப் பிடித்து தார்க்கழியைக் குத்தும் பாவனையில் மேலே தூக்கிக்காட்டி வண்டி போகும் வேகத்தில் இவனுக்கு மனம் வேகம் கொண்டு இரைக்க, இன்னும் வேகமாய் மாடுகளை விரட்டினான். வலக்கையில் தூக்கிய தாரை வாகான இடத்து மாட்டின் கொண்டையில் குத்தித் திருகித் தூக்கினான். மாடு

ஓடுகையில் வலி தாங்காது முதுகை வளைத்து ஈடு கொடுத்து ஓடிற்று.

கிடாரங்கொண்டான் அக்ரகாரத்தைத் தாண்டி பழைய ஜில்லா போர்டு பள்ளிக்கூடத்து வாசலில் குறுக்குக் காவிரிச் சாலையில் திரும்பிற்று வண்டி. இடத்து மாட்டுத் தலைக்கயிற்றை விகுவாக இழுத்துப் பிடித்து வலத்து மாட்டின் சப்பையில் தாரைச் சொருகி உதைத்துப் போன வேகத்திலேயே வண்டியை அந்தச் சாலையில் திருப்பினான். இடப்புறச் சக்கரம் மண்ணில் சர்ரென்று அரக்கி நின்று வலப்புறச் சக்கரம் உருண்டு வண்டி சோடையில் போன வேகத்தோடேயே திரும்பி ஓடிற்று.

இந்தச் சுற்றுப்பாதையில்லை என்றால் நேர்பாதையில் இத்தனை நேரம் வண்டி குறுக்குக் காவிரியைத் தாண்டியிருக்கும். நேரத்தை ஈடு செய்ய மாடுகளைக் குத்தினான். கவட்டியில் காலை விட்டுச் சண்டி மாட்டை விரட்டுவதைப் போல விரட்டினான். மாடுகள் வெட்கமுற்றுத் தலையைத் தொங்கப்போட்டுக் கொண்டு ஓடின. வாலைக் கவட்டியில் அடக்கிக்கொண்டன. இரண்டு புறமும் மாமரங்கள் இவனைக் கடந்து ஓடின. இவனுக்கு வெறிபிடித்துவிட்டது. மாடுகளின் வேகத்தைப் பார்க்க விரும்பினான். நெட்டைக் குத்தலில் முதுகில் தாரைச் சொருகினான். அது ‘அம்மா’ என அடித் தொண்டையில் ஓடும் வேகத்தில் கத்திற்று. அடுத்தது அதற்கு அனுதாபப்பட்டு ‘அம்மா’ என்றது. மாடுகள் ஊமை என்பது பொய்யென உணர்ந்தான். இவனும் ‘ஹேய்’ எனக் கத்தினான். ‘பய மவன் மாடே, அடிச்சுடுவேன் ஓடு’ எனச் சொன்னான், மாடுகள் ஓட, மரங்கள் பயந்து பின்னால் ஓடும் அந்தத் தனிமையில் இவன் சொற்களே இவனுக்குக் குழந்தையின் மழலைபோல் ஒலித்தன. வெட்கமுற்றுச் சிரித்தான். தம்பி கல்யாணம் என நினைத்து வெட்கத்தை மறந்து மூக்கணையில் முன்னேமுன்னே போனான். வாலைப் பிடித்து முறுக்க, கையில் சாணி ஒட்டிக்கொண்டது. சாணியை மாட்டின் முதுகில் துடைத்துக் காலால் கவட்டியில் உதைத்தான். சப்பையில் உதைத்துப் பக்கத்தில் தள்ளினான். மூக்கணைக்குக் கீழே குனிந்து மூத்திரம் வழியும் மயிர்கள் தொங்கும் வயிற்றில் தாரால் குத்தினான். அவை வயிற்றை எக்கிக்கொண்டு ஓடின. வாய் நுரை வழிந்து சோடையில் கோடு போட்டது. அவசரத்தில் திருகி எடுக்காமல் தார் குத்திய இடங்களில் ரத்தம் வியர்வை வழிந்த வழியில் வழிந்தது.

குறுக்குக் காவிரி வந்தது. கரை வழியக் காவிரியில் தண்ணீர் போயிற்று. வண்டி பார் ஓடாமல் காவிரியைக் கடந்து அக்கரை போய்விடும் என எண்ணினான். தலைக்கயிற்றை இழுத்துப் பிடித்து மாட்டின் வேகத்தைக் குறைத்தான். மரத்தில் தச்சன்

இழைப்புளியை ஓட்டுவதுபோல் மாடுகளுக்கு இரைத்தது. விகுவாகக் கையில் பற்றிய தலைக்கயிற்றை இன்னும் இழுத்துப் பிடித்துக்கொண்டு மாடுகளைத் தண்ணீரில் ஓட்டினான். வண்டிச் சக்கரங்கள் கரை ஓரத்து உளையில் புதைந்துவிட்டன. வண்டி ரியாய்க் காவிரியில் நின்றது. மாடுகளின் தலை மட்டுமே தண்ணீருக்கு மேல் இருந்தது. முதுகின் மேல் தண்ணீர் ஓடிற்று. 'ஏய் . . .ஏய்' என விரட்டினான். கால்கள் தரையில் பாவாமல் அவற்றைத் தண்ணீரின் வேகம் இழுத்தது. அவை திணறிப் பெருமூச்சு விட்டன. மாடுகள் இறக்கப்போவதை உணர்ந்து, பணம் பெற்ற மாடுகள் பிழைத்தால் போதும் என நினைத்தான். கைப்பிடியில் இருந்த தலைக்கயிற்றைத் தூக்கிக் காவிரியில் எறிந்துவிட்டு, மெல்ல மூக்கணையோடு போய் பூட்டாங்கயிற்றை அவிழ்த்துவிட்டான். மாடுகள் தண்ணீரின் இழுப்பில் அதன் ஓட்டத்தோடு மூழ்கி எழுந்து, மூழ்கி எழுந்து போயின. நீந்திக் கொஞ்ச தூரத்தில் அக்கரையில் குளம்பால் மண்ணைச் சரித்துக்கொண்டு முன்னங்காலை மடித்து மண்டியிட்டுத் திணறிக் கரை ஏறிவிட்டன. கரையில் நின்று வயிற்றை எக்க 'அம்மா' எனக் கத்தின. நீரைப் பார்த்து மிரண்டு நின்றன. வண்டி உளையில் நன்றாகப் புதைந்திருந்தது. இவன் இடுப்பு வேட்டியைப் பிழிந்து கட்டிக்கொண்டு கரையில் ஆலமரத்தின் வேரில் போய் உட்கார்ந்தான். குத்திட்டு நின்ற முழங்காலின் மேல் முழங்கையை ஊன்றி நிமிர்ந்து கையில் முகத்தைப் பாரமாய்ச் சுமந்து கொண்டான். பார்வை நோக்கமின்றித் தொலைவாய்ப் போயிற்று. காட்சிகள் தோற்றம் இழந்தன.

திருச்சம்பள்ளிக்குப் போய், சந்தைக்குப் பக்கத்துச் சாலையில் திரும்பிக் கீழையூர் போகும் மதகு வழியாகக் காவிரியைக் கடந்திருக்க வேண்டும். புஞ்சை வாய்க்கால் மதகைத் திரும்பி, சத்திரத்தைக் கடந்து, ராஜேந்திரன் வாய்க்காலைக் கடந்து, எல்லையம்மன் கோயில் இலுப்பைத் தோப்பின் மரங்களும் மாமரங்களும் பின்னால்பின்னால் ஓட, வண்டி முன்னோடி திருச்சம்பள்ளிச் சந்தையைத் திரும்பிச் சோடைமண்ணை அரைத்துக்கொண்டோடுகிறது. திரும்பத்திரும்ப ஓடுகிறது. ஆரக்கால் தோற்றம் இழக்கச் சக்கரம் சுழல்கிறது. மனச்சோடை அரைபட்டுப் புண்ணாகிவிடும்போல் ஓடுகிறது.

கண்ணைக் கசக்கிக்கொண்டு குறுக்குக் காவிரிச் சாலையில் வந்த வழியைத் திரும்பிப் பார்த்தான். தூரத்தில் சில உள்ளூர்க்காரர்களோடு தரகன் வருவது தெரிந்தது. இவன் ஒருவனால் வண்டியைக் கரையேற்ற முடியாது. அது மேலூரைப் பார்த்துக்கொண்டு நின்றது.

பிற்பகல்

சித்திரை மாதத்து வெயில் புஞ்சையில் கொளுத்திற்று. சுந்தரேசய்யர் சாப்பிட்டுவிட்டு வந்து திண்ணையில் தலைக்குயரக் கட்டையின் மேல் துண்டை விரித்துப் படுத்தவர் நன்றாகத் தூங்கிக்கொண்டிருந்தார். திண்ணையை ஒட்டித் தாழ்வாகச் சார்ப்பு இறக்கிய ஆளோடி வெக்கைக்குக் கொஞ்சம் தணிப்பாக இருந்தது. நிழலுக்கு, வீட்டு எதிர்த் தொண்டியின் வேலி ஓரத்தில் பெரிய பூவரசமரம் ஒன்றும் இருந்தது. ஆனால் அடிமரத்தில் பாதிதூரம்வரை முசுக்கட்டை அடைவைத்திருந்தது. நிழலுக்காகப் பார்க்காமல் முசுக்கட்டைக்காக அதை வெட்டிவிட வேண்டுமெனப் பல ஆண்டுகளாக நினைப்பிருந்தது அவருக்கு.

க்ஷவரம் செய்து கட்டையான, வெள்ளி மயிர் முளைத்த அவருடைய கருப்புநிற மார்பிலும் நெற்றியிலும் வியர்வைத் துளிகள். சில துளிகள் ஒன்று சேர்ந்து மயிர் அடர்ந்த கன்னத்தில் வழிய இன்னும் சில துளிகளின் கனம் சேரக் காத்துக்கொண்டிருந்தன. அவர் தூங்க ஆரம்பித்து மூன்று மணிநேரத்திற்கு மேலாயிற்று. உச்சியில் இருந்த சூரியன் மேற்கே நகர்ந்தாயிற்று. தூக்கத்தின் போக்கிலிருந்து திரும்ப அவருக்கு இன்னும் நேரம் பிடிக்கும். கன்னத்தில் துளித்துளியாகச் சேர்ந்து வந்துகொண்டிருந்த வியர்வை முத்துக்கள் கடைவாய் இடுக்கில் நுழைந்துகொண்டிருந்தன. அவர் கனவு கண்டுகொண்டிருந்தார். எதிர் பூவரச மரத்தில் இளம் ஆட்டிடையன் ஒருவன் ஏறிக் கிளை

வெட்டிக்கொண்டிருந்தான். அதுதான்போலிருந்தது. அடிமர முசுக்கட்டைக்குப்பயந்து அவன் நுனிக்கிளையின் வழியாக மரத்தில் ஏறியிருக்கிறான் என்று தோன்றிற்று. நுனிமரத்திலிருந்து அவன் அடிமரத்தை வெட்டிக்கொண்டிருந்தான். அப்படிப்பட்டவனுக்கு அதிர்ஷ்டம் இருக்கிறது எனத் தோற்றத்தினூடே மனத்தில் ஒரு நினைப்பும் தொடர்ந்து இருந்துகொண்டிருந்தது. கீழே நின்ற ஆடுகள் அண்ணாந்து அவனையே பார்த்துக்கொண்டிருந்தன. தழைக்காக அன்றி அந்த அதிர்ஷ்டக்காரனுக்காக அவை ஆவலோடு பார்த்துக்கொண்டிருந்தன என்று தோன்றிற்று. ஒரு பெண் ஆடு சந்தர்ப்பத்தை உணராமல் வெட்கமின்றி மிகவும் இயல்பாகப் புழுக்கை போட்டுக்கொண்டிருந்தது. ஒரு ராஜகுமாரி இவர் வாயில் பூந்திமுத்துக்களை உதிர்த்துப் போட்டுக்கொண்டிருந்தாள். தூங்கும் அந்த அதிர்ஷ்டக்கார ஆட்டிடையனான தன் வாயில் அவள் பூந்தி முத்துக்களைப் போடுவதாக அத்தோற்றம் தெரிந்தது.

கடைவாயில் நுழைந்த வியர்வை முத்துக்கள் உப்புக் கரித்தன. வாயில் கரித்ததை ஆட்டிடையனைப் போலத் தூவென்று துப்பிவிட்டு வாயைத் துடைத்துக்கொண்டு புரண்டு படுத்தார்.

“எழுந்திருக்கறேளா?” என்று அவருடைய மனைவி புடவைத் தலைப்பால் தோளை மூடிக்கொண்டுவந்து இவரைத் தொட்டு எழுப்பிக்கொண்டிருந்தாள்.

அவருக்கு எழுந்திருக்கப்பிடிக்கவில்லை. ஆட்டிடையனாகவே இருக்க வேண்டும் போலிருந்தது. “ஒரே தொல்லையாய்ப் போச்சு சனியன், இந்த வீட்டிலே நிம்மதியா தூங்க முடியாது” என்று அவள் கையை ஒதுக்கித் தள்ளினார்.

“நல்ல தூக்கம் வேண்டிக் கெடக்கு. பன்னெண்டு மணியிலிருந்து தூங்கியாறது. இன்னும் திருப்தியில்லை. கனவு வேணும்னாலும் காணுங்கோ. பகல்கனவு. காப்பி போட்டு வைச்சு ஆறதுன்னுதான் சொல்ல வந்தேன்” என்று அவள் உள்ளே திரும்பிவிட்டாள்.

அவர் கோபத்தோடு துண்டை எடுத்து வியர்வையைத் துடைத்துக்கொண்டே உள்ளே போனார். இவருக்குத் தெரியாமல் துண்டில் இருந்த முசுக்கட்டை மார்பில் பட்டு அரித்தது. துண்டை உதறினார்.

“முண்டாட்டியே” என்று வாக்கியமாக்காமல் இழுத்து “எங்கப் பாத்தாலும் ஒரே முசுக்கட்டை எழவாப்போச்சு” என்று சொல்லிச் சொறிந்துகொண்டார். எச்சரிக்கையாக இடுப்பு வேட்டியை அவிழ்த்து முற்றத்தில் நின்று உதறினார்.

"நல்ல பெண்டாட்டி வேண்டிக்கெடக்கு இந்த வயசுக்கு மேலே" என்று அவள் காப்பியை எடுத்துவந்து தாழ்வாரத்தில் வைத்துவிட்டு அடுப்பங்கரைக்குப் போய்விட்டாள்.

அவர் கோபத்தோடு தான் அல்லாத ஒன்றைச் சொறிவதைப் போலச் சொறிந்துகொண்டார். பிறகு முற்றத்து சிமெண்டுத் தொட்டியிலிருந்து சொம்பு சொம்பாகத் தண்ணீர் மொண்டு வியர்வையைக் கழுவிக்கொண்டுவந்து காப்பியைக் குடித்தார்.

அவள் நிதானமாக, அவர் காப்பி குடிக்கும்போது, "தொட்டியிலே மிச்சம் கொஞ்சம் தண்ணி இருக்கட்டும்" என்றாள்.

அதற்கு அவர் "அடுப்பிலே சூடா சாம்பல் இருக்காடி" என்று தாழ்வாரத்தில் இருந்தபடியே தொண்டை கிழியக் குரல் கொடுத்தார். சப்தம் தொண்டையைப் புண்செய்தால் நன்றாக இருக்கும்போலிருந்தது.

அவள் உள்ளிருந்தபடியே "எதுக்கு இப்போ சாம்பல்?" என்றாள்.

"இந்த ஒடம்புக் கருப்பைத் துலக்கத்தான். உனக்குத்தான் ரொம்பக் குறையாச்சே நான் கருப்புன்னு."

"கொஞ்சம் மெதுவாத்தான் பேசுங்கோளேன். அடுத்தாத்திலே கேட்டுதுன்னா இந்தக் கிழப்பிராம்மணனுக்கு பாலியம் திரும்பறதுன்னு நினைச்சுச் சிரிக்கப்போறா" என்று ஒலி தணிந்த ரகசியக் குரலில் சொல்லி இரண்டு கட்டி சாம்பலைக் கொண்டுவந்து வைத்துவிட்டு நின்றாள் அவள். இவர் தன் பேச்சு அவளுக்குப் பிடித்திருக்கிறது என நினைத்துக்கொண்டார். பதில் சொல்லாமல் சாம்பலை எடுத்து முசுக்கட்டை பட்ட இடத்தில் வைத்துத் தேய்த்துக்கொண்டார். "ஒனக்கு கிழத்தனம் வந்துடுத்து" என்று யோசித்துவிட்டுச் சொன்னார். தலையைச் சாய்த்துப் பார்க்க மார்பில் முசுக்கட்டை மயிர் தெரிந்தது. மயிர் தெரியாமல் மாறும் வரையில் தேய்த்துக்கொண்டார். கோபத்தால் ரத்தம் வரும்வரையில் தேய்க்க வேண்டும் போலிருந்தது.

"போதும் ரத்தம் வரப்போறது" என்றாள் நின்று பார்த்துக்கொண்டிருந்தவள்.

அவர் அதைக் காதில் வாங்கிக்கொள்ளவில்லை. சற்றுநேரம் கழித்து "என்ன? நான் சொன்னது?" என்றார்.

"என்ன?"

"கிழவியாயிட்டே."

“நன்னா பிராமணனுக்கு பாலியம் திரும்பறது. எனக்கு அடுப்பிலே வேலை கிடக்கு” என்று முகத்தைத் தோளில் இடித்துச் சிரித்துக்கொண்டே அவள் உள்ளே போய் விட்டாள்.

அவரும் எழுந்து அடுப்பங்கரைக்குப் போனார். “எருமைக் கிழமும் மாப்பிள்ளைக் கிழமும் இல்லேன்னு அன்னிக்கிச் சொன்னாண்டி” என்றார்.

“அதான் எருமையோட சேர்த்துச் சொல்லி இருக்கானே” என்று அவள் சிரித்தாள்.

“கல்யாணத்துக்கு மட்டும் இல்லே, எல்லாத்துக்கும் சேர்த்துத்தான் சொன்னான்.”

“அடுப்பங்கரையிலே வந்து என்ன ஹூட்டி, போங்கோ வெளியிலே. யாராவது கேட்டா சிரிக்கப்போறா.”

“நீ ஒரு ஜடம்” என்று சொல்லிக்கொண்டே வெற்றிலைப் பெட்டியை எடுத்துக்கொண்டு வாசல் திண்ணைக்கு வந்து விட்டார். பெட்டியில் பாக்குவெட்டியிருந்தும், முழுசாகப் பாக்குவெட்டை எடுத்து வாயில் போட்டுக் கடித்தார். எதையாவது கடிக்க வேண்டும் போலிருந்தது.

சாயங்கால வேலைக்கு எச்சுமி புகையிலைக் காம்பைக் கிள்ளி வாயில் அடக்கிக்கொண்டு மேற்கேயிருந்து வந்துகொண்டிருந்தாள். கடைசிக் காம்பும் தீர்ந்துவிட நிறம் குன்றி அழுக்கு ஏறிய மடியை அவிழ்த்து உதறி வேலைக்குத் தயாராய் இடுப்பில் சொருகிக்கொண்டே வந்தாள். அவர் சின்னப்பையனாக இருந்தபோது, இளம் விதவையான அவளை வண்டிக்காரர்கள் மொய்த்துக்கொண்டிருந்தது நினைவுக்கு வந்தது.

இவர் திண்ணையில் வெற்றிலைப் பெட்டியோடு உட்கார்ந்திருப்பதைக் கண்டு “ஒரு பாக்குவெட்டு இருந்தாக் கொடுங்க” என்று சின்னத் திண்ணைத் தூண் ஓரமாய் வந்து ஒண்டி நின்று கேட்டாள் அவள். அவர் மேற்கே பராக்குப் பார்த்துக்கொண்டே மிகச் சோம்பலாக ஒரு பாக்குவெட்டை எடுத்து அவள் கையில் போட்டார். பழம்புடவையைப் போலக் கிழவியான அவளைப் பார்க்க அவருக்குப் பிடிக்கவில்லை.

கிழக்கேயிருந்து சந்து திரும்பி மாட்டுக்காரப் பையன் மாடுகளை ஓட்டிக்கொண்டு வந்தான். சில மாடுகள் இவரைக் கடந்து மேற்கே போயின. குளம்பு பட்டுத் தெருப் புழுதி காற்றில் பறந்தது. எருதிற்குத் தயாராகிக்கொண்டிருக்கும் மயிலைக்காளைக் கன்று மதர்ப்போடு பார்த்துக்கொண்டு போயிற்று, விலா எலும்புகளின் முடிவில் வயிற்றுப் பதிவும் தெரியாது நிரம்பிய செழிப்பு. கண் புருவங்கள் சதைப்பற்றோடு

நெற்றியில் உயர்ந்திருந்தன. கண்ணைச் சுற்றிக் காளைக் கருப்பு. முன்னால் சென்ற பசுக்களின் வாலுக்கடியில் முகர்ந்து பார்த்து இளித்துக்கொண்டு போயிற்று. அது மிக ஏளனமாகப் பார்ப்பதாகத் தோன்றிற்று.

"ஏலே" என்று மாட்டுக்காரப் பயலை அதட்டினார்.

அவன் விழித்து அவரைப் பார்த்து, "என்னங்க சாமி" என்றான்.

"மாட்டு மந்தை ஓட்டிக்கிட்டுப் போக இதுதான் வழியாடாலே?"

"இல்லீங்க" என்றான் அவன்.

"திருப்பி ஓட்டு, திருப்பி ஓட்டு." அவன் பதில் சொல்ல வில்லை. அப்படியே ஓட்டிக்கொண்டு போய்விடலாம் என்று இருந்தான். "காலிப்பய மவனே திருப்பி ஓட்டுடா" என்று அவனைப் பார்த்து முறைத்தார்.

"இல்லீங்க சாமி" என்றான் அவன் தயங்கிக்கொண்டே.

"இலே திருப்பி ஓட்டுடா."

"இல்லீங்க சாமி, பாதி வழி வந்திட்டுதுவளே. இம்மே இப்படி ஓட்டலிங்க" என்று கைக்கழியைக் கட்கத்தில் அடக்கிக் கொண்டான்.

கோபத்தில் மாடுகளை விரட்டக் கழியைத் தேடினார். திண்ணையிலிருந்து ஆளோடியில் குதித்துத் துண்டை உதறிக் கட்கத்தில் அடக்கிக்கொண்டார். கழியை எடுக்கும் பாவனையில் வெறும் தரையைத் தடவி எடுத்து கையை மாடுகளின் பக்கம் வீசினார். எறவாணத்தில் இருந்த கழி கண்ணில் பட்டதும் அதை உருவிக்கொண்டு மாடுகளை நோக்கி ஓடினார். சில மாடுகள் தெரு வழியே மிரண்டு திரும்பி சந்து வழியே ஓடின. சில காலிமனை களில் புகுந்து ஓடின. சில மாடுகள் தெரு வழியே ஒன்றையொன்று முந்திக்கொண்டு அவரிடம் அடிவாங்காமல் ஓடிவிடப் பார்த்தன. குறுகிய தெருவில் மந்தை மாடுகளும் முன்னே ஓடுவதன் முதுகில் தலையை உயர்த்திவைத்து இரு மாடுகளுக் கிடையில் உடலை நுழைத்து வழிசெய்யப் பார்த்து நெருங்கி ஓடின. அந்த ஓட்டத்திலும் ஒரு வண்டிமாட்டின்மீது மற்றொரு வண்டிமாடு முன்னங்கால்களைத் தூக்கிப்போட்டு அணைத்து ஏறிற்று. இதன் பாரம் தாங்க மாட்டாமல் அது இதனிடமிருந்து விடுபட வேகமாக ஓடப்பார்த்தது. இரண்டு மாடுகளும் ஆறு கால்களில் ஓடின. ஒரு பசு தன் வாலைத் தூக்கிக்கொண்டு நின்ற இடத்தி லேயே பின்னங்கால்களை மேலே தூக்கிக் குதித்துக் கடைக்கண்ணால் பரிகாசமாகத் திரும்பிப் பார்த்தது. அது நின்று

பார்த்ததைக் கண்ட அவர் அதை விரட்டக் கழியை ஓங்கிக்கொண்டு "என்ன மொறைக்கறே" என்று ஓடினார். இவருக்குப் போக்குக் காட்டி அது ஓடிவிட்டது. மற்றவற்றின் ஓட்டத்தால் வீட்டோரம் ஒதுக்கப்பட்ட ஓட முடியாத கிழ எருமை சாவதானமாகக் குனிந்து இவர்மேல் தெறிக்கச் சாணி போட்டுக்கொண்டிருந்தது. கையை ஓங்கிய வேகத்தில் கழியால் அதன் முதுகில் ஒன்று போட்டார். அது மிச்சத்தைத் தெருவில் கழிந்துகொண்டே ஓடிற்று. தூக்கிய வாலுக்கடியில் சாணிபோட்டு முடித்த வாய் சுருங்கி விரிந்து அழகு காட்டுவதுபோலிருந்தது. தெரு முழுதும் புழுதி. மாடுகள் எல்லாம் மேற்கே தெருமுனைப் பெருமாள் கோயிலைக் கடந்து தெற்கே திரும்பி மறைந்தன.

மாட்டுகாரப் பையன் எந்த வழியில் ஓடினான் எனத் தெரியவில்லை. "நாளைக்கி இந்தப் பக்கம் மாடு வரட்டும், என்ன செய்யறேன் பாரு" என்று கழியை வேலி ஓரமாக எறிந்துவிட்டு துண்டை உதறி முகத்தைத் துடைத்துக்கொண்டு திண்ணையில் வந்து உட்கார்ந்தார். மூச்சு வாங்கிற்று. துடைக்கத் துடைக்க வியர்வை அடங்கவும், தெருவில் புழுதி அடங்கவும் நேரமாயிற்று.

வாசலுக்குத் தண்ணீர் தெளிக்க உள்ளேயிருந்து வாளியில் எச்சுமி தண்ணீர் எடுத்துக்கொண்டு வந்தாள். இவர் முகத்தை மேற்கே திருப்பிக்கொண்டார். சாரதா தன் வீட்டு வாசலில் தண்ணீர் தெளிக்க ஆரம்பித்திருந்தாள். அவளைப் பார்த்துக்கொண்டிருப்பதில் ஆறுதல் இருந்தது.

அப்பொழுதுதான் தூங்கி எழுந்த சேதுராமனும் வாசலில் வந்து ஆளோடியில் காலைத் தொங்கப்போட்டுக் கொண்டு உட்கார்ந்தான். சாரதாவின் வீட்டுக்கு எதிர்வீடு சேதுராமனுடையது. அவன் அவள் தண்ணீர் தெளிப்பதைப் பார்த்துக்கொண்டிருந்தான். அவனுக்கு இன்னும் சுவைபட அவள் தண்ணீர் தெளிப்பதுபோல இவருக்குத் தோன்றிற்று. தன்னைவிட முப்பதுக்கு மேற்பட்ட வயது குறைவு அவனுக்கு. இப்பொழுது அவள் இன்னும் அழகாகத் தண்ணீர் தெளிக்கிறாள். ஒரு பார்வையாளனுக்கு முன் அவள் தன் திறமையைக் காட்டுகிறாள். அவள் தண்ணீர் தெளித்துவிட்டுக் கோலமாவு எடுக்க உள்ளே போனாள்.

அவனுக்கு இப்பொழுது பொழுது தேங்கிவிட்டது என நினைத்தார்.

அவன் படித்துவிட்டு வேலைக்காகக் காத்துக்கொண் டிருக்கிறான். படித்தவன்கள் எல்லோரும் வேலை தேடிப் போய்விட கிராமம் பாழாய்ப்போய்விட்டது. மேல்வீடும் ஒரு மழைக்காலத்தில் சரிந்து விழுந்தது. ஒரு சார்ப்பு மட்டும் நான்கு தூண்களிலும், சிமெண்டு பூசின ஒரு சுவரிலும் தங்கி நிற்கிறது.

விழுந்தவற்றை எல்லோரும் எடுத்துக்கொண்டு போய்விட அக்ரகாரத்திலிருந்து தட்டாரத் தெரு தெரிகிறது. மாடுகள் தட்டான் வீட்டடி நாற்றங்காலில் மேயப்போக இது குறுக்குப் பாதையாகிவிட்டது. வயோதிகத்தை அடைந்துகொண்டிருக்கும் தெருவைப் பற்றிய சிந்தனை அலுப்பைத் தந்தது.

அதற்குள் சாரதா வாசலைச் சுழித்துக் கோலம் போட ஆரம்பித்திருந்தாள். பயல் பார்த்துக்கொண்டுதான் உட்கார்ந்திருந்தான். அவளைப் பார்க்க அவனுக்குப் புதுமை யாகவே இருக்கும். அவருக்கே அவள் புதுமையாகத்தான் தோன்றினாள். அவன் படிப்பதற்காக நகரங்களில் காலம் கழித்தவன். மாற்றம் தெரியாது கண்ணை மறைக்கக் காரண மாகும் அவளுடைய தொடர்ந்த வளர்ச்சி அவனுக்குத் தெரியாது. சென்னைக் கடைத்தெருவிலும் சினிமாக் கொட்டகைகளிலும் தோன்றும் புதுமை அவளிடம் அவனுக்குத் தெரியலாம். அருகில் சென்று பார்க்க வேண்டும் போலிருந்தது.

எழுந்து மேற்கே போனார். பாழ்வீட்டுக்கு அடுத்தது சாரதாவின் வீடு. அங்கு போய் நினறுகொண்டார். சாரதா புள்ளிவைத்துப் பெரிய கோலமாகப் போட்டுக்கொண்டிருந்தாள். மாலை நேரத்தைக் கோலத்தில் செலவிட விரும்பினாள் போலிருந்தது.

இவர் கோலத்தைப் பார்த்துக்கொண்டே "கோலம் ரொம்பப் பெரிசா இருக்கே. எந்தச் சாமி கிளம்பப் போறது?" என்று குனிந்து இருக்கும் அவள் முதுகில் தட்டிக்கொடுத்தார். அவள் உடம்பைச் சிலிர்த்துக்கொண்டு நிமிர்ந்தாள். அவன் முகத்தில் நிழல் படர்ந்ததுபோலத் தெரிந்தது. அவருக்கும் அவளைத் தொட்டதில் வெட்கமாக இருந்தது.

"எந்தச் சாமி கிளம்பப் போறது?" என்று தன்னை நிதானப் படுத்திக்கொண்டார். அவள் இயல்பாகக் குனிந்து மீண்டும் கோலத்தில் ஈடுபட்டாள். இப்பொழுது வேறு பக்கமாகத் திரும்பி நின்றுகொண்டாள். கோலத்திற்கு வேண்டிய புள்ளிகள் வைத்தாயிற்று. இழைந்த சீரான கோடுகளால் புள்ளிகளை இணைத்துக்கொண்டு வந்தாள். கோலம் தேராக உருவாகிக் கொண்டிருந்தது.

அவள் பதில் சொல்லாதது அவன் முன் அவருக்கு அவமானமாக இருந்தது. "எந்தச் சாமி கிளம்பப் போறது?" என்று, தன் கேள்வி அவளுக்கு இதுவரையில் கேட்கவில்லையென்றும், அவள் கோலத்தில் வெளிக்கவனம் இன்றி ஈடுபட்டிருக்கிறாள் என்றும் தோன்றக் கேட்டார். மனத்திற்குச் சமாதானமாய் இருந்தது.

புஞ்சைலெ ஒரு நடிகெ இருந்தா

சாரதா நிமிர்ந்து "சாமிக்காக இல்லே, ஆசாமிக்காகத்தான் மாமா" என்றாள்.

எதிரில் உட்கார்ந்துகொண்டிருக்கும் அவன்முன் புத்திசாலித்தனமாகப் பேச அவள் முயன்றுகொண்டிருக்கிறாள் என்று தோன்றிற்று. தனக்கும் அது முடியும். "சபாஷ், எந்த ஆசாமியை இந்தத் தேரில் வைச்சு இழுக்கப்போறே. நீ நல்ல பெண்டாட்டியாய் இருப்பே. எவன் கொடுத்து வைச்சவன், இந்தத் தேரில் ஏற?" என்று அவளைப் பார்த்துச் சிரித்தார்.

"போங்க மாமா. உங்களுக்கு எப்போதும் கேலிதான். புதுசாக் கத்துண்டேன். போட்டுப்பாக்கறேன்" என்றாள் அவள் நாணத்துடன் குனிந்து கோலம் போடுவதைவிட்டு நிமிராமலே.

தன் பேச்சில் அவள் குளிர்ந்துவிட்டாள் எனத் தோன்றிற்று. இப்படிப் பேசக் கேட்க அவளுக்குப் பிடிக்கிறது. இவருக்கும் இப்படிப் பேசப் பிடித்தது. தனக்குச் சாதகமாக அவன் முன் அவர் பேசுவதாக அவளுக்குத் தோன்றியிருக்க வேண்டும் என நினைத்தார். அவனைப் பார்த்து, "நீயும் பாத்துக் கத்துக்கோ. நாளைக்கி வரவளுக்கு வசதியாய் இருக்கும்" என்று அவன் முதுகில் ஓங்கித் தட்டிச் சிரித்தார். கையை எடுக்காமல் முதுகில் ஒட்டி கழுத்தைப் பிசைந்துகொண்டிருந்தார்.

"மாமா, மாமா" என்றான் அவன். கழுத்தைக் குறுக்கிக் கொண்டான். "அதுக்குத் தேவையில்லை மாமா" என்று அவர் கையை ஒதுக்கினான்.

"என்ன சாரதா இப்படிச் சொல்றானே. நாளைக்கிப் பெண்டாட்டிக்கி பொடவை கட்டிவிடுவான் பாரு" என்று சிரித்தார்.

அவள் குனிந்தபடிதான் இருந்தாள். பின் தலையைப் பார்க்கும்போதே அவள் முகத்தில் புன்னகை இருக்கும் எனத் தோன்றிற்று. அவளுக்கு சந்தோஷம்தான்.

"அதுக்குச் சொல்லலே. அவளுக்கே கோலம்போடத் தெரியும்" என்றான் அவனும் சிரித்துக்கொண்டு.

"பயலே ... அப்பனுக்குத் தெரியாமே ஆரம்பிச்சுட்டையா!" என்று மீண்டும் அவன் முதுகில் ஓங்கித் தட்டினார்.

"மாமா ... மாமா" என்று அவன் குனிந்துகொண்டான். சந்தோஷமாக, எதிர்ப்பின்றி ஒருவனுக்குத் தண்டனை கொடுக்க முடியும் என்பது தெரிந்தது. "பயலே ... ஆரம்பிச்சுட்டையா" என்று அவன் காதைப் பிடித்துக்கொண்டார். அவன் அவர் கையைப் பிடித்துக்கொண்டான்.

"இல்லே . . . பொண்ணுக்குப் பாடத் தெரியுமான்னு கேட்பதைப்போல கோலம்போடத் தெரியுமான்னு இன்னொரு கேள்விதானே செலவு?" என்றான் அவன்.

"இந்தத் தேர்போல ஆகுமா?"

"நாளைக்கிப் புதுக்கோலம் மாமா" என்று சொல்லிக்கொண்டே அவள் உள்ளே ஓடிவிட்டாள்.

இப்பொழுது தனக்குப் பொழுது தேங்கிவிட்டது எனத் தோன்றிற்று.

"தட்டான் வீட்டடி நாற்றங்கால் பக்கமா காற்றாட போயிட்டு வரலாம் வரேளா மாமா" என்று எழுந்தான் அவன்.

அவர் அதைக் காதில் வாங்கிக்கொள்ளவில்லை. அவன் மட்டும் எதிர் பாழ்மனைக்குள் நுழைந்து போனான். அவர் திரும்பி வநது திண்ணையில் உட்கார்ந்துகொண்டார். குறைப்பொழுது போகாதுபோலிருந்தது. மனச் சோர்வாக இருந்தது. மஞ்சள் வெயில் அடங்கிக்கொண்டிருந்தது. மாட்டுக்குக் கவணையில் வைக்கோல் பிடுங்கி வைக்க வேலைக்காரப் பயலைக் காணோம். பனந்தண்ணி சாப்பிடப் போயிருப்பான்.

தானாவது பிடுங்கி வைக்கலாம் என்று எழுந்து பின் கொட்டாய்க்குப் போனார். மாடுகள் கொட்டாயில் இல்லை. எச்சுமி அவைகளை அவிழ்த்து வைக்கோல் போரில் கட்டியிருக்க வேண்டும். எழுந்தவுடனேயே அதைச் செய்திருக்க வேண்டும். அவள் போரில் இருந்து பிரியை இழுத்து மாடுகளைத் தளர்த்திக் கட்டியிருந்தாள். மாடுகள் வைக்கோலை இழுத்துவிட்டுக்கொண்டு படுத்து இருந்தன. நல்ல வைக்கோல், மூத்திரமும் சாணியுமாக இருந்தது. அந்தப் பிடாரிக்குத் தலைக்கயிற்றைக் குறுக்கிக் கட்ட வேண்டுமென்று எத்தனை தரம்தான் சொல்வது.

"மாடா இருந்தான்னா . . . கழுதைங்க . . . தே . . . தே . . ." என்று குனிந்து, படுத்திருந்த ஒரு மாட்டின் முதுகில் அறைந்தார். அது மிரண்டு பரபரப்பாய் உடம்பைச் சிலிர்த்துக்கொண்டு எழுந்தது. எழுந்த வேகத்தில் குனிந்திருந்த இவர் முகவாய்க்கட்டையில் அதன் முதுகு இடித்தது. அதன் முதுகில் இன்னொரு முறை அறைந்தார். முகவாயோடு உள்ளங்கையும் வலித்தது. அது வாலைச் சுழற்றி இவரை அடித்தது. மிரண்டு வைக்கோல் போர் ஓரம் ஒதுங்கிக்கொண்டது. இதுவரை அலட்சியமாய் தனக்கொன்றுமில்லையெனப் பக்கத்தில் படுத்திருந்த மற்ற மாடு சாவகாசமாய் எழுந்து முதுகை வளைத்துச் சோம்பல் முறித்தது. இவர் திரும்பி அதன் முதுகிலும் "என்ன சோம்பல் முறிக்கறே" என்று அறைந்தார். அது தோலைச் சிலிர்த்து அடியை

உதறிற்று. நிதானமாக மூத்திரம் பெய்தது. வைக்கோல் போர் ஓரம் ஒதுங்கிய மற்ற மாடு நெருங்கி வந்து இவருக்கு அருகில் தலையை நீட்டி மயிரோடு சேர்ந்து ஒழுகும் மூத்திரத்தை நாக்கை நீட்டி நக்கிக் குடித்தது. அதன் முகத்தில் அறைந்தார். "ஏங் கழுதை மூத்திரங் குடிச்சு இப்படி எளைச்சுப்போறே?" என்றார். அது அடியை வாங்கிக்கொண்டு முகத்தை நிமிர்த்தி கீழ் வாய்ப்பல் தெரிய இளித்தது. உதட்டை நக்கிக்கொண்டது. பிரியோடு கட்டப்பட்டிருந்த தலைக்கயிற்றைக் குனிந்து அவிழ்த்தார். அது மூத்திரங்குடித்த வாயோடு குனிந்து இவர் முகத்தை நக்கிக் கொடுத்தது. மயிர் வளர்ந்த முகத்தில் அதன் சொறசொறப்பான நாக்குப்பட இவர் உடம்பு சிலிர்த்தது. மூத்திர நாற்றம் அடித்தது. மூக்கணாங்கயிறு மாட்டிய மூக்கில் கயிற்றோடு இருப்பிக்கொணடிருக்கும் சளியின் நாற்றமும் அடித்தது. மூச்சு மூக்கணாங்கயிற்றையும் சளியையும் இடறித் தாண்டி வரும் சப்தம் அருவருப்பாய் காதருகில் கேட்டது. பின்னால் நின்றுகொண்டிருந்தது, அரிப்புக்கு இதமாய் குனிந்திருந்த இவர் தொடையில் முகத்தைத் தேய்த்துக்கொண்டது. "என்ன, வெளையாடறீங்களா?" என்று அவிழ்த்த தலைக்கயிற்றின் முனையைச் சுழற்றி இரண்டின் முகத்திலும் மாறி மாறி அடித்தார். மீண்டும் மீண்டும் அடியை நிறுத்தப் போவதில்லையென அடித்தார். இரண்டும் முரண்டு இவரை இழுத்துக்கொண்டு போரைச் சுற்றி ஓடின. தலைக்கயிறு இவர் கையில் வலுவாய் பற்றப்பட்டிருந்தது. இரண்டும் வேகமாக ஓடின. முதலில் இவர் காலைத் தரையில் சரித்துக்கொண்டு அவற்றை இழுத்துப் பிடித்து விட முயன்றார். முடியவில்லை. அவற்றின் வேகத்தில் அவரும் ஓட வேண்டியிருந்தது. இடுப்பு வேட்டி அவிழ்ந்தது. ஒரு கையால் பற்றி வேட்டியைப் பிடித்துக்கொண்டார். மாடுகள் திரும்பத் திரும்பப் போரைச் சுற்றிக்கொண்டிருந்தன. வேகம் குறையவில்லை. எங்கோ சிரிப்புச் சப்தம் கேட்பதாகத் தோன்றிற்று. அம்மாடுகளே சிரித்தது போலத் தோன்றிற்று. மீண்டும் சிரிப்புச் சப்தம் கேட்பதுபோலத் தோன்றிற்று. இரண்டு சிரிப்புகளுக்கு இடையில் இன்னும் ஒருமுறை போரைச் சுற்றியாயிற்று. சிரிப்பு ஒரு திசையிலிருந்து வருவதாகத் திருப்பத்தில் தோன்றிற்று. நிமிர்ந்து பார்த்தார். மேல் பாழ்வீட்டின் நின்ற பகுதி இவர் வீட்டுக் கொல்லை வேலி மறைப்பில் மாலை இருள் அடைந்து தெரிந்தது. சாரதாவும் சேதுராயனும் அங்கு தனித்திருக்க வேண்டுமெனத் தோன்றிற்று. அந்த நிலையில் அவர்கள் சிரிக்கக் காரணமில்லை எனப் பட்டது. கிச்சுகிச்சு மூட்டும்படி யாருடைய கையோ யாருடைய சிரிப்பு மூளும் இடத்தில் பட்டிருக்க வேண்டும் என நினைத்துக்கொண்டார். இவருக்கும் சிரிப்பு வந்தது. உடம்பு சிலிர்த்தது. மாடுகள் ஓடிக்கொண்டுதான் இருந்தன.

இந்த நினைப்புக்கிடையில் தானும் ஓடிக்கொணடிருந்தது நினைவிற்கு வந்தது. தன்னைப் பார்த்து அவர்கள் சிரித்திருக்க நியாயமில்லை எனத் தோன்றிற்று. அப்படித் தனிமையைக் காட்டிக்கொடுக்கும் சிரிப்பை அவர்கள் அடக்கிக்கொண்டிருந்திருப்பார்கள். தவிர்க்க முடியாது மூண்ட சிரிப்பு அது. அனுபவமில்லாத கைகள் பட்டு மூண்ட சிரிப்பு. அதையே புதிய கண்டுபிடிப்பாகக் கண்டு மீண்டும் மீண்டும் தூண்டிக்கொண்டு சிரிக்கிறார்கள்போலத் தோன்றிற்று. மாடுகள் சோர்வடையவில்லை. இவருக்கு ஓடிய ஓட்டத்தில் இரைக்க ஆரம்பித்துவிட்டது. வாயில் எச்சில் வரண்டுவிட்டது. தொண்டை காய்ந்து போயிற்று. ஒருக்கால் தன் ஓட்டம் தவிர்க்க முடியாமல் அவர்களுக்குச் சிரிப்பை மூட்டியதோ?

திடீரென்று எவ்வளவு சுலபமாக இந்த ஓட்டத்தை ஆரம்பத்திலேயே தவிர்த்திருக்கலாம் எனத் தோன்றிற்று. கையில் பற்றியிருந்த தலைக் கயிற்றை விட்டுவிட்டு நின்றார். மாடுகள் மட்டும் ஓடின. வியர்த்துக் கொட்டிற்று. உடம்பில் சூடு பறந்தது. திடீரென "திருட்டுப் பயலே" என்று சொல்லிக்கொண்டே வாசலை நோக்கி ஓட ஆரம்பித்தார். போரைச் சுற்றிக்கொண்டிருந்த மாடுகளும் இவரைத் தொடர்ந்து சலாங்குடு அடித்துக்கொண்டு ஓடிவந்தன.

முற்றத்தின் வழியாக இவர் ஓடுவதைக் கூடத்தில் இருந்து பார்த்துக்கொண்டிருந்த அவர் மனைவி "நன்னா இப்படிப் பாலியம் திரும்பித்து. என்ன ஓட்டம் வேண்டிக்கெடக்கு இந்த வயசுக்கு மேலே" என்றாள்.

அவர் ஓடுவதை நிறுத்தி அவளைத் திரும்பிப்பார்த்தார். பின்னால் ஓடிவந்த மாடுகள் இவரை இடித்துக்கொண்டு கடந்து வாசலுக்கு ஓடின. அவர் ஒதுங்கிக்கொண்டு "இல்லேடி, பொடவை திருடின பாவம் தொலைய கிருஷ்ணன் திரௌபதிக்கு பொடவை கொடுத்தான். நான் கண்ணுக்கு நேரா நடக்கற பாவத்தைக் காட்டிக்கொடுக்க பொடவையும் வேட்டியுமா திருடிண்டி வந்து கொடிகட்டிக் காட்டப்போறேன்" என்று ஓட ஆரம்பித்து விட்டார். வாசலுக்குப் போனதும் வேகத்தைக் குறைத்துக்கொண்டு ஓடாமல் பூனையைப் போல பாழ்வீட்டுக்குள் நுழைந்தார்.

அங்கு யாரும் இல்லை.

மன்னிக்க வேண்டும் மகாஜனங்களே

புஞ்சைப் பல்கலைக்கழகத்தில் கிராமியக் கலைவிழா கொண்டாடப்படுகிறது என்றும், அது தஞ்சைத் தமிழ்ப் பல்கலைக்கழகத்தில் கொண்டாடப்பட்ட கிராமியக் கலைவிழாவை ஒத்திருக்கும் என்றும் புஞ்சைப் பல்கலைக்கழகத்தின் நாடகத் துறைத் தலைவரான ராமானுஜத்திடமிருந்து கடிதம் வந்திருந்தது. இந்த ராமானுஜமும் தஞ்சைப் பல்கலைக்கழகத்தின் நாடகத் துறைப் பேராசிரியர் ராமானுஜமும் ஒருவர் அல்லர். இரண்டு பேரும் இரண்டு பல்கலைக்கழகங்களில் உள்ள நாடகத் துறையில் தலைவர்களாக இருந்தபோதிலும்கூட இரண்டு பேரும் கறுப்பும் சிவப்புமாக வேறுபட்டவர்கள். ஒருவரை ஒருவர் நன்றாக அறிந்தவர்கள் என்பதால் முன்பு ஒரு முறை இவ்வித அழைப்பிற்கு நான் தஞ்சாவூர் செல்லாமல் இருந்துவிட்டதைக் கருத்தில் கொண்டு புஞ்சை ராமானுஜம் எனக்கு விவரமாகக் கடிதம் எழுதியிருந்தார்.

புஞ்சைப் பல்கலைக்கழகத்தின் துணைவேந்தரின் பெயர் சின்னதாடி என்பது. இவரைத் தஞ்சைத் தமிழ்ப் பல்கலைக்கழகத்தின் முன்னாள் துணைவேந்தரான வ.அய். சுப்பிரமணியத்தை ஒத்தவர் என்று சொல்லலாம். வ.அய். சுப்பிரமணியத்தின் ஆகிருதி இவருக்கு இருந்தது. ஆற்றல் இருந்தது. ஆழ்ந்த அறிவு இருந்தது. வ.அய். சுப்பிரமணியத்திற்கு இல்லாத தாடி இவருக்கு இருந்தது. இவரும் வ.அய். சுப்பிரமணியத்தை ஒத்து நெற்றியில் விபூதிப் பட்டை அணிந்துகொள்வார்.

புஞ்சைப் பல்கலைக்கழகமும் அனேகமாகத் தஞ்சைத் தமிழ்ப் பல்கலைக்கழகத்தையே ஒத்திருந்தது. தஞ்சைப் பல்கலைக்கழகத்தின் ஆயிரம் ஏக்கர் நிலப்பரப்பைப் புஞ்சையின் நிலப்பரப்பில் அப்படியே வைத்தால் அது தெற்கே சத்திரத்தார் வீட்டுத் திருப்பத்தைத் தாண்டி, அப்பால் ராஜேந்திரன் வாய்க்காலைத் தாண்டி, திருச்சம்பள்ளிவரையிலும் வடக்கே காவிரிப்பூம்பட்டினம் போகும் வழியில் உள்ள நடராஜபிள்ளைச் சாவடிவரையிலும் நிலப்பரப்பை அடைத்துக்கொள்ளும். தஞ்சையை ஆண்ட மராட்டிய மன்னர்களின் அரண்மனை வளாகத்தை நான் இங்கு கற்பனைபண்ண வேண்டும். அங்குதான் வ.அய். சுப்பிரமணியத்தின் அலுவலகம் போலச் சின்னதாடியின் அலுவலகம் இருந்தது.

தெற்கே திருச்சம்பள்ளியைத் தாண்டிச் செம்பனார் கோயிலிலிருந்து புஞ்சை கிடாரங்கொண்டான் வழியாக வடக்கே நடராஜ பிள்ளைச் சாவடியைத் தாண்டிக் காவிரிப்பூம்பட்டினம் செல்லும் சாலையைத் தஞ்சாவூரிலிருந்து வல்லம் வழியாகத் திருச்சி செல்லும் சாலையோடு ஒப்பிடலாம். இந்தச் சாலையில் இருக்கும் தஞ்சைப் பல்கலைக்கழகத்தைப் போலப் புஞ்சைப் பல்கலைக்கழகமும் செம்பனார் கோயில் காவிரிப்பூம்பட்டினம் சாலையில் இருக்கிறது. ஆனால், இந்தச் சாலை தஞ்சைப் பல்கலைக்கழகத்தை ஒத்து ஆயிரம் ஏக்கர் நிலப்பரப்பின் உள்ளே ஓடுகிறது. இந்தச் சாலையில் உள்ள புஞ்சை ஐயனார் கோயிலின் முன்னடியானைப் போல, பெரிய மீசை வைத்துக்கொண்டிருந்த ஒரு சேவகர் வ.அய்.சுப்பிரமணியத்திடம் இருந்தார். துணைவேந்தரின் அலுவலகத்தின் முன்னே அவர் அலங்காரமாகவும் பயனுள்ளவராகவும் தோற்றம் கொண்டிருப்பார்.

வ.அய். சுப்பிரமணியத்தின் சேவகருக்கு என்ன பெயர் என்று எனக்குத் தெரியாது. ஆனால் சின்னதாடியின் சேவகரின் பெயர் முத்துசாமி. முத்துசாமி என் பெயரைக் கொண்டவராக இருக்கிறார் என்பதற்காக அவரைப் பற்றி நான் உயர்வாக எண்ணுகிறேன் என்று நினைத்துவிடக் கூடாது. என்னைப் போலவும், புஞ்சை ஐயனார் கோயிலில் உள்ள இன்னொரு முன்னடியானைப் போலவும் பெரிய மீசை வைத்துக்கொண்டிருக்கும் முத்துசாமி, என்னைப் போல வைத்துக் கொண்டிருக்கவில்லை. மனத்தின் கோழைத்தனத்திற்கு முகமூடியாக நான் பெரிய மீசை வைத்துக்கொண்டிருக்கிறேன் என்று எனக்குத் தோன்றும். அல்லது உயர்ஜாதி முகத்தைக் கெடுத்துவிட வேண்டும் என்று வைத்துக்கொண்டிருக்கலாம். ஆனால் அடுத்த கணத்தில் அப்படியானால் நான் சூடு அல்லவா போட்டுக்கொண்டிருக்க வேண்டும்! இந்தச் சுலபமான வசதி

எதற்கு என்றும் தோன்றும். அவர் மிகவும் சுத்தமாக அழகிற்காக மட்டுமே முன்னடியானைப் போல மீசை வைத்துக்கொண்டிருந்தார். தான் தாழ்ந்த ஜாதியென்று மனத்திலுள்ள தாழ்வான எண்ணத்தை மறைப்பதற்கான வெளிச்சின்னமாக அல்லவே அல்ல. தன் ஜாதிக்காகத் தனக்கு இங்கு இடம் கொடுக்கப்பட்டிருக்கிறது என்பது முத்துசாமிக்குத் தெரியும்.

வ.அய். சுப்பிரமணியத்திடம் இருக்கவே முடியாத சில சின்னத்தனங்களைக் கொண்டவர் சின்னதாடி என்றபோதிலும்கூட, பெரும்பாலான நல்ல குணங்களால் அமைந்திருந்தது அவருடைய இயல்பு.

கலைவிழாவிற்கு அழைப்பு வந்ததும் சென்னையிலிருந்து விடுவித்துக்கொண்டு ஊருக்குப் போனேன்.

பெரிய மீசைக்கார சேவகர் முன்நடத்திச் செல்ல, நான் ராமானுஜத்துடன் சென்று துணைவேந்தரின் மிகப் பெரிய மேஜை முன்னால் நாற்காலியில் அமர்ந்தேன். எனக்கு அருகில் அமர்ந்த ராமானுஜம் என் பார்வையிலிருந்து உடனே மறைந்துவிட்டார். எங்களைச் சுற்றி இருந்த வெளி முழுதும் மறைந்து எங்கோ போய்விட்டது. என்னுடைய நாற்காலி சிறுத்து பயமுறுத்துவதாகவும் வ.அய். சுப்பிரமணியத்தின் இருக்கை பெருத்து அவர் விஸ்வரூபம் எடுத்துக்கொள்வது போலவும் உணர்ந்தேன். இந்த அனுபவம் எனக்குப் புதிதல்ல. இப்படி நேரும் என்று எனக்குத் தெரியும். வ.அய். சுப்பிரமணியத்தைப் போன்ற ஓர் ஆகிருதியின் முன்னால் என்னால் எப்படி அமர முடியும்? அவர் பெருத்து அறையை அடைத்துக்கொண்டுவிட்டார். சிறிதுசிறிதாக அவருடைய வாய் மட்டும் அறையை அடைத்துக்கொண்டு பேசுவதை உணர்ந்தேன். அந்தக் கலைவிழா திருவையாறில் நடைபெறும் தியாகப் பிரம்மோற்சவத்திற்கு இணையாக நடைபெற வேண்டும் என்று விரும்புவதாகச் சொன்னார். கலைவிழா ஜனவரி மாதத்தில் பொங்கலுக்குப் பின்னால் தொடங்கி ஒரு வாரம் நடைபெறுவதாக இருந்தது.

இதைத் திருவையாறில் நடைபெறும் தியாகப் பிரம்மோற்சவத்திற்குப் போட்டியாகத் தொடங்கினார் என்று சொன்னால் என்ன தவறு என்று சின்னதாடி நினைத்தார். அந்தக் கலைவிழா தொடர்ந்து நடைபெற முடியாமல் போனால் அதனால் உண்டாகும் அவப் பெயர் வ.அய். சுப்பிரமணியத்திற்கு வந்துசேர வேண்டும் என்பது சின்னதாடியின் விருப்பம். அவரும் ஒரு துணைவேந்தரானதால் உண்டான பொறாமை அது. திருவையாறில் உற்சவத்திற்குப் போட்டியாகத் தொடங்கப்பட்ட பல்கலைக்கழகத்தின் கிராமியக் கலைவிழா என்னவாயிற்று என்று திருவையாறில் கூடும் கர்நாடகச் சங்கீத வித்வான்கள்

கைகொட்டிச் சிரிப்பார்கள் என்று சின்னதாடி கற்பனை பண்ணிக்கொண்டார். சங்கீதக்காரர்கள் எல்லோருக்கும் வெள்ளை முகம் எழுதிவிட்டார். வினோதமான ஆடைகள் உடுத்தினார். அவர்கள் குதித்து அதனால் உண்டாகும் விகாரம் முன்னாள் துணைவேந்தரைப் போய்ச்சேர வேண்டும் என்பது அவருடைய விருப்பம்.

ஒரு நல்ல காரியத்தைக் கரிநாளில் தொடங்க மாட்டேன் என்று சின்னதாடி கலைவிழாவைப் பொங்கல் அன்றே தொடங்கிவிட்டார். ஒரு பொங்கலுக்குச் சொந்த ஊருக்குப் போகிற சந்தோஷம் என்னைப் பற்றிக்கொண்டது. விழாவைப் பொங்கல் அன்றே தொடங்கிவிட்டாலும்கூட கரிநாளில்தான் விளையாடுகிற வழக்கம் மரபில் இருந்ததால் ஜல்லிக்கட்டைக் கரிநாளில் வைத்துக்கொண்டார் சின்னதாடி.

பொங்கலுக்கு முதல் நாள் போகி அன்றே நான் ஊர் போய்ச் சேர்ந்துவிட்டேன்.

எங்கள் வீடு அரண்மனை வளாகத்திற்கு மிக அருகில் இருந்தது. சாலைக் குளத்திற்கு மேல்கையில் அரண்மனை வளாகம் ஓர் இலுப்பைத் தோப்பிற்குள் இருந்தது. அதுதான் காவிரிக்கரைக்குப் போகிற வழி. அரண்மனை வளாகத்திற்குப் பின்னால் காவிரி ஓடிற்று. அக்ரகாரம் சாலைக் குளத்திற்குக் கீழ்க்கையில் சாலையைத் தாண்டி ஒரு சின்ன பெருமாள் கோயிலால் நேரடிப் பார்வை மறைக்கப்பட்டு அடங்கியிருந்தது. நான் ஊருக்கு வந்துவிட்டேன் என்ற செய்தியைக் கேள்விப்பட்டு என்னை அழைத்துக்கொண்டு வரும்படி முத்துசாமியை அனுப்பி வைத்திருந்தார் சின்னதாடி.

"ஐயா அழைச்சுக்கிட்டு வரச் சொன்னாங்க" என்று சொன்னார் முத்துசாமி.

"என்ன ஐயா?, சின்னதாடி அழைச்சுக்கிட்டு வரச்சொல்லிச்சுன்னு சொன்னா என்ன?" என்று நான் முத்துசாமியைக் கேட்டேன். "வ.அய். சுப்பிரமணியத்திற்கு இணைஆகிவிடுவாரா ஒங்க சின்னதாடி?" என்றும் கேட்டேன்.

"அது மரியாதி இல்லீங்க" என்று முத்துசாமி சொன்னார்.

"சரி" என்று சொல்லிக்கொண்டே எழுந்து புறப்படத் தயாரானேன்.

முத்துசாமி முன்நடத்திச் செல்ல, துணைவேந்தரின் அறைக்குள் நுழைந்தேன். அங்கு ஏற்கனவே ராமானுஜம் உட்கார்ந்துகொண்டிருந்தார். வ.அய். சுப்பிரமணியத்தைப் போல சின்னதாடி இருந்தார். என் பார்வையிலிருந்து ராமானுஜம் மறையவில்லை. சின்னதாடி வடிவத்தைவிடப் பெருத்து அறையை

அடைத்துக் கொள்ளவில்லை. அவருடைய சுயரூபத்திலேயே அவர் எனக்குத் தென்பட்டார். வ.அய். சுப்பிரமணியத்தின் மேல் உள்ள பெருமதிப்பில் நான் சின்னதாடியை மிகவும் எளிமைப்படுத்திவிடுகிறேனோ என்று நினைத்துக்கொண்டேன். உள்ளே நுழைந்ததும் "வாங்க" என்றார். "உட்கார்" என்று முத்துசாமியைச் சொன்னார். எங்கு உட்காரச் சொன்னார் என்பது புலப்படவில்லை. சற்றுத் தொலைவில் ஒரு ஸ்டூல் இருந்தது. ஆனால் முத்தூசாமி "இல்லே" என்று சொன்னார். சற்று நேரம் கழித்து 'சாப்பாடு?' என்று கேட்டார்.

முத்துசாமி அற்புதமான சமையல்காரர் என்பது எனக்குத் தெரியும். இதை அவர் யாரிடமிருந்தும் கற்றுக்கொள்ள வில்லை. அது அவருடைய கற்பனையிலிருந்து உதயமாயிற்று. அவர் அற்புதமான கற்பனைகளைக் கொண்டவர். சின்னதாடியை விட்டுவிட்டு நான் முத்துசாமியை வர்ணிக்கிறேன் என்று நினைத்துவிடக் கூடாது. எந்தத் துணைவேந்தரும் இதைப் பொறுத்துக்கொள்ள மாட்டார். ஆனால், முத்துசாமியை வர்ணிப்பது எல்லாம் சின்னதாடிக்கு வேண்டிய அலங்காரமாகவே அமையும். முத்துசாமியின் சமையலைச் சின்னதாடி மிகவும் ரசித்து உண்பார். ஒரு நல்ல சமையலை எவர் வேண்டுமானாலும் சமைக்க முடியும் என்றபோதிலும்கூட, இந்தச் சமையல் பெரிய புகழைத் தனக்குள் வைத்துக்கொண்டிருந்தது. அது அல்ப ஜாதியால் வந்த புகழ்.

அலுவலகத்தில் பெரிய வாழை இலையைப் போட்டுக் கொண்டு முத்துசாமி பரிமாறிய உணவை மிகவும் விளம்பரமாகச் சாப்பிடுவார் சின்னதாடி என்பது உண்மையாகிவிட்டது.

என்னைப் பார்த்து "சாப்பாடு" என்றார் சின்னதாடி. அப்படியே பார்வையை ராமானுஜத்தின் பக்கம் திருப்பினார். நாங்கள் இரண்டு பேருமே சேர்ந்து 'ஆச்சு' என்று பதில் சொன்னோம்.

முத்துசாமி பெரிய வாழை இலையை எடுத்துக்கொண்டு வந்தார். இலை முன்னதாகவே துடைத்துச் சுத்தம் செய்யப்பட் டிருந்தது. சின்னதாடி உட்கார்ந்துகொண்டிருந்த அந்த மேஜையிலேயே உணவு பரிமாறப்பட்டது. சின்னதாடி என்று ஒரு துணைவேந்தருக்குப் பெயர் இருக்கக் கூடாது என்று பலர் மறுக்கக் கூடும் என்பதைப் போலவே அவர் உண்ட உணவில் பலர் மறுக்கும் பிராணிகளின் மாமிசங்கள் அடங்கியிருந்தன. சுவையாக இருக்கும் அவற்றைச் சாப்பிடுவதில் அவருக்கு ஏதும் தயக்கம் இருக்கவில்லை. ஆனால் சாப்பிடும்போது மட்டும் அது என்ன பதார்த்தம் என்று தெரிந்துகொள்வதில் அவர் அக்கறை காட்டியதில்லை. அப்போது ஓக்களிக்கத் தொடங்கிவிடலாம்

என்று அஞ்சினார் அவர். ஆனால், அதைப் பற்றி முத்துசாமி வெளியில் தாராளமாகப் பேச வேண்டும் என்றே துணைவேந்தர் சின்னதாடி விரும்பினார். போகப்போக அவர் சாப்பிடும் பதார்த்தங்கள் என்ன என்பதைச் சாப்பிடும்போதே தெரிந்து கொள்ளும் பழக்கம் வந்துவிட்டது அவருக்கு. அது அந்தப் புகழால் வந்தது. மிகவும் அலங்காரமாக வந்தது. வ.அய். சுப்பிரமணியத்திற்கு இல்லாத சின்னத்தனங்கள் என்றது இதைப் போன்ற விஷயங்களையே. நாங்கள் அவர் முன் உட்கார்ந்திருந்த இந்த நேரம் அவர் இலையில் பரிமாறப்பட்ட பதார்த்தங்களை என்ன என்பதைத் தெரிந்துகொள்வதில் சுதந்திரம் அடைந்திருந்த நேரம். அதையும் கடந்து அப்பால் வந்திருந்தார் அவர். ஏனெனில், எல்லாச் சுவைகளும் அவருக்குப் பரிச்சயமாகிவிட்டிருந்தன. என்றாலும், புதிய சுவைகளை உருவாக்கும் வல்லுநரான முத்துசாமி ஒரு பொருள் பற்களில் கடிபடும் தன்மையையும் மீறி அவற்றுக்குச் சுவைகளை மாற்றிவிடுகிறார் என்று பெயர் இருந்தது. இதில் விவாதங்கள்கூட இருந்தன. அப்படி மாற்றலாமா என்று! அது மிகச் சிக்கலாகப் போய்விட்டது. மரக்கறிகளில் மாமிசச் சுவைகளை உண்டாக்குவதைப் போன்றது இது.

“ஒரு பொருளோட அடிப்படைத் தன்மையெ மாத்தாமேதான் நான் சுவையை உருவாக்கறேன்” என்றார் முத்துசாமி பரிமாறிக்கொண்டே. “ஒண்ணொண்ணுக்கும் அததுக்குன்னு சுவை இருக்கு. அப்படி இல்லேன்னா நாம ஏன் அனாவசியமா பல ஜீவன்களெக் கொல்லணும்?” என்று கேட்டார்.

“இது என்ன தெரியுமா?” என்று இலையில் இருந்து ஒரு பொருளைக் கையில் எடுத்துக் காட்டிக் கேட்டார் சின்னதாடி, எங்கள் பதிலுக்குக் காத்துக்கொண்டிருந்தார்.

“தெரியாது” நாங்கள் சொன்னோம்.

“வெள்ளெலி! சுத்த சைவம் இந்த எலி. வயலில் நெற்கதிர்களை மட்டுமே புசித்து உயிர் வாழ்வது” என்று சொல்லிவிட்டு அந்த மாமிசத்தை வாயிலிட்டு மென்று சுவைத்தார். எங்கள் இரண்டு பேருக்குமே வாயில் நீர் ஊறிற்று. மென்றுகொண்டே பேசினார். முன்னால் ஓர் அமைச்சர் பஞ்சகாலத்தில் எலிக்கறி சாப்பிடச் சொல்லிவிட்டு விமர்சனத்திற்கு ஆளானது பற்றிப் பேசினார். எலிக்கறி மட்டும் என்ன, வேறு எந்தக் கறியும் இலையில் அற்புதமான உணவுப் பண்டமாக மாறும் என்றால் இதில் விமர்சனத்திற்கு ஏதும் இடமில்லை என்றும் சொன்னார். இந்தக் கறிகள் எதுவும் அழிந்து கொண்டுவரும் ஜீவராசிகளைக் கொண்டு உண்டாக்கப்பட்டதில்லை என்றும் சொன்னார். அது மட்டும்தான் மாமிசம் உண்பதில் அளவுகோலாக இருக்க முடியும் என்றும்

சொன்னார். அடுத்து அவர் எடுத்துச் சுவைத்தது நண்டு. சிறியதாக இருந்தது. வயல் நண்டு. வ.அய். சுப்பிரமணியத்தைப் போலத் தானும் ஒரு கிராமியக் கலைவிழா ஒன்றைச் செய்ய வேண்டும் என்று சின்னதாடி அடிக்கடி சொல்லிக்கொண்டிருந்தார் என்று ராமானுஜம் எனக்கு எழுதியிருக்கிறார். இங்கு சின்னதாடியை வ. அய். சுப்பிரமணியத்தைவிட மேலாகச் சொல்ல வேண்டிய கட்டம் இருக்கிறது. அழையாத விருந்தினராகப் போயிருந்த போதிலும்கூட அவர் யாருடைய கற்பனையிலும் இல்லாததால் அவரால் சுலபமாக அங்கு நடந்த நிகழ்ச்சிகளில் ஆட்டக்காரராகக் கலந்துகொள்ள முடிந்தது. பலருடைய மன உத்வேகத்தை ஒத்திருந்தது அது என்ற போதிலும்கூட அவரை அங்கு யாராலும் கண்டுகொள்ள முடியவில்லை. அது வ.அய். சுப்பிரமணியத்தின் மன உத்வேகத்தை ஒத்திருந்தது. ஆனால் அப்படி வ.அய். சுப்பிரமணியத்தினால் ஓர் ஆட்டக்காரராகக் கலந்துகொள்ள முடியுமா? இங்கு கிடைத்த அனுபவத்தைக் கொண்டு சின்னதாடி என்னையும் ஓர் ஆட்டக்காரராகக் கிராமியக் கலைவிழாவில் கலந்துகொள்ளச் சொன்னார். இதில் பல்கலை மன்னனாக இருக்க முடியும் என்றும் சொன்னார். தன்னைப் போலப் பார்வையில் படாமல் கலந்துகொள்ளப்போகிறாயா அல்லது பார்வையில் படும் ஆட்டக்காரராகக் கலந்துகொள்ளப் போகிறாயா என்றும் கேட்டார். அதன் நஷ்டங்களைப் பற்றி விவரமாகச் சொன்னார். கண்ணில் படும் ஆட்டக்காரன் என்றால் தனக்குக் கிடைத்தது போன்ற பல அலங்காரங்களை நான் அணிந்துகொள்ள முடியும் என்றார்.

இலையைத் துடைத்துச் சாப்பிட்டுவிட்டு விரல்களை நக்கிக்கொண்டிருந்தார் சின்னதாடி. ஆனால் அதைப் பற்றியும் இதில் வெட்கப்பட ஒன்றுமில்லை என்று சொல்லிவிட்டார். தன்னைப் பார்த்து எங்கள் இரண்டு பேருக்கும்தான் வெட்கமாக இருக்கிறது என்றும், வெட்கப்பட்டு நன்றாகச் சாவுங்கள் என்றும் சிரித்துக்கொண்டே சொல்லிவிட்டு அந்த நக்கலைத் தொடர்ந்துகொண்டே வ.அய். சுப்ரமண்யத்தின் தீர்க்கதரிசனத்தைப் பற்றியும் அதை யாரும் புரிந்துகொள்ளாததைப் பற்றியும் சொல்லத் தொடங்கினார்.

தஞ்சைத் தமிழ்ப் பல்கலைக்கழகத்தின் கிராமியக் கலை விழாவை அமைக்கிற வேலைகளை முனைவர் முருகேசன்தான் மேற்கொண்டிருந்தார். புஞ்சையில் முழுப் பொறுப்பும் முத்துசாமி யுடையது. முத்துசாமியையும் முனைவர் முருகேசனையும் ஒப்பிட முடியாது. இரண்டு பேரும் ஒரே விதமான காரியங்களைச் செய்யப் பணிக்கப்பட்டார்கள் என்பதற்காக ஒப்பிட்டுவிட முடியுமா என்ன? முனைவர் முருகேசன் படிப்பாளி.

ந. முத்துசாமி

அறிவால் உண்டான தெளிவைக் கொண்டவர். முத்துசாமி அப்படியல்ல. ஒரு சேவகர்தானே! ஆனால் எளிமையான மனதைக் கொண்ட அவருக்கு எந்த மனச்சிக்கலும் இருக்க வில்லை. அழகானது எது என்பது இயல்பாக அவருக்குப் புலப்பட்டது. அவருக்குப் பயம் இருக்கவில்லை. பயம் கொடுக்கும் தயக்கங்கள் இல்லாமல் இருந்தார். எப்படியோ கற்பனைக் கலப்பில்லாமல் பொருள்களைப் பார்க்கிற பழக்கம் இயல்பாக அவரிடம் அமைந்திருந்தது. எனவேதான் புஞ்சைக் கலைவிழாவில் மாடுபிடிச் சண்டையுடன் அவர் பறையையும் சேர்த்துவைத்திருந்தார்.

புஞ்சைப் பறை தஞ்சைப் பறையைப் போன்றது அல்ல. புஞ்சைப் பறையில் ஆட்டம் இல்லை. இது செண்டையை ஒத்து நீண்டு இரண்டு புறமும் தோலால் மூடப்பட்டு, ஒற்றைத் தோளில் மாட்டிக்கொண்டு குச்சிகளால் ஒரு புறத்தை அடித்து வாசிக்கிற ஒரு வாத்தியம். மேளம் என்று சொல்லப்படும் அடிப்படைத் தாளத்தை அனுசரிக்கும் ஒரு வாத்தியம். அதைச் சுற்றி அனேகராக நின்று இந்தப் பறைகள் தோய்ந்து அடிக்கப்படும்போது உண்டாகும் நயம் எதற்கும் இணையானது. இதனால் கவரப்பட்டவர் முத்துசாமி.

ஒவ்வொரு நாள் மாலையிலும் நடைபெறும் விழாவைத் தொடர்ந்து அதற்கான விமர்சனக் கூட்டம் மறுநாள் காலையில் ஏற்பாடு செய்யப்பட்டிருந்தது. இந்த விமர்சனக் கூட்டங்களில் வ.அய். சுப்பிரமணியம் கடுமையாக விமர்சிக்கப்பட்டார் என்பது சின்னதாடிக்குத் தெரியும். தஞ்சாவூர் நகரத்தை விட்டு வெகுதொலைவில் இருக்கும் பல்கலை வளாகத்தில் துணைவேந்தர் நிகழ்ச்சிகளை அமைத்திருக்கிறார் என்றும், என்ன சொன்னாலும் கேட்காமல் அங்குதான் நிகழ்ச்சிகள் நடைபெற வேண்டுமென்று பிடிவாதமாக இருக்கிறார் என்றும், பாருங்கள், கூட்டம் பேராசிரியர்களின் குடும்பத்தினரால் மட்டுமே நிரம்பியிருக்கிறது என்றும் பேசிக்கொண்டார்கள். ஒரு விதத்தில் இது நன்மையாக இருந்தது. பேராசிரியர்கள் இந்த கிராமியக் கலைகளை அருகிலிருந்து கூர்ந்து கவனித்து அவற்றின் நுணுக்கங்களைப் புரிந்துகொள்வதற்கு ஏதுவாக இருந்தது. ஆனால் ஜல்லிக்கட்டு மட்டும் இதற்கு மாறாக அமைந்துவிட்டது.

புஞ்சையிலும் ஜல்லிக்கட்டு ஒன்றை ஏற்பாடு செய்ய வேண்டும் என்று சின்னதாடி முத்துசாமியைப் பணித்திருந்தார். புஞ்சையில் ஜல்லிக்கட்டு பழக்கத்தில் இல்லை. அதை இங்கு ஏற்பாடு பண்ண முடியாது என்று சொன்னார் முத்துசாமி. அதை நம்பத் தயாராய் இல்லை சின்னதாடி. அப்படித்தான் தஞ்சாவூரில் வ.அய். சுப்பிரமணியத்தைக் கிண்டல் செய்தார்கள் என்று

சொல்லிவிட்டார். வ.அய். சுப்பிரமணியம் சொன்னதுபோல, ஒரு சிறிய ஜல்லிக்கட்டை ஆய்வுக்காக ஏற்பாடு பண்ணு என்றும், மாடுகளை வேண்டுமானால் லாரியில் கொண்டுவா என்றும் சொல்லிவிட்டார். அதற்குப் பின்னரே முத்துசாமி புஞ்சைக் கலை விழாவில் மாடுபிடிச்சண்டையோடு பறைக்கும் ஏற்பாடு செய்தது. புஞ்சையில் அதை அவர் ஜல்லிக்கட்டு என்று அழைக்கத் தயாராய் இல்லை. கூத்தில் சொல்வதுபோல் மாடுபிடிச் சண்டை என்று பெயரிட்டார். இது மாடுகளை மந்தைவெளியில் மறித்துவைக்கிற வேலை. தம்பட்டம் கொட்டினால் மாடுகள் மிரண்டு நாலாப் பக்கமும் ஓடும். இதுதான் புஞ்சையில் சாத்தியமென்று எண்ணினார் முத்துசாமி. மாட்டுப் பொங்கல் அன்று மாடு விரட்டுவதுபோல.

சின்னதாடி சாப்பிட்டு முடித்த பிறகு எப்படி இலை எடுப்பது? ஒரு பெரிய துணைவேந்தர் சாப்பிட்டு முடித்திருக்கிறார். அவர் இலையை எடுப்பதற்காக நான் கையை நீட்டினேன். ராமானுஜமும் நான் நீட்டியதைக் கண்டு தயக்கத்தோடு தன் கையை நீட்டினார். அந்தத் தயக்கம் தெரியக் கூடாது என்ற எச்சரிக்கையும் அவர் முயற்சியில் தென்பட்டது. ஆனால், துணைவேந்தர் இலையைத் தானே எடுத்துவிட்டார். அவர் இலையை எடுத்த கையோடு ஒரு தூக்கம் போடப்போவதாகச் சொன்னதால், நாங்கள் வந்துவிட்டோம்.

பறை தங்கள் ஜாதியோடு ஒப்பிடப்படுவதால் புஞ்சையில் அதைக் கிழித்துப் போட்டிருந்தார்கள். அவர்கள் இனிமேல் பறை வாசிக்க மாட்டோம் என்று சபதம் ஏற்றுக்கொண்டிருந்தார்கள். கிழிந்த பறைகள் அவமானச் சின்னங்களாகப் புஞ்சை மாரியம்மன் கோயிலில் பேச்சியாயிக்குத் தலைமேல் உள்ள மடப்பள்ளியின் வெளிவாரியில் தொங்கிக்கொண்டிருந்தன.

இதைக் கண்டு கழுமேடையில் இருந்த கழு கோபம் கொண்டு கூர்மையாகிக்கொண்டே வந்தது. மாரியம்மன் பார்வையில் சாலை ஓரத்தில் இருந்தது கழுமேடை. அது சில ஆசனவாய்களைக் கிழித்துக் கழுத்தருகில் தோளுக்கு மேலே வெளிவர வேண்டும். சில பெரிய எழுத்துப் புத்தகங்களின் படங்களில் உள்ளது போல என்று சாமி வந்து சொல்லிற்று என்று முத்துசாமி, பயிற்சியைக் காணச் சென்ற என்னிடம் சொன்னார். பறையை இவ்வளவு மென்மையாக அடிக்க முடியும் என்பதுபோல் அப்போது வாசித்துக்கொண்டிருந்தார்கள்.

“யாருக்குச் சாமி வந்தது?” என்று நான் கேட்டேன்.

“சின்னதாடிக்கு” என்று முத்துசாமி பதில் சொன்னார்.

“ஒரு துணைவேந்தருக்குச் சாமிவர முடியுமா?” என்று நான் கேட்டேன்.

"ஏன்? வந்ததே!" என்று முத்துசாமி பதில் சொன்னார்.

சின்னதாடிக்குச் சாமி வரும்.

"அது என்ன சாமி?"

"தான் சங்க காலத்திற்கு வெகு நாள் முந்தி வாழ்ந்த ஒரு சாமி என்று சொல்லிற்று. அப்போது பிரிவினைகள் இல்லாமல் இருந்தது சமூகம் என்று சொல்லிற்று! உங்களுக்குச் சந்தேகம் இருந்தால் வேத காலத்திற்கும் முந்தைய சாமி என்று வைத்துக்கொள்ளுங்கள். ஆதியில் இருந்த சாமி. கற்கால மனிதரின் சாமி" என்று சொல்லிற்றாம்.

அதன் பிறகு முத்துசாமி பறைகளை எடுத்துப் புதுத் தோல் போர்த்தி வாசிக்க வைத்தாராம். அப்போது பறையை எப்படி அடிக்க வேண்டும் என்பதைப் பலர் மறந்துவிட்டார்கள்போலத் தோன்றிற்றாம். அந்த மரபை விடாமல் கைக்கொண்டிருந்தார்கள் காவிரிக்கு மேல்கையில் இருந்த மேலூரில் இருந்தவர்கள். அவர்களைக் கொண்டுவந்து புஞ்சையில் கற்றுக்கொடுக்கச் சொன்னார் முத்துசாமி. இதற்குச் சின்னதாடியின் உதவி இருந்தது. அவர்களிடம் பறையின் சொற்கட்டுகள் எல்லாம் மரபில் இருந்தன. இந்தச் சொற்கட்டுகள் சங்க காலத்தில் அடிக்கப்பட்ட பறைகளிலிருந்து தொடர்ந்து வந்துகொண்டிருக்கின்றன என்று சின்னதாடி கலைவிழாவை ஒட்டிய கருத்தரங்கம் ஒன்றில் சொன்னார். முத்துசாமியும் மிக அழகான இந்தச் சொற்கட்டுகள் வேண்டும் என்று நினைத்தார்.

சின்னதாடிக்குச் சாமி வந்த கையோடு சென்ற ஆண்டில் ஆடி மாதம் புஞ்சை மாரியம்மன் கோயிலில் காப்புக்கட்டுவதற்கு முன்னர் முத்துசாமியைச் சில கேள்விகள் கேட்டிருக்கிறார் சின்னதாடி.

"கழுமேடை என்றதும் ஒனக்கு என்ன ஞாபகம் வருது?" "ஒன்றும் ஞாபகம் வல்லே" என்று சற்று யோசித்துவிட்டுப் பதில் சொல்லியிருக்கிறார் முத்துசாமி. அவருக்கு யோசிப்பதற்கு இன்னும் நேரம் வேண்டும் என்று சின்னதாடி உடனே பேச்சைத் தொடங்கவில்லை. உடனே, "எண்ணாயிரம் சமணர்களைக் கழுவறைந்தது ஞாபகத்துக்கு வருது" என்று பதில் சொல்லியிருக்கிறார் முத்துசாமி. "நான் அந்தப் பதிலை எதிர்பாக்கலே" என்று மறுத்துவிட்டார் சின்னதாடி. சற்று நேரம் கொடுத்து, "மாரியம்மன் கோயிலுக்குள்ளேயே சொல்லு!" என்று சொல்லியிருக்கிறார்.

"கழுவுடையான்" என்று பதில் சொல்லியிருக்கிறார் முத்துசாமி.

"காத்தவராயன், கருப்பண்ணசாமி, கழுவுடையான் ... இந்தச் சாமிகள் மரச்சாமிகள். வெங்கலச்சாமிகள் இல்லே. ரொம்பப் பழசு. ரொம்பப் பழசு" என்று சொல்லியிருக்கிறார் சின்னதாடி

இந்தக் கழுமர மேடைக்கும், இந்தக் கழுவடையான் அல்லது கழுவுடையானுக்கும் என்னவோ சம்பந்தம் இருக்கிறது. ஆடியில் ஒரு வெள்ளியில் காப்புக் கட்டி, அடுத்த வெள்ளியில் சாமி புறப்பட்டு, அதற்கு அடுத்த வெள்ளியில் தீமிதி நடந்து, கழுவுடையானைத் தூக்கித் தலையில் வைத்துக்கொண்டு மாரியம்மன் கோயிலின் பிராகாரத்தை வலம் வரும்போது கழுவடையான் சனிமூலைத் திருப்பத்தில் எகிறும். அது அப்படி ஒருமுறை எகிறிப் பறந்து சனிமூலையில் உள்ள மரம் ஒன்றில் சென்று அமர்ந்துகொண்டுவிட்டது. அப்போது அதன் கை ஒன்று உடைந்துபோயிற்று. இன்னமும் அந்த மரச்சிலை உடைந்த கையோடுதான் இருந்துகொண்டிருக்கிறது. அப்பப்பா! அதை இறக்கிக் கொண்டுவரப்பட்டபாடு. அப்பப்பா!

கலைவிழா யோசனையால் முத்துசாமி சுறுசுறுப்பாகி விட்டார். அதில் பெரிய உத்வேகம் இருந்தது. கீழப்பாளையத்தில் மாரியம்மன் கோயிலின் தர்மகர்த்தாவான பெரியபிள்ளையைப் போய்ப் பார்த்தார். சின்னதாடி என்ன சொல்கிறது என்று சொன்னார். அதற்கு உத்வேகம் வ.அய். சுப்பிரமணியத்திட மிருந்து வருகிறது என்றும் சொன்னார். துணைவேந்தர் என்றால் பல்கலைக்கழகத்தோடு அடங்கிவிட்டது என்று எண்ணாதீர்கள் என்றார். மொத்தச் சமூகத்தையும் உத்வேகப் படுத்துவது முடியுமானால் ஒரு துணைவேந்தர் செய்வதில் தவறு ஒன்றுமில்லை. நார்த்தேவன் குடிகாட்டைக் கண்டு பிடித்தது யார்? ஆறுசுத்திப்பட்டைக் கண்டுபிடித்தது யார்? மெலட்டூர்அரவான்களபலியைக் கண்டுபிடித்தது யார்? தஞ்சாவூர்ப் பறையை யார்கண்டுபிடித்தது? சோமுராவை யார் கண்டுபிடித்தது? பகல் வேஷத்தை யார் கண்டுபிடித்தது? இத்யாதி,... இத்யாதி விஷயங்களைக் கண்டுபிடித்தது யார்? இத்தனையையும் வ.அய். சுப்பிரமணியம்தான் கண்டுபிடித்தார். அப்படித்தான் எங்கள் சின்னதாடியும் கழுவுடையானைக் கண்டுபிடிக்க விரும்புகிறார் என்று சொன்னார் முத்துசாமி.

"சரிதான் போ... உதை வாங்கப்போகிறாய்!" என்று சொல்லியிருக்கிறார் பெரியபிள்ளை. அதற்கு என்ன அர்த்தம் என்று முத்துசாமிக்கு விளங்கவில்லை. திரும்பி வந்து சின்னதாடி யிடம் சொன்னாராம் முத்துசாமி.

"ஓஹோ அப்படியா ... ஒங்க ஆட்கள் ஒம்மை அடிச்சதெச் சொல்றாரா பெரிய பிள்ளை?" என்று சொல்லிச் சிரித்தாராம் சின்னதாடி. உடனே "இந்த முறை ஒன்னோட சேர்ந்து நானும்

ஒதை வாங்கறேன்" என்று மேலும் சிரித்தாராம். இப்படி வ.அய். சுப்பிரமணியம் சிரித்து யாரும் பார்த்ததில்லை.

தன்னை அறியாமல் ஒருமுறை உதையை வாங்கிக்கட்டிக் கொண்டார் முத்துசாமி. புஞ்சையில் செத்த மாட்டைத் தூக்க மாட்டோம் என்றும், செத்த வீட்டில் பறை அடிக்க மாட்டோம் என்றும், மாரியம்மன் கோயிலுக்கும் பறையடிக்க மாட்டோம் என்றும் அந்த ஆண்டு சபதம் பூண்டிருந்தார்கள். ஆண்டைமார்கள் அப்போது சிரித்து ஒதுக்கிவிட்டார்கள். ஆனால் இதைச் சோதிப்பதற்காகவேபோலும், ஓர் ஆண்டை வீட்டில் ஒரு மாடு செத்துவிட்டது. அதைத் தூக்குவதற்கு ஆட்கள் இல்லை. தயங்கிக்கொண்டிருந்த அவர்களுக்கிடையில் தற்செயலாக முத்துசாமி போயிருக்கிறார். "மாடு ஆண்டை தோளிலே ஏறாதா?" என்றாராம் முத்துசாமி. ஆண்டைகள் செத்த மாட்டைத் தூக்கிவிட்டார்கள். அதோடு அவரும் வேடிக்கை பார்த்துக் கொண்டே பின்னால் போயிருக்கிறார். அந்தக் கட்டத்தில் ஆடு வெட்டத் தெரிந்த ஒருவரிடம் "ஆட்டுத் தோல் உரியிறாப் போல மாட்டுத் தோல் உரிய மாட்டேன்னு சொல்லுமா?" என்று கேட்டாராம். ஆடு வெட்டித் தோல் உரிக்கத் தெரிந்த அவர் மாட்டுத் தோலை உரித்து எடுத்துவிட்டார். "மாட்டுத் தோலை மாயவரத்திலேயே ஆண்டை கொண்டுபோனா வாங்க மாட்டேன்னு சொல்லிடுவானா?" என்று சொன்னாராம். மாட்டுத் தோல் சைக்கிள் பின்னால் வைத்துக் கட்டப்பட்டு மாயூரத்தில் விலைக்குப் போயிற்று. ஆனால் முத்துசாமி வீடு திரும்பும் வழியில் செமத்தியாக உதை வாங்கினார்.

அப்படி இப்போது உதை வாங்கிவிடுவோமோ என்ற பயம் முத்துசாமிக்கு இல்லை. மேலூரிலிருந்து கலைஞர்களைக் கொண்டுவந்து இங்கு பறையை வாத்தியமாக வாசிக்கத் தயாராய் இருந்தவர்களைத் திரட்டி ஆடி மாதம் கோயிலில் வாசிக்க வைத்துவிட்டார். வழக்கம்போல் நாகப்பனின் தலைமீது வைக்கப்பட்ட கழுவுடையான் மாரியம்மன் பிராகாரத்தில் வலம்வந்தபோது அது பறந்துவிடக் கூடாது என்று ஏராளமான பேர் பிடித்து அதைக் கீழே அழுத்தினார்கள். ஆனால் நாகப்பனுக்கு அந்தப் பலம் எங்கிருந்து வந்தது என்று தெரியவில்லை. அத்தனை பேரையும் தூக்கிக்கொண்டு அவர் மேல் எழும்பினார். முன்னே பறை அடிக்கப்பட்டுத் தலையை விசும்பாக்கிக்கொண்டு போகிறது. அது உண்டாக்கிய வெளியில் பறந்தது நாகப்பனின் தலையில் கழுவுடையான். பல மனிதர்கள் பிடித்து இழுத்துத் தரையோடு தொடர்புபடுத்திக் கழுவுடையானைப் பிராகாரம் சுற்றிக் கொண்டுவந்து இறக்கினார்கள். சின்னதாடிக்குப் பெருமையாக இருந்தது.

எதிர்பாராத விதமாகச் சின்னதாடி பயிற்சி நடக்கும் இடத்திற்கு வந்தார். அவரோடு ராமானுஜமும் உடன் வந்தார். சேரிக்காரர்கள் அவருக்கு ஒரு நாற்காலியைக் கொண்டுவந்து போட்டார்கள். நாற்காலியில் அமர்ந்து பறை வாசிப்பதைப் பார்த்துக்கொண்டிருந்தவர், இடையில் கற்பனையில் வேறு எங்கோ போய்விட்டார். அதேபோல் அவர் திரும்பி வந்ததும் தெரிந்தது. இப்போது அவர் எழுந்து பறை பயிற்சி செய்யப்போனார். பயிற்சி செய்யும் போதே பேசினார். அதை அப்படியே இங்கு சொல்வதற்கு என்னால் முடியவில்லை. அவருடைய பேச்சும் பறையின் சொற்கட்டுகளும் இணைந்துபோயின. அவருடைய வாசிப்பை அனுசரித்து மற்றவர்களும் வாசிக்கும்படி செய்துவிட்டார். அவருடைய பேச்சு ஒரு சங்கீதக் கச்சேரியைப் போல இருந்தது. பறை பக்கவாத்தியம். பேச்சு தன் பேச்சுச் சந்தத்தை இழக்கவில்லை..

தான் வ.அய். சுப்ரமணியத்தைப் பார்த்துதான் கற்றுக்கொண்டேன் என்று சொன்னார். ஓர் இடத்தில் சமாதானம் செய்துகொண்டு இன்னொரு இடத்தில் வேண்டியதை நிறைவேற்றிக்கொண்டுவிட வேண்டும் என்றார். வ.அய். சுப்ரமணியத்தின் திறந்தவெளி அரங்கம் அப்படிப்பட்ட ஒரு சமாதானம் என்று சொன்னார். அதற்குச் செலவு செய்த பணத்தைக் கொண்டு ஓர் அற்புதமான அரங்கைக் கட்டியிருக்க முடியும். இது அவருக்கும் மிக நன்றாகத் தெரியும். இந்த இடத்தில் சின்னதாடியின் வாசிப்பு மிக அற்புதமாக இருந்தது. அது குற்றம் சாட்டவில்லை என்ற பாவத்தைக் கொடுத்தது. அவர் கொண்டிருந்த அன்பைப் புலப்படுத்துவதுபோலவும் இருந்தது. இவ்வளவு திறமைசாலியா இந்த சின்னதாடி! தான் ஒரு மிருதங்க வித்வான் என்றும் சொன்னார். மிருதங்கத்தின் இரண்டு பக்கங்களில் அடித்தவனுக்குப் பறையின் ஒரு பக்கத்தில் அடிப்பது சுலபமாக இருந்தது என்று சொன்னார். தான் மிகவும் வெட்கப்படும் ஒரு சமாதானம் கழுவுடையான் வலம்வந்த பிற்பாடு தான் செய்த மிருதங்கக் கச்சேரியும் அதையொட்டி அவர் கலைஞர்களோடு சேர்ந்து பறை வாசித்ததும்தான் என்றார். இதற்குத்தான் மகுடம் வைத்துக்கொண்டாராம். முன்னதாகவே முத்துசாமியிடம் சொல்லிப் பட்டு வேட்டியில் முண்டாசு கட்டி அவர் வாசித்து முடிந்ததும் அவருக்குச் சூட்டினார்கள். கைதட்டலுக்கும் முன்னேற்பாடு செய்துவிட்டார் முத்துசாமி.

கழுவுடையான் ஊர்வலத்திற்குப் பிறகு மாரியம்மன் வீதி வலம் வரத் தொடங்கிற்று. அது மறுநாள் காலையில்தான் திரும்பிக் கோயிலைச் சென்றடையும். உடனே திரும்பி சனிக்கிழமைக்

காலையில் மஞ்சள் விளையாட்டுக்கு வீதிவலம் வர வேண்டும். பிற்பாடு பள்ளு ஆடிக்காப்பு அறுப்பு. இத்தனைக்கும் சின்னதாடி தலையில் சுமந்த பட்டு முண்டாசுடன் இருந்தாராம். பலர் முன்னிலையில் இப்படி முண்டாசு கட்டிக்கொண்டது அவருக்கு வெட்கமாக இருந்தது. வ.அய். சுப்பிரமணியம் ஒருவருக்குத்தான் அற்புதமான மனம் இருக்கிறது என்று நினைக்கிறாயா? அது எனக்கும் இருக்கிறது. அல்லது அதைக் கண்டுபிடிக்க நான் முயற்சி செய்கிறேன். எனக்கு வெட்கமாக இருந்தது. உடம்பே குன்றிப்போய் விட்டது. ஊர்வலத்தோடு ஊர்வலமாகப் போனேன். இந்த முண்டாசு பறை அடிப்பிற்குப் பின் இவருக்குச் சூட்டப்பட்டது என்று சொல்லப் பல பின்பாடிகளை வைத்திருந்தேன். அவர்கள் என் பின்னால் இந்த அபத்தத்தைப் புலம்பிக்கொண்டே வந்தார்கள். நான் ஒரு கோமாளியைப் போலப் புஞ்சையின் தெருக்களில் வலம்வந்தேன். என் வீட்டருகில் வந்ததும் பெரிய கேலிக்கூத்தை நிகழ்த்தினேன். அந்தக் கூட்டத்தில் தனக்கு இப்படி ஒரு முண்டாசு இல்லையே என்று பலரும் எண்ணிக்கொண்டு வந்தது எனக்குத் தெரிந்தது. என் வீட்டு வாசலில் சாமி வெகுநேரம் நிறுத்தப்பட்டு ஆளுக்கு ஒரு முண்டாசு பட்டு வேட்டியில் அணிவிக்கப்பட்டது. இதில் கீழப்பாளையம் பெரியபிள்ளைக்குச் சிவப்புப் பட்டால் ஆன பிரத்தியேக முண்டாசு. இப்போது அநேகக் கோமாளிகள் உண்டாகிவிட்டார்கள். அவர்கள் தூக்கத்தை எல்லாம் கலைத்தேன். தெருத்தெருவாக அவர்களைச் சாமியுடன் வரவைத்து மறுநாள் மஞ்சள் விளையாட்டிற்கும் அழைத்துக் கொண்டு வந்துவிட்டேன். அதன் பிறகுதான் பெரிய கூத்து. பள்ளு ஆடுவதற்கு வைதீஸ்வரன்கோயிலிலிருந்து தேவதாசிகள் இருவர் வரவழைக்கப்பட்டிருந்தனர். அவர்கள் இப்போது தேவதாசிகள் என்று அழைக்கப்படவில்லை என்றாலும் அவர்கள் மறந்துபோயிருந்த பள்ளு ஆட்டத்தைப் புதுப்பித்துக் காப்பு அறுப்பதற்கு அவர்களை அழைத்துக்கொண்டு வரச்செய்தேன். பள்ளு ஆடிக் காப்பு அறுக்கிறபோது இங்கே முண்டாசு கட்டிக்கொண்டவர்கள் எல்லோர் மானத்தையும் அவர்கள் வாங்கிவிட்டார்கள். ஒரு பொம்மைப் பிள்ளையை அவர்கள் மடியில்போட்டு அவர்கள் அதைப் பெற்றுக்கொண்டவிதத்தைப் பாடினார்கள். அந்தக் கேலிக்கு வெட்கப்பட்டு எழுந்து ஓடியவர்களைப் பிடித்துக்கொண்டு வந்து அங்கு அமர்த்தி மானத்தை வாங்கிவிட்டார்கள் கூடியிருந்தவர்கள். பின்னால் வைதீஸ்வரன்கோயில் பெண்களிடம் மன்னிப்பு கேட்டுக்கொண்டேன். ஏன் இதை எல்லாம் செய்தேன் என்பதை உன் கற்பனைக்கு விட்டுவிடுகிறேன் என்றார். இதுபோல் வ.அய். சுப்பிரமணியம் செய்திருக்க மாட்டார் என்றார்.

வ.அய்.சுப்பிரமணியத்தை நானும் ராமானுஜமும் மிகவும் அற்புதமான நேரங்களில் எல்லாம் நினைவுகூர்ந்திருக்கிறோம். இப்போது ராமானுஜத்துடன் பேசிக்கொண்டே வீடு திரும்பினேன். பயிற்சி முடிந்ததும் சின்னதாடி தன்காரில் ஏறிக்கொண்டு போய்விட்டார். முதல் நாள் கிராமப் பெண்கள் கும்மியடித்திருந்தார்கள். மறுநாள் காலையில் அதைப் பற்றிய விமர்சனக் கூட்டம் அரண்மனை வளாகத்தில் நடைபெற்றது. கூட்டத்தின் ஆரம்பத்தில் வந்து இருந்துவிட்டுப் போய்விட்டார் துணைவேந்தர். கும்மி முற்றிலும் திராவிடப் பெண்களால் அடித்து ஆடப்பட்ட கும்மி. அந்தக் குரல் வினோதமாக இருந்தது. மொகஞ்சோதாரோவில் தோண்டி எடுக்கப்பட்ட சிற்ப நடனக்காரியின் தொண்டையிலிருந்து வருவதுபோல் இருந்தது. நீட்டி முழக்கிப் பாடினார்கள். இதைக் கர்நாடக சங்கீத வித்வான்கள் கேட்டிருக்க வேண்டும் என்று தோன்றிற்று.

அது பிறகு, துணைவேந்தரை விமர்சிக்கிற கூட்டமாக மாறிவிட்டது. ஜல்லிக்கட்டை ஓர் ஆய்வுக்கூட நிகழ்ச்சிபோல நடத்த வேண்டும் என்றதும் பல்கலையின் வளாகம் பல விவசாயிகளிடமிருந்து வாங்கப்பட்டிருந்ததால் அவர்கள் எங்களுக்கு அழைப்பு இன்றி எப்படி நீங்கள் ஜல்லிக்கட்டு நடத்தலாம் என்று சண்டைக்கு வந்ததைப் பற்றியும் ராமானுஜம் சொன்னார். சம்பிரதாயமாக ஒரே ஒரு மாட்டிற்கு மட்டும்தான் அழைப்பு கொடுக்கப்பட்டிருந்தது. இந்த நேரத்தில் புதிய வளாகத்தில் ஏற்பாடுகளைப் பார்த்துக்கொண்டிருந்த முனைவர் முருகேசன் ஓடிவந்தார். அப்போது காலை மணி 11.00 இருக்கலாம். ஜல்லிக்கட்டு மாடுகளெல்லாம் வரத் தொடங்கிவிட்டன என்றும், எல்லோரும் உடனே கூட்டத்தை முடித்துக்கொண்டு புதிய வளாகத்திற்கு வர வேண்டும் என்றும் இரைத்துக்கொண்டே சொன்னார். அவர் தொலைவை ஓடிக் கடந்து வரவில்லை. உத்வேகம் இரைத்தது. திரும்பி ஓடிவிட்டார். துணைவேந்தர் சின்னதாடி பறையடிக்கும்போது முனைவர் முருகேசன் ஏன் ஓடக் கூடாது என்று எனக்கு மரபாகத் தோன்றிற்று.

ஜல்லிக்கட்டு பிற்பகல் 2.30 மணிக்குத்தான் தொடங்குவதாக ஏற்பாடு. சாலையில் எங்கள் வண்டி போகும் வழியில் எல்லாம் கார்களும் பஸ்களும் ஊதிக்கொண்டிருந்தன. அன்று ஜல்லிக்கட்டுக்காக எக்காளம் ஊதுவதுபோல் ஊதுவதாகத் தோன்றிற்று. எல்லாம் ஓடாமல் நடந்தன. ஆனால் சாலையில் மாடுகள் ஓடின. இரண்டொன்று சலாம் சடுகுடு ஆடின.

இதற்கு முன் நான் ஜல்லிக்கட்டைப் பார்த்ததில்லை. ஜல்லிக்கட்டு மாடுகளைப் பற்றி எனக்கு வேறு விதமான கற்பனை இருந்தது. எருக்குழியில் புழுக்கும் சாணிப் புழுக்களைப்

போலக் கொழுத்த மாடுகளாக அவை இருக்கும் என்று எண்ணிக்கொண்டிருந்தேன்.

அந்த மாடுகள் உழவு மாடுகளைப் போலவே இருந்தன. புஞ்சையிலுள்ள உழவு மாடுகளைப் போல மொட்டையாக இல்லை. அவை கொம்புகளூடன் இருந்தன. உழவில் கட்டியடித்த மனிதர்களை அன்று ஒரு நாளைக்குப் பழி வாங்க வளர்த்துக்கொண்ட கொம்புகளைப் போலத் தோன்றின. கண்களில் சாமான்யமான இயல்புகள்தான் இருந்தது. ஒருவர் ஓட்ட ஓடிய மாடுகளாகத்தான் தோன்றிற்று. ஒற்றைகளாகவே அவை போயின.

“பாத்தியா . . . பாத்தியா . . . பாத்தியா !” என்று என் காதருகில் சொல்லிக்கொண்டே வந்தார் சின்னதாடி.

இந்த மனிதர்கள் எப்படி இந்த மாடுகளை வளர்த்தார்கள் ? நிகழ்காலத்தில் இல்லை அவர்கள்.

சின்னதாடி மீண்டும் என் காதருகில் பேசினார். வ.அய். சுப்ரமணியத்திற்குத் தான் எதிரி என்றார். இந்த ஜல்லிக்கட்டு முடிகிறவரையில் அவருக்குத் தான் எதிரி என்றார்.

எங்கள் வண்டி இன்னமும் புதிய வளாகத்தை அடைய வில்லை. பயத்தைக் கொடுப்பதாக ஜல்லிக்கட்டு மாடுகள் புதிய வளாகத்தை நோக்கிப் போய்க்கொண்டிருந்தன. ஒரு கலவரத்தை உண்டாக்கப்போகிறவைகளைப் போலப் போயின. அவர்கள் இனத்தைப் பழிக்கிற காரியம் நடந்து கோபம் கொள்ளும் சுரணை வந்துவிட்டவர்களைப் போல அவற்றின் பின்னே மனிதர்கள் போனார்கள்.

நாங்கள் ஊதிக்கொண்டே வந்து புதிய பல்கலை வளாகத்தை அடைந்தோம். வழியிலெல்லாம் ஊதிஊதி எங்கள் பிரக்ஞை வேறு விதமாக இருந்தது. நாங்கள்புதிய வளாகத்தில் நுழைந்தோம். எங்கும் மாடுகளாக இருந்தன. முளை அடித்துக் கட்டப்பட்டிருந்தன. எங்கும் மனிதர்களாக இருந்தார்கள். சாலையின் வலப்புறம் பல்கலை வளாகம். இடப்புறம் பல்கலைக் குடியிருப்புகள், வலப்புற வளாகம் நேற்றுவரை மொட்டையாக இருந்தது. வலக் கோடியில் முந்திரித் தோப்பு காடுபோல் இருந்தது. ஆனால் கட்டிடங்கள் கட்டப்பட இருந்த முன்புற வளாகம் மிகவும் மொட்டையாக இருந்தது. ஒரு திறந்த வெளி அரங்கு மட்டும் இருந்தது. அங்கு விருந்தினர் விடுதி ஒன்று திறக்கப்பட இருந்தது.

என் பீதி ஒரு நிதானத்தில் துடித்துக்கொண்டிருந்தது. நாங்கள் ஜல்லிக்கட்டு நடைபெற இருந்த வாடிவாசலை நெருங்கினோம். அது திறந்தவெளி அரங்கிற்கு எதிர்த்தாற்போல்

இருந்தது. மூங்கிலால் கட்டியிருந்தார்கள். நாங்கள் அதனருகில் நெருங்கி அது எப்படி இருக்கிறது என்பதைப் பார்க்கப் போக முடியவில்லை. அதற்கு முன் ஒரு வாடிவாசலை நான் பார்த்ததில்லை. என் பீதி தன் உச்சத்தில் துடிக்க ஆரம்பித்து விட்டது. மார்பு வெடித்துவிடும்போல் உணர்ந்தேன். உயிரைப் பிடித்துவைத்துக்கொள்ள வேண்டும் என்பதுபோல் இருந்தது. இது இப்போது ஓயப்போவதில்லை. இங்கு மக்கள் நெருக்கமாக இருந்தார்கள், எல்லோரும் கையில் ஒரு சின்ன அலக்கரிவாள் வைத்துக்கொண்டிருந்தார்கள். எல்லா அலக்கரிவாளையும் ஆகாயத்தை நோக்கிப் பிடித்துக்கொண்டிருந்தார்கள். அலக்கரிவாள் பயிரான நிலம்போல் இருந்தது அவ்விடம். அவர்கள் அமைதியாகத்தான் இருந்தார்கள். நான் அமைதி யில்லாமல் இருந்தேன். அரிவாள்கள் பழி தீர்ப்பதற்காக இல்லை. மாடுகளை வாடிவாசலிலிருந்து அவிழ்த்துவிடுவதற்காக என்றார்கள். மணி 12.00 இருக்கும். இன்னமும் ஜல்லிக்கட்டு ஆரம்பமாகவில்லை. பிற்பகல் 2.30 மணிக்குத்தான். இத்தனை மாடுகளை அவிழ்த்துவிட்டு ஜல்லிக்கட்டு நடத்துவது என்றால் எத்தனை நாட்களாகும்? என்ன இது? ஒரே ஜன சந்தடி! பேச்சு. அலைச்சல். உடனே ஜல்லிக்கட்டைத் தொடங்குவதென்றால்கூட அது முடியாது. பிரத்தியேகமாக அழைக்கப்பட்ட தலை மாடு இன்னும் வரவில்லை. அது வந்த பிற்பாடுதான் மாடுகளை அவிழ்த்துவிட வேண்டும். மனிதர்கள் பரபரப்பாக இருந்தார்கள்.

விருந்தினர் விடுதியில் அதைத் திறப்பதற்கான ஏற்பாடுகள் நடைபெற்றுக் கொண்டிருந்தன.

இப்போது அழைப்பு அனுப்பப்பட்ட மாடு வளாகத்தின் வாயிலில் வந்துகொண்டிருக்கிறது என்றார்கள். ஒரே களேபரம். கூட்டம் அசையத் தொடங்கிவிட்டது. அந்த நிலப்பரப்பு புரண்டதுபோல் இருந்தது.

அந்த மாடு கழுத்தில் மாலைகளுடன் மேளதாளங்களுடன் வாடிவாசலை நோக்கி வந்தது. அதன் பிறகு என்ன நடந்தது என்ற மரபுகள் எனக்குத் தெரியாது. அறிந்துகொள்ளும் பிரக்ஞையிலும் நான் இல்லை. மாடுகளை அவிழ்த்துவிடத் தொடங்கிவிட்டார்கள். 2.30க்கு முன்னதாகவே ஜல்லிக்கட்டு தொடங்கிவிட்டது. ராமானுஜம் எப்படி இருந்தார் என்று எனக்குத் தெரியாது, முழு உருவத்துடன்தான் இருந்தார். என்னைப் போல. அவர் உள்ளுக்குள்ளே எப்படிச் சிதறுண்டு போய்க்கொண்டிருக்கிறார் என்பதெல்லாம் எனக்குத் தெரியாது. நான் மட்டும் தனித்து அதீதமான உணர்வுகளால் துடித்துப் பீதியில் இருந்தேன், வ.அய். சுப்பிரமணியம் அமைதியாக இருக்கிறார் என்று சின்னதாடி பழித்தார்.

மாடுகள் முட்டிக் குடல் பிதுங்கியவர்களை வாடிவாசலி லிருந்து தூக்கிக் கொண்டுவந்து திறந்தவெளி அரங்கின் மேடையில் போட்டார்கள். மாடுகள் சிதறி அங்கும் இங்கும் ஓடின. கூட்டம் அலைபாய்ந்து கொண்டிருந்தது, மாடுகள் மிதித்துக் காயம்பட்ட மனிதர்கள் சிலர் நொண்டிக்கொண்டே அரங்கின் மேடைக்குப் போனார்கள். சிலரைத் தூக்கிக்கொண்டு போனார்கள். ஒருவர் பின் ஒருவராகத் தூக்கிக்கொண்டு ஓடினார்கள். இந்தத் தொழிலின் உற்பத்தி விபத்துக்கான இந்த மனிதர்கள் என்பதுபோல் இருந்தது. ஒரே கூச்சல், மேடையில் மருத்துவ வசதி இல்லை. மருத்துவ வசதிக்காகத்தான் மருத்துவக் கல்லூரியிலிருந்து மருத்துவர்கள் 2.30 மணிக்கு அழைக்கப் பட்டிருந்தார்கள். இப்படிக் கொம்பால் முட்டப்பட்டு மருத்துவரால் வைத்தியம் செய்யப்பட்டு விளையாடும் விளையாட்டுதான் ஜல்லிக்கட்டு, இதுதான் வ.அய். சுப்ரமணியத்தின் ஜல்லிக்கட்டு என்று சின்னதாடி காதருகில் சொல்லிக்கொண்டிருக்தார். மருத்துவர்களை அழைத்துவர வண்டிகள் இல்லை. அவை விழாவின் வேறு காரியங்களில் இருந்தன. விருந்தினர் விடுதியைத் திறக்கும் விழாவின் காரியங்கள் அங்கே முக்கியமாக இருந்தன. இங்கு பீதியின் உச்சம் என்ன வென்று தெரியாமல் அதிகரித்துக்கொண்டே போயிற்று. வண்டிகளின் உதவியின்றி யாரோ போய் மருத்துவர்களைக் கொண்டுவந்தார்கள். மருத்துவக் கல்லூரியின் பல வண்டிகளில் வைத்தியர்கள் வந்து குவிந்தார்கள். எத்தனை பேர் இறந்தார்கள். எத்தனை பேர் பிழைத்தார்கள் என்ற பீதி. தலைமையாக வந்த மாட்டை இன்னமும் அவிழ்த்துவிடவில்லை. மற்ற மாடுகள் அனைத்தையும் அவிழ்த்துவிட்டு எப்போது அந்த மாட்டை அவிழ்த்துவிடப்போகிறார்கள். கூட்டம் இன்னும் இன்னும் இன்னும் என்று பெருகிக்கொண்டிருந்தது. அலக்கரிவாள் இன்னும் செறிவாகக் கதிர்கள்போல் ஆகாயத்தை நிறைத்தன, சின்னதாடி மேடைக்குப் போய்விட்டு வந்தார். 'மேடை மனிதக் கசாப்புக் கடை' என்று சொல்லிக்கொண்டே திரும்பிவந்தார். 'உங்கள் வ.அய். சுப்ரமணியம், உங்கள் வ.அய். சுப்ரமணியம்' என்று சொல்லிக்கொண்டேயிருந்தார், இந்த நேரத்தில் ஓர் அதிசயம் நேர்ந்தது. ராமானுஜத்தை உடனடியாக விழா மேடைக்கு வரும்படி வ.அய். சுப்பிரமணியம் அழைத்தார். போகிற போக்கில் ராமானுஜம் சொன்னார், 'அந்த மாட்டை அவிழ்த்துவிடப்போவதில்லை. என்று அதுதான் அதிசயம். 'இந்த அதிசயத்தை நிகழ்த்தியவர் வ.அய். சுப்ரமணியம் இல்லை, புகழ்பாடியே, அது ராமானுஜம்' என்று என் காதருகில் கத்தினார் சின்னதாடி. நாங்கள் விருந்தினர் விடுதியில் அமைந்த விழாமேடைக்குப் போனோம். அங்கு வ.அய். சுப்பிரமணியம்

தமிழ்ப் பல்கலைக்கழகத்தைக் கனவு கண்டுகொண்டிருந்தார். அதைக் கனவில் காண்பதற்காக மற்ற அனைவரும் தூங்கிக் கொண்டிருந்தார்கள். கனவு முடிந்து எழுந்து நாங்கள் திரும்பி வந்தோம், மாடுகள் வீட்டுக்குப் போய்க்கொண்டிருந்தன. மனிதக் கூட்டம் கலைந்துகொண் டிருந்தது. கடைசி முனையை நாங்கள் அப்போது பார்த்துக்கொண்டிருந்தோம். அத்தனையும் கெட்ட கனவாக முடிந்துவிட்டது.

புஞ்சையில், முத்துசாமி கூட்டியிருந்த மாடுகள் காவிரிக்கு மேல்கையில் காவிரிப்பூம்கீழையூரிலிருந்து வந்திருந்தன. கிழக்கே கிழச்சம்பள்ளி, பட்டினம் முதலிய இடங்களிலிருந்து வந்திருந்தன. தெற்கே திருச்சம்பள்ளி, செம்பனார் கோயிலி லிருந்து வந்திருந்தன. புஞ்சை மாடுகள் எல்லாமே இருந்தன. சுற்றுவட்டத்தில் இருந்த எல்லா மாடுகளையும் தண்டோரோ போட்டு அழைத்துக்கொண்டு வந்துவிட்டார் முத்துசாமி. புஞ்சை மாடுகளால் நிரம்பியிருந்தது. பக்கத்து ஊர்களில் இருந்தெல்லாம் ஜனங்கள் பறையுடன் வந்து விட்டார்கள்.

மன்னனைப் போலச் சின்னதாடி வேடிக்கை பார்த்துக் கொண்டு கம்பீரமாக இருந்தார். பறை வாசிப்பதற்கு நூறு பேரைப் பழக்கியிருந்தார் முத்துசாமி நூறு பேரும் பெரிய வட்டத்தில் இருந்தார்கள். நடுவில் நான்கு மேளங்கள் அடிப்படைத் தாளத்தை வாசித்துக்கொண்டிருந்தன. வட்டத்தில் பறைகள் வேறு பாடுகளைத் தொடர்ந்து வாசித்தன. பெரிய ஜாஸ் கச்சேரிபோல் இருந்தது. வெளியூரிலிருந்து பறைகளோடு வந்தவர்கள் உத்வேகம் பெற்று, குழுக்கள் குழுக்களாகப் பறையடித்து மாடுகளை விரட்டத் தொடங்கினார்கள். மாடுகள் மிரண்டு ஓடத் தொடங்கின. இங்கே ஜாஸ் கச்சேரி. சிம்மாசனத்தில் சின்னதாடி அக்ரகாரத்தைத் தாண்டினால் அடுத்தது கிழக்கே வயல்வெளிதான். வடுவத் தெருவைத் தாண்டினால் அடுத்தது வயல்வெளிதான். ஒவ்வொரு தெருவின் கீழ்க்கோடியும் வயல்வெளியில்தான் சென்றடைகிறது. கிழக்கே என்றால் புஞ்சையில் வயல் என்று அர்த்தம். ஓடிய மாடுகள் இந்த வயல்வெளிகளில் வந்து, பழுத்து அறுவடைக்கு நின்ற பயிர்களை மேய்ந்துதீர்த்துவிட்டன.

ஜாஸ் கச்சேரி முடிந்தது. சிம்மாசனத்திலிருந்து சின்னதாடி இறங்கிவந்தார். வயல்களை மாடுகள் மேய்ந்த செய்தி இங்கே எட்டிவிட்டது. அவர் மன்னிப்புக் கேட்க வேண்டும். “மகாஜனங்களே” என்று பேசத் தொடங்கினார் சின்னதாடி, “இந்த மாடுகள் தஞ்சாவூரில் நேர்ந்ததற்குப் புஞ்சையில் பழிதீர்த்துக்கொண்டுவிட்டன. என்னை மன்னித்துவிடுங்கள்” என்றார். அதற்கு மேல் அவர் பேசவில்லை.

செம்பனார் கோயில் போவது எப்படி?

டில்லிக்குப் போக முடியாவிட்டாலும் செம்பனார் கோயிலுக்காவது போகலாம் இல்லையா? செம்பனார் போகிறது. செம்பனார் கோயில் புஞ்சையில் இருந்து வெகு தூரமில்லை. இரண்டரை மைல்கள்தான். மெதுவாக நடந்து போவதானால் முக்கால் மணி ஆகலாம். அவ்வளவு நேரம் அவனால் பொறுத்துக்கொள்ள முடியாது. நினைத்த உடனே அவனுக்குச் செம்பனார் கோயில் போயாக வேண்டும்.

“டேய் கோபாலு கொட்டாயிலே வில்வண்டி இருக்கு. வாசல்லே இழுத்துவச்சு நம்ம தெக்குத்தி மயிலைக்காளைகளைப் பூட்டு. அதுதான் வண்டியிலே வேகமாகப் போகும்” என்று ஊஞ்சலில் ஆடிக்கொண்டிருக்கும் இவன், ரேழி நிலைப்படியில் சாய்ந்துகொண்டே கொட்டாவி விட்ட வாயின் முன்னால் விரலைச் சொடுக்கிக்கொண்டிருந்த பண்ணையாரிடம் சொன்னான்.

“மயிலெக்காளைவொளுக்கு சீவனில்லீங்க. வைக்கோல் தண்ணியெ கண்டு ரொம்ப நாளு ஆவுதுங்க. மாடுவோ எலும்பும் தோலுமா இருக்குதுவோ. இதிலே வண்டியிலே வேறே கட்டி அடிச்சா மாடுவோ உசிரோடே வூட்டுக்குத் திரும்பாதுங்க” என்று கொட்டாவி விட்டதால் கண்ணில் அரும்பிய நீரைத் துடைத்துக்கொண்டு சொன்னான் அவன். கண்கள் சிவந்திருந்தன. கொட்டாவி விட்டுவிட்டு அசந்த தாடையைப் பிடித்துவிட்டுக்கொண்டான்.

அவனுக்குத் தூக்கம் வந்துவிட்டது போலிருக்கிறது. செம்பனார் கோயிலில் நேற்றைக்கு ரெண்டாம் ஆட்டத்திற்குப் போய்விட்டு வந்திருப்பான்.

"செம்பனார் கோயில்லே என்ன படம்டா ஓடுது?"

"நாம் படம் பார்க்கப் போகலீங்களே."

"நீ போகலேடா . . . என்ன ஆடுது?"

"தெரியாதுங்க."

"மயிலெக்காளைக இல்லேன்னா ஒழவு மாட்டையாகிலும் புடிச்சுக்கிட்டு வா . . . போ."

அதுவோளும் அப்படித்தாங்க இருக்குதுவோ . . .

"அப்படின்னா நான் எப்படி செம்பனார் கோயில் போவது?"

"சரிங்க."

அவன் மாடு பிடித்துக்கொண்டு வரப் போய்விட்டான்.

எண்ணூறு ரூபாய்க்கு இரண்டு வருஷத்துக்கு முன்பு தெற்கே இருந்து ஓட்டிக்கொண்டு வந்த மாடுகள் அவை. உயர் ஜாதி மாடுகள். உயர்ந்த ஜாதி மாடுகளும் வைக்கோல் தின்கின்றன. மாடுகள் வந்த அதிர்ஷ்டம் நிலம் விளையவில்லை. நெல்தான் கண்டுமுதல் ஆகாமல் போகிறது. வைக்கோலாவது இல்லையா? குறுவைப் போரடித்து வைக்கோல் வீட்டுக் கொல்லைக்கு சேர்வதுக்குள்ளாகவே தீர்ந்து போய்விடுகிறது. சம்பா வைக்கோல் சித்திரை வரையில் வரமாட்டேனென்கிறது. இரண்டு மலட்டு எருமைகள். சாகப் பார்த்துக்கொண்டிருக்கும் பசு. அதன் கன்று. கன்று போடாத மூன்று எருமைக் கிடாரிகள். ஒரு ஜோடி தெற்கத்திக் காளைகள். ஒரு ஜோடி உழவு மாடுகள். இத்தனையும் தின்றாக வேண்டும். பல்போன கிழட்டுப் பசு பாதி வைக்கோலைக் குதப்பி கவணையில் துப்பிவிடுகிறது. கிடாரிகள் இரவு படுக்கைக்கு மெத்தென்று வைக்கோலைக் கவணையிலிருந்து கொட்டாய்ச் சாணியில் இழுத்துவிட்டுக்கொள்கின்றன. காலையில் சாணி அள்ளும் வேலைக்காரி அவன் அம்மாவிடம் இருக்கும் கோபத்தில் வைக்கோலைச் சாணியோடு சேர்த்து அள்ளி எருக்குழியில் கொட்டிவிடுகிறாள். இத்தனைக்கும் காவலா இருக்க முடியும்? மனிதனுக்கு எத்தனையோ வேலை கிடக்கிறது.

ஊர்வழி போவதும் ஒரு வேலைதான். அது மிகவும் சிரமமான காரியம். ஊஞ்சலை விட்டு எழுந்திருந்து சட்டையை மாட்டிக்கொண்டு மீண்டும் ஊஞ்சலில் உட்கார்ந்துகொண்டான்.

கோபாலு இரண்டு மலட்டு எருமைகளையும் கொட்டாயில் இருந்து தாழ்வாரத்தின் வழியாக வாசலுக்கு ஓட்டிக்

கொண்டிருந்தான். அவனுக்குத் தெருவைச் சுற்றிக்கொண்டு கொல்லை வழியாக வாசலுக்கு வருவதற்குச் சோம்பல். செம்பனார் கோயில் போகக் குறுக்கு வழி வீட்டுத் தாழ்வாரம்தான் என்று நினைத்திருப்பான்.

"டேய் என்னடாது எருமைகளை ... உழவுகட்டைகள் என்ன ஆச்சு?"

"இதுவொ தாங்க கொட்டாயிலே ஆம்பிடிச்சு. ரெண்டு ஜோடியே கொஞ்சம் புல்லு கரண்டிட்டு வரட்டும்னு காலையிலே அவுத்து விட்டது மறந்து போச்சுங்க அப்ப சொல்ல."

"இதுவொ தாங்க ஆம்பிடிச்சு. ஓட்டியாந்தேங்க" அவன் சொல்லிக்கொண்டே வாசலுக்கு அவைகளை ஓட்டிக்கொண்டு போய்விட்டான். ஒன்று ரேழி நிலைப் படியைக் கடக்கும்போது முதுகை வளைத்துக் குனிந்து நின்று தாழ்வாரத்தில் சாணி போட்டுவிட்டுப் போயிற்று. எருமைகளை வில்வண்டியில் பூட்டி ஓட்ட முடியுமா? அதுக்குப் பாரவண்டிதான் லாயக்கு. மாதம் காதவழி போகும். காதவழியை யார் கண்டார்கள்? அது எத்தனை தொலைவு? என்னமோ காதவழி. கொஞ்சதூரம். கடக்க நீண்ட நேரம். இதுதான் காதவழி.

காதவழி போகக் கட்டுச்சோற்று மூட்டை போன்ற கோபாலு என்ன செய்கிறான் என்று பார்க்க எழுந்து வாசலுக்குப் போனான். எருமைகளைத் திண்ணைத் தூணில் கட்டிவிட்டு எதிர்க்கொல்லை வண்டிக் கொட்டகையில் இருந்து வண்டியை இழுத்துக்கொண்டு வர அவன் போய் இருந்தான்.

மேற்கே பெருமாள்கோயில் திருப்பத்தில் இருந்து திரிபுர சுந்தரி வந்துகொண்டிருந்தாள். வயது அறுபதுக்கு மேல் இருக்கும். கறுப்புநிற பிராமண விதவை. காவிரியில் ஊற்றிலோ அல்லது மடுவில் தங்கின பழைய தண்ணீரிலோ குளித்துவிட்டு அவள் வந்துகொண்டிருந்தாள். உடம்பில் நீர்க்காவி ஏறின வெள்ளைப் புடவை. ஈரம் சொட்டச் சொட்ட இருந்தது. அவளுக்குக் குளிப்பதற்கு நேரம் காலம் கிடையாது. குளித்த பிறகு சாப்பாடு. சாப்பிடும் முன் குளியல். புஞ்சைக்கு அவள் கெட்ட சகுனம். அவளை எதிர்கொண்டு யாரும் பயணம் போவதில்லை. புஞ்சையில் மேற்கே பயணம் போவதென்றால் சுடுகாட்டுக்குப் போவதென்று அர்த்தம். மேற்கே காவிரிக்கரை ஓரமாகத்தான் எல்லா ஜாதிக்காரர்களுக்கும் சுடுகாடு இருக்கிறது. செம்பனார் கோயில் போக மேற்கே பெருமாள் கோயிலைத் திரும்பி தெற்கே சாலையோடு இரண்டரை மைல் போக வேண்டும். வண்டி இழுக்கப் போனவன் அவள் எதிரில் இழுத்துக்கொண்டு வந்துதான் வாசலில் நிறுத்த வேண்டும். வண்டி பெருமாள்கோயில் திருப்பத்தில் பக்க வாய்க்காலில் குடையடித்துவிடும்.

புஞ்சையிலே ஒரு நடிகை இருந்தா 171

“டேய் கோபாலு . . . வண்டியே அப்பறம் இழுத்துக்கலாம். வாடா டோய்.”

“கொட்டாயிலே வண்டியேக் காணலைங்களே” திரும்பிக் கொண்டிருந்தான் அவன்.

வண்டியைக் கட்டுவிடக் கொல்லன் பட்டறைக்கு அனுப்பியது மறந்துவிட்டது இவனுக்கு. கோபாலுதான் கொண்டு விட்டுவிட்டு வந்தான்.

“பாரவண்டியை இழுத்துவச்சுப் பூட்டட்டுங்களா?”

“போடா போ . . . மாதம் காதவழி போகும். என நினைத்தவுடனே செம்பனார் கோயிலில் இருக்க வேண்டும்.”

மேற்கை நல்ல சகுனமாக்கிவிட்டு அவள் இவர்களைக் கடந்து கிழக்கே போய்விட்டாள்.

“போய் வடுவத்தெருவுலே ரங்கசாமி அய்யாகிட்டே அய்யா கேட்டாருன்னு கேட்டு வண்டியே இழுத்துக்கிட்டு வா . . . போ.”

“சரிங்க” என்று அவன் கிளம்பிவிட்டான்.

புஞ்சையில் இருந்து செம்பனார் கோயில் போகும் சாலையில் கப்பி போட்டிருக்கிறார்கள். முன்பு மண் சாலை. சத்திரத்து வாசலில் மழைக்காலத்தில் ஒரே உளை. அதைக் கடந்து போகும் வண்டிகளுக்கு அது ஒரு கண்டம். எப்படியும் அதற்குப் பாச்சா காட்டிவிட்டுப் போய்விடுவேன் என்ற சாமர்த்தியமுள்ள வண்டிக்காரனின் வண்டி, அச்சுவரையில் உளையில் புதைந்துவிடும். கோடையில் காலையில் ஒரே ஆச்சல். கடக்கு கடக்கு என்று சக்கரம் ஆச்சலில் விழ, பயணம் செய்பவரின் மண்டை வண்டிக்கூண்டில் மோதிக்கொள்ளும். அதுவும் இருசுக்கட்டை வண்டியாக இருந்துவிட்டால் சக்கரம் ஆலில் விழுந்து குடம் இருசுக்கட்டையில் மோதும்போது அந்த வேகத்திற்குக் கொஞ்சமும் குறைவில்லாமல் மண்டையைக் கூண்டில் நெத்திவிடும். பயணம் செய்து திரும்பியவன் தலையில் கடைசியில் ஊமைக்காயம்தான் மிஞ்சும். சுதந்திரம் கிடைத்து 15 வருஷங்களுக்குப் பிறகு கப்பி போட்டார்கள். சிவப்புக் கப்பி. ஒரு மழைக்காலத்திற்குப் பிறகு மீண்டும் ஆச்சல் விழுந்துவிட்டது. மேல்காற்று சிவப்புப் புழுதியை வாரித் தூற்றிற்று. வெள்ளைச்சட்டை போட்டுக்கொண்டு போனவன் செம்பனார் கோயிலுக்குப் போனபோது காவிச்சட்டையோடு போவான். அப்புறம் செம்பனார் கோயிலிலிருந்து புஞ்சை வழியாகக் காவிரிப்பூம்பட்டினத்திற்கு ஒரு மாதிரி போனபோது கருங்கல் கப்பி போட்டுவிட்டார்கள். இப்பொழுது வெறுங்காலோடு நடப்பவர்கள் கட்டை விரல் நகத்தைப்

பெயர்த்துக்கொண்டிருக்கிறது அது. மண்சாலை கப்பிச் சாலையாக மாறிவிட்டாலும் வில்வண்டியில் பயணம் போனாலும் மண்டையில் ஊமைக்காயம் படுகிறது. சக்கரம் சோடையில் மண் அரைத்த சப்தம் மாறி ஒரு கப்பிக் கல்லிலிருந்து இன்னொரு கப்பிக் கல்லில் விழும்போது கடபுட கடபுடவென்று சப்தம் போட்டுக்கொண்டு போகிறது. இவை வண்டியின் வேகத்திற்குத் தக்கபடி வேகமாகவோ மெதுவாகவோ நடைபெறுகின்றன. டயர் வண்டியாக இருந்தால் சுகமாகப் போகலாம். சப்தம் கேட்காது. வண்டியின் ஆட்டத்தை வில் தாங்கிக்கொள்ளும். கூண்டு தொட்டில்போல ஆடும். செம்பனார் கோயில் வரையில் தூங்கிக்கொண்டே போகலாம். அதற்குக் கொடுத்துவைத்தவன் வடுவத்தெரு ரங்கசாமிதான். அவனுக்கு டயர் போட்ட வில்வண்டி இருக்கிறது. டயர் போட்ட வண்டியை அவன் எருமைகளைப் பூட்டி ஓட்டக் கொடுப்பானா? அது மறந்துபோய்விட்டது இவனுக்கு. கோபாலு அப்பொழுதுதான் பெருமாள்கோயில் முனையைத் திரும்பிக்கொண்டிருந்தான்.

"டேய் கோபாலு . . . கோபாலு . . ." கூப்பிட்டது அவனுக்குக் கேட்டுத் திரும்பி வந்தான். ஆமை நடை. அவன் உடம்பில் சோம்பேறித்தனம் ஊறிப்போயிருக்கிறது. கொஞ்சம் பட்டைத்தண்ணி போட்டால்தான் இந்த ஓட்டுக் கவசத்திற்குள்ளிருந்து அவனால் வெளியில் வர முடியும்.

"டேய் . . . போய் வண்டி கேட்டுட்டு வான்னதும் போயிட்டியே. அவன் எருமைகளைக் கட்டி ஓட்ட வண்டி கொடுப்பானா? கூடவே மாடும் கேட்டுட்டு வா . . . போ . . ."

"சரிங்க." என்று அவன் மீண்டும் திரும்பிப் போய் விட்டான்.

ரங்கசாமி, ஆடு மேய்த்துக்கொண்டிருந்தவன். இன்று மிராசுதார். புஞ்சையில் ஆடு மேய்ப்பவர்கள் எல்லோருமா மிராசுதார் ஆகியிருக்கிறார்கள்? அல்லது வில்வண்டியில் போகிறார்களா? வில்வண்டி வைத்துக்கொண்டிருந்தவர்கள்கூட வண்டியை விற்றுவிட்டார்கள். இப்பொழுது புஞ்சை ஐயனார் கோயில் வாயிலில் இருந்து செம்பனார் கோயில் வழியாக மாயூரத்திற்கு டவுன்பஸ் போகிறது. எல்லோரும் அதில் போக ஆரம்பித்துவிட்டார்கள். பஸ்ஸில் போவதானால் அது எப்போது போகிறது – வருகிறது என்று அட்டவணை எழுதி சுவரில் ஒட்டி வைத்துக்கொள்ள வேண்டும். அட்டவணையையும் மணியையும் மாறிமாறிப் பார்த்துக்கொள்ள வேண்டும். வீட்டுக் கடிகாரமோ பஸ்காரனின் கடிகாரமோ முந்திப் பிந்தி ஓடினால் போச்சு. ஐயனார் கோயில் முன்னடியான் காலடியில் பஸ்ஸுக்காகத் தவம் இருக்க வேண்டும்.

கோபாலுவின் வருகைக்காகத் திண்ணையில் காலை மாற்றி மாற்றி வைத்து மேற்கே பார்த்துத் தவம் இருப்பதைவிட உள்ளே போய் ஊஞ்சலில் படுத்துக் கொஞ்சம் ஓய்வு எடுத்துக்கொள்ளலாம் என்று உள்ளே போனான். கூடத்தில் ஊஞ்சல். தெற்குப் பார்த்த வீடு, ரேழி உள்ளுக்குக் கூடத்திலும் நிலைப்படி. நிலைக்கதவுகளைத் திறந்துவிட்டால் வாயில் சுவர்களில் பெரிய ஜன்னல். ஜன்னல் கதவுகள் கோடையில் எப்பொழுதும் திறந்தே இருக்கும். எதிர்காலி மரங்களில் வேப்ப மரங்கள் இருக்கின்றன. தென்றல் வீசுகிறது. வேப்ப மரங்களில் நுழைந்து அது உடல் நலத்துக்கு மருந்தாய் வருகிறது. குளிர்ந்து வருகிறது. நல்ல காற்று. ஊஞ்சல் ஆடிக்கொண்டிருக்கிறது. ஊஞ்சல் மட்டும் முன்னுமாக ஆடாமல் ஒரே திசையில் ஓடிக்கொண்டிருந்தால் இத்தனை நேரம் செம்பனார் கோயில் போய்ச் சேர்ந்திருக்கலாம். வேப்பங்காற்றில் தூக்கம் மிகச் சுகமாய் வரும். தலைக்கு உயரமாகத் தலையணையை எடுத்து வைத்துக்கொண்டு அம்மாவைக் கூப்பிட்டு ஊஞ்சலை பூட்டிக்கொண்டிருக்கச் சொல்லிவிட்டுப் படுத்தான். தானே ஆட்டிக்கொள்ளலாம். ஊஞ்சல் ஆட ஆடத் தூக்கம் மிகச் சுகமாய் வரும். தூக்கத்தில் ஆழும்வரை ஊஞ்சல் ஆடிக்கொண்டிருக்க வேண்டும். ஒரு காலை ஊஞ்சலிலிருந்து எடுத்துத் தரையில் உதைத்து ஊஞ்சலை ஆட்ட வேண்டும். அது கோணலாக ஆடித் தாய்ச் சுவரில் இடிக்கும். அம்மா இல்லாத நேரத்தில் அப்படி ஆட்டி இடித்து சுவரின் காரை பெயர்ந்து அது தன் செங்கல் பல்லைக் காட்டுகிறது.

உத்திரத்தில் தொங்கும் கயிரைப் பிடித்து இழுத்து ஆட்டலாம். தூக்கக் கலக்கத்தில் பிடி நழுவினால் கயிறு நழுவிவிடும். அப்புறம் எழுந்து போய் அல்லவா அதைப் பிடிக்க வேண்டும். காலை உதைத்து ஆட்டினாலும் கயிற்றைப் பிடித்து ஆட்டினாலும் தூக்கம் ஆட்கொள்ளும்போது கையும் காலும் கனத்துவிடும். பாரம் தாங்காது கீழே சோர்ந்துவிழும். ஊஞ்சல் ஆட்டம் குறைந்துவிடும். தூக்கம் கலைந்து விழிப்பு வரும். "அம்மா கொஞ்சம் வேகமா ஆட்டுமா." ஊஞ்சல் வேகமாய் ஆட ஆட மிக நன்றாய்த் தூக்கம் வந்தது. தூங்கிவிட்டான். இரண்டு எருமைகள் பூட்டிய கந்தசாமியின் டயர் போட்ட வில்வண்டி செம்பனார் கோயிலை நோக்கிப் போய்கொண்டிருந்தது. சத்திரத்தைக் கடந்து ராஜேந்திரன் வாய்க்காலைக் கடந்து, திருச்சம்பள்ளிச் சந்தையைக் கடந்து வட்டார வளர்ச்சி அலுவலகத்தைக் கடந்து போகப் போக செம்பனார் கோயிலைக் காணோம். மாடுகள் வாயில் நுரைதள்ள மேட்டில் பார வண்டியை முண்டி இழுப்பவை போல தலையைத் தொங்கப் போட்டுக்கொண்டு முன் காலை மடித்து, குளம்பை மண் வெட்டியாய் நிலத்தில் ஊன்றிப் பெருமூச்சுவிட்டு இழுத்தன. கோபாலு ஆசனத்தை விட்டு மூக்கணையில் சாய்ந்து மாடுகளின் மேல் "ஹேய் . . . ஹேய்"

என்று சாட்டையைச் சொடுக்கினான். "முன்னாலே வாங்க . . . முன்னாலே வாங்க . . . முன்பாரம் பத்தலே . . . முன்னாலே வாங்க" என்று அவசரத்தில் கத்தினான். ஒரு வில்வண்டியில் அவன் என்ன ஒரு பாரவண்டியில் ஏற்றிய மூட்டைகளின் பாரமா இருக்கிறான்? கதிர் விழுந்து, நிலவெழுந்து, வெயில் எரித்து, மழை பொழிந்து காலம் மாறப் போகிறது வண்டி.

பல்லாண்டு காலம் தூங்கிவிட்டது போன்று நினைப்பு வந்து, தலையை உதறிக்கொண்டு எழுந்து பார்த்தபோது இருட்டிவிட்டிருந்தது. சுவர் ஓரக் கூடத்துத் தூணில் மண்ணெண்ணெய்க் கரி படிந்த கோழி முட்டைக் கண்ணாடிக்குள் சிவப்பாய் மினுக்கிக்கொண்டிருந்த சிமினி விளக்கு இருளை விரட்ட முயன்றுகொண்டிருந்தது. இந்த வெளிச்சத்தையும் அணைத்துவிட்டு இருள்வர விளக்குச் சுடரை வட்டமிட்டுக் கொண்டிருந்தது வண்டு. சுடர் நடுங்கியது. விளக்கிலிருந்து வரும் புகைக்கோடு, ஆடும் சுடரின் விதியைக் கண்ணாடிக்கு மேல் காற்றில் எழுதிக்கொண்டிருந்தது.

ரங்கசாமி வீட்டுக்கு வண்டி கேட்கப் போனவன் என்ன ஆனான்? அவன் எந்தக் கள்ளச்சாராயக் குடிசைக்குள் உட்கார்ந்து குடித்துவிட்டுத் தூங்கிக்கொண்டிருக்கிறானோ? "அம்மா . . . அம்மா . . . அந்தக் கோபாலு பய என்ன ஆனான்? அவனுக்குப் போனா போன இடம், வந்தா வந்த இடம். என்ன ஆனான் அவன்? அம்மா . . . அம்மோவ்"

அம்மாவையும் காணவில்லை. அவள் எந்த மலட்டு மாட்டின் மடியைக் கறவைக்காகத் தடவிக்கொண்டிருக்கிறாளோ?

ஒருக்கால் அவன் வண்டியைப் பூட்டி வைத்துக்கொண்டு வாசலில் இவன் வருகைக்காகக் காத்துக்கொண்டிருக்கக்கூடும் என்று எழுந்து வாசலுக்குப் போனான். வாசலில் அவனைக் காணவில்லை. திண்ணையில் இன்னும் அம்மா விளக்கு வைக்கவில்லை. பக்கத்து வீட்டுத் திண்ணை ஏற வானத்தில் தொங்கிக்கொண்டிருந்த லாந்தலிலிருந்து வெளிச்சம் அண்டை இரண்டு வீடுகளுக்குப் பரவிக்கொண்டிருந்தது. ரங்கசாமியின் வில் வண்டியைக் காணவில்லை. எருமைகள் சாணியைப் போட்டு மூத்திரத்தில் குழைத்து வாசலை அதம் செய்திருந்தன. அவனைக் கண்டதும் இரண்டும் கத்தின. அவற்றின் குரல் கம்மிப்போய் ஏக்கம் தொனித்தது. இரண்டும் வெகு நேரமாய் கிடாய்க்காக அழுதிருக்க வேண்டும். இரண்டையும் முன்பே கடைக்கு ஓட்டி அனுப்பியிருக்க வேண்டும். இத்தனை நாட்கள் பலப்பட்டிருக்கும். இந்தக் கோபாலுவால் ஒன்றுக்கும் உதவியில்லை. அவன் எங்கே போனான்?

கொல்லைக் கொட்டாயில் கிழட்டுப் பசுவைக் கறந்து கொண்டிருக்கும் அம்மாவைப் போய்க் கேட்கலாம் என்று உள்ளே

திரும்பினான். அவள் கையில் சிமினி விளக்கோடு வாசலுக்கு விளக்கு வைக்க ரேழியில் வந்துகொண்டிருந்தாள்.

கோபாலு ரேழிச் சுவரில் சாய்ந்துகொண்டு வாய் பிளக்கத் தூங்கிக்கொண்டிருந்தான்.

"டேய் கோபாலு என்னடா தூக்கம்? ஏய் . . . ஏய்."

தூக்கத்திற்குக் காயம்பட்டதுபோல பதறிக்கொண்டு எழுந்தவன், இவன் நின்றுகொண்டிருப்பதைப் பார்த்துவிட்டு இயல்பான சோர்வோடு உடம்பைத் தளர்த்திக்கொண்டு நின்றான். எல்லாவற்றையும் அவன் தூக்கத்தில் மறந்துவிட்டான் போலத் தோன்றிற்று.

"போன காரியம் என்னடா ஆச்சு?"

"இல்லீங்க . . . அவரு வண்டி எறவல் கொடுக்கறதில்லை னுட்டாருங்க" என்றான் பின்மண்டையைச் சொறிந்துகொண்டே.

"இம்மே எப்போ நான் செம்பனார் கோயில் போவது? எப்படிப் போவது?"

"ஆமாங்க இருட்டிப்போச்சுங்க"

திண்ணைப் பறையில் வைத்த விளக்கில் காற்றுப் பட திண்ணையில் ஆடும் நிழலைப் பார்த்துக்கொண்டே நின்றான் இவன். கோபாலுக்கு இருப்புக்கொள்ளவில்லை. ராஜேந்திரன் வாய்க்கால் கரையில் தாழைப் புதருக்கு அடியில் உட்கார்ந்து பட்டைச் சாராயம் குடிக்கப் போக வேண்டும் அவனுக்கு.

"எதினாச்சும் சில்லரை இருக்குங்களா?"

கோபாலு எதற்குச் சில்லறை கேட்கிறான் என்பது இவ னுக்குத் தெரியும். அதைக் காதில் போட்டுக்கொள்ளாததுபோல் உள்ளே திரும்பினான் இவன். தான் கேட்டது அவனுக்குக் கேட்கவில்லை என்று நினைத்த கோபாலு "எதினாச்சும் சில்லறை" என்று மீண்டும் கேட்டுக்கொண்டே அவனைத் தொடர்ந்து தாழ்வாரத்துக் கூடல் வாய்த்தூண் வரையில் வந்தான். ஊஞ்சலை நோக்கிக் கூடத்துக் குறட்டை நெருங்கிவிட்ட இவன் நின்று சட்டைப் பையில் இருந்ததைத் தடவி எடுத்து அவனிடம் கொடுத்தான்.

அதை வாங்கிக்கொண்டே "வரட்டுங்களா?" என்று ஓட்டமும் நடையுமாகக் கிளம்பிவிட்டான் கோபாலு.

"என்னிக்கிச் செம்பனார் கோயில் . . .?" இதைக் கோபாலு காதில் வாங்கிக்கொண்டதாகத் தெரியவில்லை. ரேழியில் போகும்போது "ரொம்ப இருட்டிப் போச்சு" என்று தனக்கே சொல்லிக்கொண்டு போனான். இவன் திரும்பிப் போய் ஊஞ்சலில் உட்கார்ந்தான். கோபாலு தெருவில் ஓடுவது திண்ணை ஜன்னல் வழியே நிழல் உருவில் தெரிந்தது.

பாஞ்சாலி

புஞ்சைலெ ஒரு நடிகெ இருந்தா. அவளெப் பத்தி எனக்கு ரொம்ப சொன்னாங்க. அவளோட கதெதான் இது.

அவ, தேவதாசி. பாப்பாத்தி, எடச்சி, செட்டிச்சி, ஆச்சிங்கறதெப் போல அவ, தேவதாசி. அப்படின்னா? ஆத்துக்காரருக்குப் பின்னாலெ புல்லெப் புடுச்சுக்கிட்டு நிக்கறவ பாப்பாத்தி; கல்சட்டியிலே தயிரெப் போட்டு, தூணுலெ கட்டின மத்துலெ கயித்தெப் போட்டு இழுத்துஇழுத்துக் கடைஞ்சு அங்கை வருந்தறவங்க எடச்சிமாருங்க; எண்ணெப் பானைலெ கையெ வுட்டுக்கிட்டு நிக்கறவ செட்டிச்சி; வேளான் வூட்டுக் குதுருலே நெல்லைப் புண்ணிக்கிட்டு அவனுக்குப் பொண்டாட்டியா இருக்கிறவ ஆச்சி. அப்படியா? அப்படின்னா . . . தேவதாசி? ஒத்தனுக்குப் பின்னாலே ஒத்தனா வந்து படுக்கறவனுக்குப் பக்கத்துலெ படுத்து சந்தோஷப்படுத்தறவ தேவதாசியா . . . அப்படியா? கோயில்லெ பொட்டுக்கட்டற வழக்கத்தைத் தடைசெஞ்சதுக்குப் பின்னாலே, ஒரே ஒரு ஜாதி தமிழ்நாட்டுலெ ஜாதியெ எழந்து ரொம்ப நவீனமாயிட்டுதுன்னு ஆயிருந்துச்சுன்னா ரொம்ப நல்லாருந்திருக்கும்.

இவ வீடு அக்ரகாரத்துலே இருந்துச்சு. இவ வூட்டுக்காரன் பாப்பான். அப்பனுக்குத் தெவசம் பண்ணற அன்னிக்கி, “ஓய் சாஸ்திரிகளே, எம் பொண்டாட்டி எனக்குப் பின்னாலே புல்லுப் புடிக்கணும். அவ ரெண்டாங்கட்டுலேருந்து

புடிக்கட்டும். நீர் இங்க மந்திரத்தை ஓரக்கச் சொல்லும்"ன்ன இவன் சொல்லிட்டான். சாஸ்திரிகள் 'கக்கக்க'ன்னு சிரிச்சுக்கிட்டாரு. இவனுஞ் சிரிச்சான்; அவளுஞ் சிரிச்சா.

புஞ்சைலெ பாஞ்சாலி அம்மன் கோயிலு இல்லெ. எல்லாம் ஆலடியா கோயில்லெதான் நடக்கும். ஆலடியா கோயில்ங்கறது அக்ரகாரத்துக்கு வடக்காலெ, கிடாரங்கொண்டான் போற வழியிலெ, கிடாரங்கொண்டான் வாய்க்காலெத் தாண்டி, செட்டியார் வூட்டுக்கு அப்பாலே, கிழக்குப் பாத்து இருக்கு. செட்டியாருன்னா வாணியச் செட்டியாரு. எண்ணெய்க்கிக் காணம் ஆட்றவங்க. கிடாரங்கொண்டான் வாய்க்காலெ ஒட்டி சாலைக்கிக் கீழ்க் கையிலெ செக்கடிக் கொல்லெ வாய்க்காலெ ஒட்டி, மதகுக்குப் பக்கத்துலெ, வடகையிலே மேற்கேயும் ஒரு சந்து போகுது. அங்கெயும் வாணியச் செட்டியாருங்க இருக்காங்க. அவங்க வூட்டுக்குப் பக்கத்துலெயும் ஒரு செக்கு இருக்கு.

ரெண்டு செக்கும் மொறெ வெச்சுக்கிட்டுப் பாடும். ஊரே செக்குச் சத்தத்தெ அடிப்படையா வெச்சுக்கிட்டு வேலையிலெ இருந்துக்கிட்டிருக்கும். செக்கு சத்தம் போட்டுக்கிட்டிருக்கிறப்போ ஆலடியா கோயில் மணியெப் பூசாரி அடிப்பான். அந்தக் கிண்டாமணி செக்குச் சத்தத்தெப் பகுத்துப் புதுப்புது பரிமாணத்தெக் கொடுத்துக்கிட்டிருக்கும். அப்போ ஊரே, 'ஆலடியா தாயே'ன்னு சொல்லும். அவுங்க, கிழக்கெ, நெலத்துலெ ஒக்காந்துகிட்டு வெளிக்கிப் போய்க்கிட்டிருந்தாக்கூட, 'ஆலடியா தாயே'ம்பாங்க. மலம் என்ன மனசுலேயா இருக்கு, குண்டியிலேதானே இருக்கு.

அந்தி சாயற நேரம், செக்கு சத்தம் போடற நேரமில்லெ அது. கோயில் கிண்டாமணி இப்பொ அடிச்சாச்சு. அவ வீட்டை விட்டுக்கிளம்பினா. திரௌபதி துகில் கூத்துச்சடங்கெல்லாம் ஆலடியா கோயில்லே அவ சன்னதியிலே வெச்சுத்தான் நடக்கும். அன்னிக்கும் அப்படித்தான் நடந்துச்சாம். நான் பாத்த அன்னிக்கிப் பூசாரி ரொம்ப ஜோரா உடுக்கு அடிச்சாரு. ஆளுக்குள்ளேருந்து சாமிகளெக் கிளப்பி வெளிக்கொண்டுவந்துடற மாதிரியான ஒரு அடி, அந்த அடி. இன்னிக்கும் அப்பிடி அடிப்பாரு; அடிச்சிருப்பாரு.

ஒரு அகராதிக்குள்ளே இருக்கறதெப் போல, அத்தனெ சொற்களா அதுக்குள்ளேன்னு அவரு அடிச்சிருப்பாரு அன்னிக்கி. சடங்கு நடக்கற எடம் பலிபீடத்துக்கு முன்னாலெ; அதுக்கும் முன்னாலெ, சூலத்துக்கும் முன்னாலே, பாவாடை முதலியாரு இந்தச் சூலத்தெத் தூக்கிக்கிட்டுத்தான், ஊருலே காலரா கண்டா, வைசூரி கண்டா, நடுநிசியிலெ வாய்விட்டுக்கிட்டுத் தெருத்தெருவா ஓடுவாராம்.

'காளியாயியே, மாரியாயியே' அப்படின்னு தெருத்தெருவா விரட்டிக்கிட்டு ஓடி, ஊருக்கு எல்லையெத் தாண்டி விரட்டிட்டு வருவாரு அவரு. நம்பிக்கெ கொடுக்கற ஆலடியாளோட ஊழியரு அவரு. இவ, பாஞ்சாலி, தாஸி ஆயிட்டா போலிருக்கு.

கழுவடையான் மேடைக்கி இடக்கையிலெ கோயிலுக்கு உள்ளே நுழையக் கருங்கல் படியிலெ காலெ எடுத்து வெச்சா இவ. இவ தலையிலெ ஒரு கொடம் தண்ணியெக் கொண்டுவந்து கொட்டினாரு பூசாரி. அதிர்வேட்டு கேட்டுச்சு; எக்காளம் ஊதிச்சு; பறை அடிச்சாங்க; அதுக்கப்பறம் உடுக்கு அடிச்சுக்கிட்டு முன்னாலெ போனாரு பூசாரி, படியெத் தாண்டி சூலத்துக்குத் தெக்காலே வடக்குப் பாத்து வெயில்லெ காஞ்சு, மழையிலெ நனெஞ்சு, எண்ணெக் காப்போட பேச்சி ஒட்காந்துகிட்டுருக்கா. எண்ணெ பூசின ஒடம்பு பொருக்குத் தட்டியும் பொருக்குத் தட்டாமலெயும் தொள்ளக் காதோட நீளமாத் தொங்கும் மொலெ மடியிலே இடிக்க இருக்கா பேச்சி. அவ மடியிலே எலும்புந்தோலுமா ஒரு உருவம் இருக்கு, அதுக்குப் பால் கொடுக்கறாளா அவ? இவ படிலெ காலெ வெச்சதும், 'பேச்சி'ன்னா. மொலெ நீண்டு மடி உருவம் தலையெத் தூக்கிப் பால் குடிச்சதுபோல இருந்துச்சாம். எண்ணெ மூடி பொருக்குத்தட்டி, பாவம் மறைஞ்சு, பயத்தோடயும் பயமில்லாமயும் இருக்கிற அவ, அன்னிக்கின்னு ரொம்ப உறவோட அசைஞ்சுகொடுத்ததுபோல இருந்துச்சுன்னு அங்கெ இருந்தவங்க சொன்னாங்களாம்.

இவ படியெத் தாண்டி உள்ளே பிராகாரத்துக்குப் போயி, வலமா மேற்கெ போய், வடக்கெ திரும்பி, கிழக்கெ திரும்பி வரப்போ சனி மூலையிலெ கெணறு. கெணத்துக்குப் பக்கத்துலெ ஆலமரம் கிளை பரப்பிக்கிட்டிருக்கு. அதுலெதான் ஒரு மொறெ, ஒருக்கால் அதுலே இல்லையோ என்னவோ, அதுக்கு முன்னாலே இருந்த மரத்துலேயோ என்னவோ, கழுவடையான் ஏறி ஒக்காந்துட்டான்னு சொல்வாங்க. கழுவடையானத் தூக்கிக்கிட்டு வர்ற நாகப்பனப் போல இவ வந்தாளாம். பறந்துடுவா போல இருந்தாளாம். அங்கெ இருந்தவங்க ஒடம்புலெ சூடு ஏறிடுச்சு. தீமிதியப்பெல்லாம் அந்தக் கோயிலுக்கு ரெண்டு தீமிதி. ஒண்ணு ஆலடியாளுக்கு, அங்கெ எதிரிலெயே. இன்னொண்ணு பாஞ்சாலி அம்மனுக்கு, அது நாளைக்கி. அது கிழக்காலெ, பிடாரி கோயிலடி நெலத்துலே. கூத்து நடக்குதே, அதுக்கு எதுத்தாப்பலெ. பாஞ்சாலி துகில் முடிஞ்சு, கூந்தல் முடிஞ்ச பின்னாடி அங்கே ஒரு பிடாரி தீமிதியெப் பாத்துக்கிட்டு ஒக்காந்திருப்பா.

தீமிதி நடக்கறப்ப கழுவடையான் பிராகாரத்துலெ ஊர்வலமா வர்றப்ப, சனி மூலெலெ அந்த ஆலமரத்துப் பக்கம் வர்றப்ப, அவனெத் தூக்கிக்கிட்டு வர்ற நாகப்பன் . . . நாகப்பன்

கழுவடையானெத் தூக்க ஆரம்பிச்ச நாள் கதெயெச் சொல்லறேன். அது இன்னிக்கித்தான் போல இருந்துச்சாம். அவனும் போயாச்சு. கழுவடையான் அவன் தலைலேருந்து பறந்து ஆலமரத்துக்குப் போயிடப் பாப்பான். ஒருமுறை நானும் பாத்தேன் அதெ. அது நாகப்பன் தூக்கினப்ப இல்லே. அதுக்கும் பின்னாலே எப்பவோ. கழுவடையானுக்கு ஒரு கை ஒடைஞ்சு அவன் பறந்துபோனதுக்குச் சாட்சியா இருந்துகிட்டிருக்கு. அவ வர்றப்ப பழைய கதயெல்லாம் அவகிட்ட வந்து குந்திகிட்டதுபோல எல்லாருக்கும் இருந்திருக்கு. கழுவடையான் கதையெவிட மேலான ஒண்ணு, அப்போ ஆக்கத்துலே இருக்கிறதெப்போல, அதெ உண்டாக்க அவ வந்துக் கிட்டிருக்கறதெப்போல இருந்திருக்கு.

கழுவடையான் அந்த மொனைக்கி வர்றத்துக்கு முன்னாலேயே, பத்துப் பேராச் சேந்து நாகப்பன் தலையோட கழுவடையானச் சேத்து, பூமியோட சேர அழுத்துவாங்க. உள்ளபடியே தொங்குவாங்க. நாகப்பன் தரையிலே காலெ ஒதெச்சு மேலே எம்புவான்! பறந்துடப்போறவனெப் போல இருப்பான். ரெண்டொரு பேரு தொங்கிப் புடிச்சு அழுத்தறதுலேருந்து விடுபட்டுக் கீழே விழுந்துடுவாங்க. விழுந்துடுவாங்களா, உதுந்துடுவாங்க. அவங்களே மிதிச்சு எம்புவான் நாகப்பன். 'அவன் பறந்துடப்போறான். அவன் பறந்துடப்போறான்'னு எல்லாரும் பயந்துகிட்டே காத்துக்கிட்டிருப்பாங்க, அவன் பறக்கறதெப் பாக்க மாட்டமான்னு. பறை அதிரும். மாட்டுத் தோலை விரிச்சு, பலா மரத்துலெ கிலாமரத்துலெ கட்டினதில்லே அது. அது அங்கே கூடியிருக்கிறவங்க இதயத்தெப் பிரிச்சுக் கட்டினதுபோலப் பதறும். இப்பவும் அப்படிப் பதறிச்சாம். ஊர்ல அப்போ கொஞ்சம் பிரச்சினை இருந்துச்சு. 'செத்த மாட்டெத் தூக்க மாட்டோம், செத்த வூட்டுக்கு அடிக்கமாட்டோம்'ன்னு போராட்டத்துலே இருந்தாங்க அவங்க. அந்தக் கோபத்துலே அன்னிக்கி அடிச்சுக் கிழிச்சுக்கிட்டிருந்தாங்களாம்.

'தாண்டியாச்சு.. சனி மூலையெத் தாண்டியாச்சு . . . அப்பா!'ன்னு பெருமூச்சு விடுவாங்க. அப்பவும் விட்டாங்க. இருந்தாலும் அவன் பறக்கறதெப் பாக்க முடியலியேன்னு ஒரு ஏக்கம். இப்போ அதுக்கு இணையான ஒண்ணு நேரலியேன்னு ஒரு ஏக்கம். அவ வலமா கழுமேடைப் பக்கம் வந்தா. அவ தோளைப் புடிச்சு அழுத்திப் பல பேரு தொங்கறதெப் போல ஒரு பிரமெ. அவ சாதாரணமாத்தான் வர்றா . . . இருந்தாலும் அவ பின்னால வர்ற பல பேரு சனி மூலெப் பக்கம் வந்ததும் இப்படி உணர்ந்து ஆவேசப்பட்டாங்கன்னா, அந்த மரபுலே ஊறி வர்றாங்கன்னு அர்த்தம். இந்தக் கழுவடையானுக்கும் இந்தக் கழு மேடைக்கும் என்ன உறவோ, என்ன பெயர்ப் பொருத்தமோ?

இப்படிப்பட்ட நேரத்துலே கழுமேடைக்கி உயிர் உண்டாயிடுது. இதெ எல்லாரும் உணருவாங்க. கழுமேடைக்கு முன்னாலேதான் கடாவெட்டுவாங்க.

'போ அந்தண்டெ.போ அந்தண்டெ ...போ அந்தண்டெ'ன்னு குரல் நாலா பக்கமும் குழந்தெகளெ விரட்டுது. எல்லார் மனசுலேயும் கொழந்தைங்க இருக்குன்னு தெரியுது. எல்லாரும் அங்கெ பொறந்து வளந்தவங்க. எல்லாரும் பயந்து ஒதுங்கிக்கிட்டு ... ஒதுங்கல்லே, கழுமேடை பெரிசாப்போனதுபோல இருந்தது. ஆட்டுக்கடா வாகனத்துக்கு மேலே பாஞ்சாலி அம்மனுக்கு அலங்காரம் பண்ணிக்கிட்டிருந்தாரு குருக்கள். அதுக்கு உயிர் வந்துட்டுது. அதோட கொட்டை ஆடிச்சு.'ஹுக்கும் ஹுக்கும்ன்னு கனைச்சுதுபோலத் தோணிச்சு. அலங்காரம் பண்ணிக்கிட்டே இவளெ ஒரு பார்வை பாத்தாரு குருக்கள். ஆட்டுக்கடா கொம்பெ ஆட்டிக்கிட்டு அவரெ முட்ட வந்ததுபோலத் தோணிச்சாம். அவ கழுமேடையெ வலம்வந்து இடப்புற வாயில் வழியா உள்ளே நொழயறதுக்கு முன்னாலே, ஒரு கடாவெட்டு. ரத்தம் தெறிச்சு அவ முகத்துலே அடிச்சுது. ஆவேசத்துலே இருந்த அவளெ அதெல்லாம் ஒண்ணும் பாதிக்கல்லே. தீவட்டிங்களெக் கொளுத்த ஆரம்பிச்சிருந்தாங்க. அதுக்குப் பழந்துணி கிராமத்துலேதான் தண்டுவாங்க. 'ஆலடியா தீவட்டிக்கித் துணி ... ஆலடியா தீவட்டிக்கித் துணி'ன்னு நல்ல உரத்த குரல்லே, கொல்லைக் கெணத்தடியிலே கேக்கற மாதிரி கூவி, முதுகிலெ சாக்கு மூட்டையெச் சுமந்துகிட்டு போவான் தெருவுலே, வைத்தீஸ்வரன் கோவிலுக்குக்கூட இங்கே வந்து தண்டுவாங்க. எண்ணெத் தண்டுவாங்க. காணத்துலெ தொடைச்சிப் போட்ட துணிக்குக்கூட பந்தத்துலே இடம் இருக்கு. அதனாலே செட்டியார் வூட்டு நல்ல துணிதான் செக்கெத் தொடெக்கும். பந்தத்துலே சேக்க அக்ரகாரப் புஞ்சைச் சேரியிலிருந்தும் ரெண்டு கஜம் புதுத்துணி வரணும். இருட்டெ வெரட்ட எல்லாரும் உதவின சந்தோஷத்துலே இருப்பாங்க. ஒத்த முகம், ரெட்டெ முகம், அஞ்சுமுகம் இப்படிப் பலப்பல முகத்துலே தீவட்டிங்க கொளுத்தப்பட்டுச்சு. தீவட்டிக்கி அணையாமெ எண்ணெ ஊத்த, வேண்டுதல் உள்ளவங்க தயாரா அங்கே நின்னுக்கிட்டிருக்காங்க. அதுலெ எல்லாச் சாதிக்காரங்களும் இருக்காங்க. எல்லாருக்கும் உதவிக்கிட்டிருக்கான் வண்ணான், அது அவனோட வேலெ எல்லாருக்கும் மூச்சு எழெஞ்சு ஓடுது. திடீருனு அதிர்வேட்டு. மூச்சு எழஞ்சு ஓடினதெல்லாம் கலைஞ்சு அதுந்துபோச்சு. அதுக்குள்ளே இன்னோரு வேட்டு போட்டாலும் போடுவான். எக்காளத்தெ எடுத்து ஊதுவான். அது எல்லாத் திசையையும் கூட்டி இழுத்து, ஒரே திசையிலே எக்களிச்சு ஊதும். என்ன அமைதி அவனுக்கு ! எம் மூச்சுக் காத்து இம்மாம் பிரம்மாண்டம்னு

அவன் அமைதி அடைஞ்சிருக்கான் போலேருந்தது. அவனைச் சுத்திக் கொழந்தைங்க பிரமிச்சு நிக்குது. அடுத்து எப்போ ஊதுவான்? அவன் அமைதி, நேரப்படிதான் கலையும். அதுக்கு அவனுக்குக் கடிகாரம் அவசியமில்லே. உடம்பிலே அது ஏதேச்செயா இருக்கு.

ஆதிநாள்லேருந்து, வேஷங்கட்டறவ இங்கேருந்துதான் புறப்படறா. சூலத்துக்கு முன்னாலே ஆலடியாளுக்கு எதுக்க, துரியோதனன் தொடையெ அடிச்சு ஒடைக்கறதுக்கு முன்னாடி, அவன் தொடையிலே ரத்தக் கரைசலெப் பொதெச்சி வெக்கிறதைப் போல, பாஞ்சாலி வேஷங்கட்டறவ ஒக்காரப்போற இடத்துலேயும் ரத்தக் கரைசலெப் பொட்டலம் கட்டி வெச்சிருப்பாங்க. அது மேல அவ ஒக்காரணும். அது ஒடஞ்சு ரத்தக் கரைசல் வெளியே ஓடும். ஊர்வலம் கிளம்பிப் போனப்புறம் ஜனங்க அதெ எடுத்து இட்டுப்பாங்க. அவளுக்கு ஆவேசம் வந்துடும். அவளுக்கு மட்டுமில்லே, அங்கெ இருக்கிற பொம்பளெங்க பல பேருக்கும் ஆவேசம் வந்துடும். அதே வேகத்துலே அவளுக்குச் சூடம் கொளுத்திக் காட்டி, அவளெ அழெச்சிக்கிட்டுத் தெரு வழியா நாடகம் நடக்கப்போற மேடைக்கிப் போகணும். அதெ துச்சாசனன்தான் செய்யணும். அதுவரைக்கும் அவன் எங்கே இருக்கான்னு தெரியாமெ, உள்ளே சுருங்கி ஆவேசத்துலெ கொழுஞ்சி இருப்பான். அவனுக்கும் தலையிலே தண்ணியெ ஊத்தி, கழுத்துலே ஒரு மாலையெப் போட்டு எழுப்பிப் பாஞ்சாலிகிட்டெ கொண்டாருவாங்க. அவன் சாமி ஆடிக்கிட்டே வருவான். பாஞ்சாலி கூந்தலே – அதாவது கூந்தல்னு தொங்கற ஒரு கயித்தெ – அவன் பிடிக்கிறப்போ, ‘துவா’ன்னு வாய்விடுவான். கூரே பொளந்து ஆகாசத்துலெ பறக்கறதெப் போல இருக்கும். அதிர்வேட்டுக்கும் எக்காளத்துக்கும் அப்பாலே இப்படி ஒரு சத்தம் இருக்குன்னு அப்போதான் தெரியும்.

அவன் பாஞ்சாலி கூந்தலெப் புடிச்சிக்கிட்டுத் தெருவுலே எறங்குவான். இங்கே பாஞ்சாலி அம்மெனெத் தூக்குவாங்க. பெரிய வாரையிலே, ஆட்டுக்கடா வாகனத்துலே இருக்கிற அம்மனெத் தூக்கித் தோள்லே வெச்சிக்கிறதுக்கு இருபது பேரு முக்குவாங்க. குனிஞ்சு தம்கட்டி ஒரு முக்கு முக்கி, ‘ஏலக்குத்தா பாஞ்சாலி’ன்னு தூக்கினாங்கன்னா அது அவங்க தோளுக்கு வந்துடும். ஆயக்காலெ முட்டுக்கொடுத்து நிப்பாட்டிட்டு மூச்சு வாங்கிக்கிட்டு முன்னேறுவாங்க. இன்னோரு வரிசை அதிர்வேட்டு. பறையிலே இன்னோரு பிடி பிடிப்பாங்க. எக்காளம் குழந்தைங்களெக் குஷிப்படுத்தி ஆகாயத்தெக் கிழிக்கும். பாஞ்சாலி அம்மன் ஒரு தப்படி முன்னேறினதும் . . . அவ ஓடுவா . . . ஆடுவா . . . வாய்விடுவா . . . ‘ஹரிஹரி’ன்னு குரல்

கொடுப்பா. கடைசியிலெ துச்சாசனன் இழுத்துக்கிட்டு ஓடினப்போ அத்தினாபுரத்துலெ வேடிக்கை பாத்துக்கிட்டு நின்னாங்களே அப்படி! 'அச்சா, கேள். மாதவிலக்காதலால் ஓராடை தன்னில் இருக்கிறேன், தார்வேந்தப் பொற்சபை முன், என்னை அழைத்தல் இயல்பில்லை; அன்றியும்; சோதரர் தம் தேவிதனைச் சூதில் வசமாக்கி ஆதரவு நீக்கி அருமை குலைத்திடுதல் மன்னர் குலத்து மரபோ! அண்ணன்பால் என் நிலைமை கூறுவாய். ஏகுக நீ' அப்படின்னா அன்னிக்கு திரௌபதி. துச்சாசனனோன்னா 'கக்கக்க'ன்னு கனைச்சான்; பெருமூடன். பக்கத்திலே வந்து அந்தப் பாஞ்சாலிக் கூந்தலைக் கையால் பற்றித் தரதரவென்று இழுத்தான். அவள் ஐயோவென்று அலறி, உணர்வற்று . . . பாண்டவர்தம் தேவியவள் பாதி உயிர் கொண்டுவர, நீண்ட கருங்குழலை நீசன் கரம்பற்றி முன்னிழுத்துச் சென்றான். வழி நெடுக மொய்த்தவராய், 'என்ன கொடுமை இது?' என்று பார்த்திருந்தார் ஊரவர்தம் கீழ்மை உரைக்கும் தரமாமோ, வீரமிலா நாய்கள் விலங்காம்; இளவரசன் தன்னை மிதித்துத் தராதலத்தில் போக்கியே பொன்னை அவள் அந்தப்புரத்திலே சேர்க்காமல் நெட்டை மரங்களென நின்று புலம்பினார். பொட்டைப் புலம்பல் பிறர்க்குத் துணையாமோ; பேரழகு கொண்ட பெருந்தவத்து நாயகியைச் சீரழிய, கூந்தல் சிதையக் கவர்ந்துபோய்க் கேடுற்ற மன்னர் அறங்கெட்ட சபைதனில் கூடுதலும் அங்கே போய்க் 'கோ'வென்று அலறினாள். விம்மி அழுதாள். இவ வர்றதுக்கு முன்னே, இதுக்கு வைத்தீஸ்வரன் கோயில்லேருந்து தேவதாசியெ அழைச்சிக்கிட்டு வருவாங்க. அவளுக்கு வீட்டுவிலக்கில்லாத நாளான்னு பாத்து ஏற்பாடு பண்ணுவாங்க. பள்ளு ஆடிக்காப்பு அறுக்க வர்ற மாதிரிதான் இதுவும்.

சடங்குக்கு முன்னாலே கோயில் பிராகாரத்துலேயோ, செட்டியார் வூட்டுத் திண்ணையிலேயோ, அவுங்க குந்திகிட்டிருக்கறப்போ, இல்லேன்னா பாஞ்சாலி அம்மனுக்குக் குருக்கள் அலங்காரம் பண்ணிக்கிட்டிருக்கறப்போ அங்கே இருப்பாங்க. இவ வந்ததுலே அது இல்லாமே போச்சு. அதுக்குத்தான் குருக்கள் பாத்தாரு போலேருக்கு. நெதெக்கும் அலங்காரத்தோட சாமி ஆடுகளத்துக்குப் போகும். கூந்தல் மட்டும் முடிக்கப்படாமெ, அலங்காரத்துலே ஒத்துப்போக விட்டிருப்பாங்க, நெதெக்கும். காத்தவராயன், கருப்பண்ண சாமி, கழுவடையான் இன்னும் ரெண்டு சாமியும் நெதெக்கும் பஞ்சபாண்டவங்களா ஆடுகளத்துக்குப் போவாங்க. இங்கே அலங்காரத்துக்கு அவுங்க காத்துக்கிட்டிருக்கிறப்போதான் குருக்கள் தேவதாசிங்களோட பேசிக்கிட்டிருப்பாரு. அவரு ஆகுருதிக்கி அது அவசியம்னு அவருக்குத் தோணுமோ என்னவோ? அந்த ஆகுருதி இப்போ தொலைஞ்சுபோச்சு.

அப்போ வெகுசுவாரஸ்யம். ரெண்டொரு மிராசுதாருங்களும் அங்கே இருப்பாங்க. கொஞ்சம் தோளு பொடைச்சிருக்கும். கூச்சப்பட்டவங்களும். அதாவது மிராசுதாருங்கதான், கூட்டத்தோட கூட்டமா தைரியத்தோட இருப்பாங்க. மனசுலே மாப்பிள்ளக் கணக்குலே ஒரு ஜோரு! அவங்க வைத்தீஸ்வரன் கோயிலுக்கு வந்துபோற மிராசுதாருங்களைப் பத்திப் பேசுவாங்க. பெண் வேஷம் கட்டற நடிகர்கள் பின்னாலே ஊர்ஊரா ஓடுவாங்க. கர்ணன் கையெப் போல, குருக்களோட கையி துறுதுறுன்னு அலங்காரத்துலே இருக்கறதைப் போல தேவதாசிங்க இடுப்பெக் கணக்குப் பண்ணும். இதெப் பாத்துக் கூச்சப்பட்டவங்களுக்குக் கடைவாயிலே நெய் ஒழுகும். இவங்களுக்குத்தான் பள்ளு ஆடறப்போ தேவதாசிங்க பொம்மைக் கொழந்தையெப் பெத்துக் குடுப்பாங்க. நிஜக் கொழந்தையெப் பெத்துக்க புஞ்செயிலே யாருக்கும் அந்தஸ்து போதாது. இவன் . . .இவங்கதெ காதல் கதெ . . . அந்தக் கட்டத்துலே இவங்கதெ அடங்கலெ. 'பரவா யில்லே, நீங்க பொம்மைக் கொழந்தைங்களைத் தொடர்ந்து பெத்துக்கங்க'ன்னு இவ சொன்னாளாம். பள்ளு ஆட ரெண்டு பேரு வேணும். ஒத்தியா இவ நின்னா. அதுலேயே வெக்கம் வந்துடுச்சு. இன்னொருத்தி வைத்தீஸ்வரன் கோயில்லேருந்து. அவளெப் பாத்து வெக்கமில்லே. அவ பெத்துக்கொடுக்கட்டும். எத்தனை வேணாலும் பெத்துக்கங்க. பொம்மைக் கொழந்தைதானே! அப்போ இவங்க ஓடற ஓட்டத்தைப் பாக்கணுமே. அந்த ஓட்டத்தெ இவளும் பாக்க விரும்பினா. அந்தப் பாட்டெல்லாம் இவளுக்குத் தெரியாது. வேணும்னா கத்துக்கலாம். கத்துக்க அவளும் தயாராத்தான் இருந்தா. அதனாலே ஒண்ணுமில்லே. அதிகபட்சம் அதுக்குப் பின்னாலே அவங்க வூட்டுக்குப் போய்ப் பொண்டாட்டிக்கிட்டே சில்மிஷம் பண்ணுவாங்க. அது நல்லதுதான். ஆனா, ஊரு கௌரவம் கெட்டுப்பூடும்னு ஊருலே வேண்டாம்னுட்டாங்க. உள்ளுக்குள்ளே வேணும்னு இருந்தது. வெளிக்கி வேண்டாம்னுட்டாங்க. பள்ளு ஆடறதோட நின்னுபோச்சு.

நிக்காமெ மட்டும் இருந்துச்சுன்னா, பெண் வேஷம் கட்டற நடிகர் பின்னாலே ஓடற மிராசுதாருங்க, ஒரு வருஷத்துலே ஓடற ஓட்டத்தைக் கூட்டி ஒண்ணா அவங்க இன்னிக்கி ஓடிடுவாங்க. மாமா . . . மாமான்னு விடலப் பசங்க பின்னாலே ஓடி, அவங்களெப் புடுச்சு இழுத்துக்கிட்டு வந்து, சன்னிதியிலே ஒக்காத்திவைச்சு, அவங்க மடியிலே பொம்மைக் கொழந்தையெப் போட்டு, 'பெக்கறப்போ பெத்துட்டு இப்போ ஓடினா ஆகுமா'ன்னு பாட்டு பாடச் சொல்லுவாங்க. இல்லே இவருக்குன்னு கொழந்தையெ மடி மாத்திப் போட்டுப் பாடறப்போ, அவங்ககிட்டப் படுக்காமெ இவங்க பெத்த கொழந்தைக்கி,

இப்படிப் பாட்டுப் பாடினாங்கன்னா, அது இம்மாம் ஜோரா இருக்கும்னா, உள்ளபடியே படுத்துக்கிட்ட மிராசுதாருங்க கெதெ கேக்க எத்தனெ சுவாரஸ்யமா இருக்கும். வைத்தீஸ்வரன் கோயில் என்ன, மாயவரத்துக் கெதெயெல்லாங்கூடப் பேசுவாங்க. இப்போ அது முடியாமெப் போச்சு. இவ வீடு மாயூரநாத ஸ்வாமி கோயில் மடவளாகம் சந்துலே இருந்தது. இவ அம்மாவுக்கு அம்மாவுக்கு அம்மாவுக்கு அம்மாவுக்கு அம்மாவெ ஒரு அய்யரு வெச்சுக் கிட்டிருந்தாரு. அவங்களுக்கு ஒரு பொண்ணு பொறந்தது. அந்தப் பொண்ணு ஆளானப்போ அவளெ வெச்சுக்க ... சீச்சீ கட்டிக்க ... ஒரு அய்யனையே தேடிவெச்சாரு அவங்க அப்பன். தேவதாசிக்கும் அய்யருக்கும் பொறக்கறது பாப்பாத்தியாறதில்லே. ஏன்னா, எங்க அப்பன், தாத்தன், தாத்தனுக்குத் தாத்தன், முப்பாட்டன் அத்தனை பேரும் அய்யரு. என் ஒடம்புலே ஒரே ஜாதி ரத்தம் ஓடுது. அப்பன் படையாச்சி; தாத்தன் பாப்பான்; முப்பாட்டன் பிள்ளே, இப்படி இருந்தா, அதான் உண்மையான தேவதாசின்னா. 'நான் வேஷங் கட்டறதுலெ ஒமக்குச் சம்மதமாங்காணும்?'ன்னு அவதன் ஆளைப் பாத்துக் கேட்டா ... 'இது என்ன இது கேள்வி?'ன்னான் அவன். 'நான் பாப்பாத்தி ஆயிட்டேனான்னு கேட்டுத் தெரிஞ்சுக்கத்தான்.' 'அப்படி ஒரு கேள்வி எழும்புதா, ஞாயமா ஓம் மனசுலே?' 'இல்லே, பின்னே?' வேடிக்கைதான், 'சரி, சரி.' இந்த உடன்பாட்டுலேதான் அவ வேஷங்கட்ட வந்தது. ஆளுங்களுக்கு அவளெக் காவிரி ஆத்துலே பாக்கணும், கிடாரங்கொண்டான் வாய்க்கால்லே பாக்கணும், சாலைக் கொளத்துலே பாக்கணும், கீழக் கொளத்துலே பாக்கணும், திருக்கொளத்துலே பாக்கணும், அப்படீன்னு ஆசெ இருக்கறது அவளுக்குத் தெரியும். அதனாலே வேஷங்கட்டணும்னு அவளுக்குத் தோணிச்சி. அவளுக்கு வீட்டு விலக்குக்கு நாளில்லாத ஒரு நாளுலேதான் துகிலெ வெச்சாங்க. அவமானங்கிறது என்ன? ஒத்தெ ஆடையிலே இருக்கறதா? வீட்டு விலக்குலே இருக்கிறதா? பாகன் சொன்னதெக் கேட்டுப் பெரும் பாம்புக் கொடியவன் சொன்னானே ... அவள் பாகன் அழைக்க வர மாட்டேங்கறா ... அந்தப் பயலும் பீமனுக்கு அஞ்சி பலவாறாத் திகைச்சு நிக்கறான். இவ அச்சத்தைப் பின்னாலே கொறைக்கறேன். தம்பி . . . போ இப்போ . . . போய் இங்கு அந்தப் பொற்றோடியோடு வருக நீன்னு அண்ணன் சொல்லக் கேட்ட துச்சாசனன், அண்ணன் இச்செய மெச்சி எழுந்தானே. அது என்ன இச்செ? இவன் புகழைக் கொஞ்சங் கேளுங்க. இவன் தீமையிலே அண்ணனை வென்றவன். கல்வி எள்ளளவேனும் இல்லாதவன். கள்ளையும் ஈரல் கறியையும் விரும்பிச் சாப்பிடுவான். துச்சாதனப் புலி கள்ளின் சார்பின்றியே வெறி புடிச்சவன். அண்ணன் என்ன சொன்னாலும் மறுக்க மாட்டான். நல்லதுன்னு உறுமி எழுந்தான்! அவள் இருக்கிற

எடத்துக்குப் போனான். அவள் நீண்ட துயரில் கொலைஞ்சுபோய் இருக்கறதெப் பாத்தான். அவ வீட்டு விலக்குலே இருக்கிறதெ நெனெச்சு ஓதுங்கினாள். அடி, எங்கே போறே? புவி ஆண்டருள் வேந்தர் தலைவனாம் எங்க அண்ணனுக்கு அடிமைச்சி நீ. மன்னர் நீண்ட சபையிலே, சூதுல எங்க நேசச்சகுனியோட ஆடி, ஒன்னெப் பணயம் வெச்சுத் தோத்துட்டான் தருமேந்திரன். ஆடி விலைப்பட்ட தாசி நீ. ஒன்னெ இப்போ ஆள்பவன் அண்ணன் துரியோதனன், மன்னர் கூடியிருக்குஞ் சபையிலே ஒன்னெக் கூட்டி வருகன்னு மன்னன் சொல்ல, ஓடி வந்தேன். இனி ஒண்ணுஞ் சொல்லாமெ என்னோட வா. அந்தப் பேடி மகன் பாகனிடஞ் சொன்ன பேச்சுகளே நான் கேக்க விரும்பலே. இவ படிச்ச பள்ளிக்கூடத்துக்குப் பக்கத்துப் பள்ளிக்கூடத்துலே படிச்சவன். இவ பேர்வழி தன்னெயும் பாண்டவர்கள்லே ஒத்தனெப் போலேன்னு சொல்லிக்கிட்டான்.

அர்ச்சுனன், மத்தவங்க தனித்தனியா வெளியிலே இல்லே; அவங்க இவன் ஒடம்போடவே. இவன் மெய்யின்னா, தருமன் ஒரு பொறி கண்ணெப் போல; பீமன் ஒரு பொறி காதுகளைப் போல; நகுலன் ஒரு பொறி மூக்கெப் போல, சகாதேவன் ஒரு பொறி வாயெப் போல. எல்லாம் முழுமையா வளர்ந்து பரிபூரணப் பக்குவத்துல, நாணேத்தி தலைக்கு மேலே ஒரு இலக்கெ, மன பிம்பத்தெப் பாத்து அடிச்சு வீழ்த்திச் சொந்தமாக்கிக்கிட்டானாம். கண்டு கேட்டு உண்டு உயிர்த்து உற்றறியும் ஐம்புலனும் ஒண்டொடிமார்கண்ணேயுள அதான். புஞ்சை மிராசுதாரர் வீட்டுப் புள்ளையாண்டான் படிக்கறப்போவே இவ வூட்டுக்கு வந்துட்டான். 'ஒண்ணும் மரபெ மீறலெ.' 'மரபு மீறப்பட்டுடுச்சு பாண்டவர்கள் க்ஷத்ரியர்கள், நீயோன்னா பாப்பான். 'ஆமாமாம்'ன்னு அவன் சிரிச்சான். அவ ரத்தக் கலவை அடங்கிய பொட்டலத்தின் மேலே போய் ஒக்காந்தா, வெளியில அதிர்வேட்டு கோயில் சுவர்க் காரைகளெப் பெயர்த்தது. எக்காளம் ஊதி திசைகளைப் பொடைக்கச் செஞ்சது. இவ பெரிய அதிர்ச்சிக்கு ஆளானா. வீட்டு விலக்காயிட்டா.

அது அவளுக்கு நாளில்லே. ஒடம்பெல்லாம் வேத்துக்கொட்டிச்சு. பறை அடிக்கத் தொடங்கிச்சு. அவளெ மறைக்க அது எத்தனிக்கறாப்பலெ இருந்தது. அவ வாய்விட்டா; அதான் தாமதம், அந்தக் கூட்டத்துலே ஒக்காந்துகிட்டிருந்த பெண்டுகள் பலர் வாய்விடத் தொடங்கிட்டாங்க. பறை இன்னும் இன்னும்ன்னு அவங்களெத் தூண்டித் தூண்டி ஒலிச்சுக்கிட்டிருந்தது. ஆண்களும் இளைஞர்களும், ஆவேசத்துக்கு ஆளாகாத பெண்டுகள் பலரும் பரவசப்பட்டு, தொண்டர்களைப் போல ஆவேசம் வந்தவங்க பக்கம் தாறுமாறா ஓடி, அவங்களுக்கு

ஆதரவா அவங்களே அணைச்சுக்கிட்டு, ஆவேசம் மலையேற உதவினாங்க. 'ஆகட்டும் . . . ஆகட்டும் . . . ஆகட்டும்'ன்னு ஒலிகள் எங்கும் எழுந்தன. துச்சாசனன் எங்கிருந்தோ ஓடி வந்தான். தலைவிரி கோலத்துலே இருந்தான். அவன் அடையாளமெல்லாம் எங்கே போச்சுன்னு தெரியலே, கண்ணு செவந்து வீங்கிப்போயிருக்கு; தண்ணி கொட்டினதுலே மயிரு வழிஞ்சு மொகத்தெ மூடிக்கிட்டிருக்கு; பற்களெக் கடிச்சுக்கிட்டிருக்கான்; கடைவாயிலே நொரெ தள்ளுது. நாக்கெக் கடிச்சுக்கப்போறான்னு, கன்னத்தெப் புடிச்சு அழுத்தி, வாயெப் பொளந்து பல்லிடுக்குலே எலுமிச்சம் பழத்தெச் சொருகினாங்க. பழத்தெக் கடிச்சு, சாறு மார்புலே வழியுது. ஓடிவந்து பாஞ்சாலியோட கூந்தலெப் புடிச்சான்

'ஏலக்குத்தா . . . பாஞ்சாலி'ன்னு வாரையெத் தூக்கித் தோள்லே வெச்சிக்கிட்டாங்க ஆளுங்க. ஆடின ஆட்டுக்கடா வாகனத்தெப் புடிச்சுக்கிட்டு நிதானப்படுத்திக்கிட்டாரு குருக்கள். காத்தவராயன், கருப்பண்ணசாமி, கழுவடையான் இன்னும் ரெண்டு சாமிகளே ஆளுக்கு ஒரு மாலை போட்டு பஞ்சபாண்டவர்களா மாத்தி, நாலுநாலு பேராத் தூக்கிக்கிட்டு ஊர்வலத் துக்குத் தயாராகிட்டாங்க. இவ எழுந்தா. ஆடையிலே ரத்தக் கரைசலைத் தாண்டி ரத்தம் கசியுது. எல்லாரும் பெரிய பரவசத்துக்கு ஆளாயிட்டாங்க. 'ஹரி ஹரி ஹரி'ன்னா இவ. எல்லாரும் 'ஹரி ஹரி ஹரி'ன்னு கூச்சல் போட்டாங்க. சாதாரணமா இப்படி நடக்கறதில்லெ. அன்னிக்கு அப்படி நேர்ந்துடுச்சு. பறை அடிச்சுக்கிட்டு முன்னே போக, இவ பின்னே போனா. சாமிக்கி முன்னாலே பல ஜதை நாதஸ்வரங்கள் மல்லாரி வாசிக்குது. தவில் அடிச்சு மல்லாரியெத் தூக்கி ஆகாயத்துலெ விடுது. கொழந்தெங்களுக்கு மல்லாரி சொல்லி நடை பழக்கிக்கொடுக்கிற ஊரு புஞ்செ. திரௌபதி ஒரு கொழந்தெயைப் போல அங்க போய்க்கிட்டிருக்கறதா உணர்ந்த இவங்க,'துவாதுவா'ன்னு வாய்விட்டுக் கீழே விழுந்தாங்க. அவங்க ஆவேசம் வந்து குதிக்கறதும் அவங்களே நோக்கித் தொண்டர் படை ஓடறதுமா ஊர்வலம் போய்க்கிட்டிருந்துச்சு, அவளச் சுத்தித் திரண்டு முன்னேறிக்கிட்டிருந்திச்சு. அவ, 'ஹரி ஹரி ஹரி'ன்னு கூப்பிட்டுக்கிட்டிருந்தா. அவ தன் ஆளெக் கூப்பிடறதா அங்கே யாருக்கும் தோணலே. அந்தக் கூட்டத்துலே அவனும் இருந்தான். அவனுக்கும் தோணலே. விகர்ணனுக்குக் கர்ணன் சொன்னது அவ நினைவுக்கு வந்தது. குபுக்குன்னு ரத்தம் பீறிட்டு வெளியில் வர்றதெ உணர்ந்தா. ஒற்றை வஸ்திரத்தோடு இவள் சபைக்குக் கொண்டுவரப்பட்டது அதர்மம்னு நினைக்கிறியா விகர்ணா? பெண்ணுக்கு ஒரு கணவன்தான் தேவர்களால் விதிக்கப்பட்டவன். இவளோ

அநேகருக்கு வசப்பட்டவள். அதனாலே இவள் வேசைங்கிறது நிச்சயம். இவளெ சபைக்குக் கொண்டுவர்றதும் இவ ஒற்றை வஸ்திரத்தெ உடுத்தியிருப்பதும் வியக்கத்தக்கது இல்லேன்னு நான் நெனெக்கிறேன். துச்சாதனா! இந்த விகர்ணன் ரொம்பச் சின்னவன். தெரிஞ்சவன்போலப் பேசறான். பாண்டவர்களோட வஸ்திரங்களெயும் திரௌபதியோட வஸ்திரத்தையும் கொண்டுவான்னான் கர்ணன். ஹரியின் வஸ்திரம் காற்றில் மேலே பறந்தது. விதுரனோட சொல் தெருவுலே கேட்டுக்கிட்டிருந்தது. அதெக் கேக்கறதுக்காக மத்த சத்தங்களை நிப்பாட்டிட்டாங்க. அவன் கேள்விக்கி நீங்க மறுமொழி கூறலே. இதனால் தர்மம் கெடுது. கேள்வியானது ஜ்வலிக்கிற அக்னிபோல சபையிலே விழுந்திருக்கு. சபையிலே இருக்கிறவங்க சத்தியத்தினாலேயும் தர்மத்தினாலேயும் அதெ அவிக்கணும். அதனாலே, யோக்யனான மனுஷன், தர்மமுள்ள கேள்விக்கி உண்மையோட மறுமொழி கூறணும். காம, குரோதங்களின் வன்மையைத் தாண்டினவங்க இந்தக் கேள்விக்கி மறுமொழி சொல்லணும். விகர்ணன் தன் புத்திக்கித் தக்கபடி கேள்விக்கி மறுமொழி சொன்னான்,

நீங்களும் அறிவுக்கெட்டியவரையிலெ அந்தக் கேள்விக்கி மறுமொழி சொல்லுங்க. பாரதப் பிரசங்கிதான் அப்படிப் பேசிக்கிட்டிருந்தாரு போலேருக்கு. 'ஹரி ஹரி ஹரி'ன்னு எல்லாரும் ஆவேசத்துலே கத்தினாங்க. மாயூரநாதசாமி கோயில் சுவத்துலே பேரெ எழுதி, அதுலே கோடு போட்டு அடிச்சுட்டு, 'ஆகிய பாஞ்சாலி'ன்னு எழுதி அர்ச்சுனனாகியன்னு மீண்டும் இவன் பேரெ எழுதிக் கோடு போட்டுட்டு, புணர்ந்தான் என்பதோட கொச்சையா ஒருவன் எழுதி வெச்சிருந்தான். இவனும் இவனோட நண்பர்களும் அதெ எழுதினது யாருன்னு கண்டுபிடிச்சுட்டாங்க. இவன் தன்னை அர்ச்சுனன், அர்ச்சுனன்னு பள்ளிக்கூடத்துலெ சொல்லிக்கிட்டுவந்திருப்பான் போலேருக்கு. அதனாலே ஒரு துரியோதனன் குறுக்கிட்டான் போலேருக்கு. அதைக் கண்டுக்கிட வேணாம்னு இவ சொன்னா. பழைய மனோதத்துவத்தை ஒரு வாளித் தண்ணியிலே அழிச்சுட முடியாதுன்னு சொன்னா இவ. இவன் கேக்கலே. அந்த துரியோதனனெ அங்கெ அழைச்சுக்கிட்டுப் போய் ஒரு வாளியிலே தண்ணீரையும் கொண்டுபோய் அதெ அழிக்கச் சொன்னாங்க. துரியோதனன்னா ஒரு சகுனி இருக்கணும் இல்லையா? மறுநாள் அடியாட்கள் இவ வீட்டுக்கு வந்துட்டாங்க. இவ வாசல்லே படிச்சுக்கிட்டிருந்தா; அவன் உள்ளே படிச்சுக்கிட்டிருந்தான். இவளெ 'தேவடியா முண்டே'ன்னாங்க. 'அந்தப் பாப்பான் எங்கே?'ன்னாங்க.

அவங்க யாருக்காகவும் காத்துக்கிட்டிருக்கலே. உள்ளே புகுந்து, படிச்சுக்கிட்டிருந்த இவனெப் பிடிச்சு இழுத்துக்கிட்டுத்

தெருவுக்கு வந்தாங்க. அவ, 'ஹரி ஹரி ஹரி'ன்னு கதறிக்கிட்டுப் பின்னாலே ஓடிவந்தா. அவ அம்மா, ஒரு மயிரிழையில பாதுகாப்பு எப்பவும் ஊசலாடிக்கிட்டிருக்கிறதெ உணர்ந்தவங்க, ரொம்ப ஜாக்கிரதையா இருக்கறவங்க, அது தன் பொண்ணாலே ஒரு நொடியிலே நைஞ்சுபோனதெ நெனெச்சு, ஒரு பொதுமகளைப் போல விடப்பட்டுட்டதா ஒடுங்கிப்போய்க் கூடத்துலே போய் ஒக்காந்துட்டாங்க. மட விளாகங்கள் எப்பவும் சுவரைப் பாத்து அமைஞ்சிருக்கு. வீடுங்க சுவரைப் பாத்துக்கிட்டிருக்கு. ஜனங்க சுவரையே பாத்துக்கிட்டிருக்காங்க. அந்தண்டெ சுவரைத் தாண்டி சாமி இருக்கு. அது இவங்களுக்குத் தெரியறதில்லே. இவங்களுக்கும் சாமிக்கும் எடையிலே ஒரு சுவரு எப்பவும் தடுத்துக்கிட்டிருக்கில்லே. இவங்க ரொம்பக் கிட்டத்துப் பார்வைக்காரங்களா மாறச் சுவரே காரணமாயிடுது போலெருக்கு. அவங்க இப்போ அடியாளுங்களெப் பாத்து, 'போடு இன்னும் ரெண்டு'ன்னு சொன்னாங்க. இவ அம்மா மேலே தங்களோட உரிமைக்கிடையிலே இவளோட அப்பன் புகுந்துட்டான்னு அவங்க தங்களோட இழப்பெ உணர்ந்திருந்தவங்க.

இப்போ இவமேலே உரிமையில்லாமெ இவன். அடியாளுங்க அவனெக் கன்னத்தில் அறைஞ்சாங்க. 'இன்னும் ரெண்டுன்னு' கேட்டுது. அவனெ அறைஞ்சு இழுத்துக்கிட்டுப் போனாங்க. இவ பின்னாலே ஓடிக்கிட்டிருந்தா. 'இன்னும் என்ன பின்னாலே ஓடறெ?'ன்னு ஒரு குரல் வந்தது. எவனோ

ஒருவன் கூட்டத்துலே வந்தவன், 'வெக்கங்கெட்ட முண்டே'ன்னு முகத்துலே அறைஞ்சு இவளெக் கீழத் தள்ளினான். அவன் அப்போ பிரபலமா இருந்த ஒரு அரசியல் கட்சில இருந்தான். லட்சியவாதிங்களாலே நிரம்பியிருக்கு அந்தக் கட்சின்னு அவன் நம்பினான். அதனாலே அவன் பாதுகாக்கப்பட்டவன்னு பயமில்லாம இதுநாள்வரைக்கும் இருந்தான். அவனெ அடிச்சு இழுத்துக்கிட்டுப் போனப்போ கட்சிக்காரங்க ஓடிவந்து காக்கப்போறாங்கன்னு இவன் நம்பினது நடக்கலெ. லட்சியம் பேசறவங்க பாதுகாப்பற்றவங்களாத்தான் இருக்காங்க. நம்பிக்கெக் கொடுக்கற துணிவோட வேலே முடிஞ்சுபோகுது. வீடு திரும்பின பின்னாலே 'ஒன்னோட கட்சிக்காரங்க எங்கே?'ன்னு அவ கேட்டா. 'அவங்க என்ன அடியாளுங்களா ...? அவங்க தங்களோட வேலைனால் வேறவேற எடங்கள்ல மும்முரமா இருந்துக்கிட்டிருக்காங்க'ன்னு இவன் சொன்னான்.

பீஷ்மர் சொன்னது இவ நெனைவுக்கு வந்தது. 'உலகத்துலெ தர்மத்தோட சிறந்த வழியை அறிவது மிகத் தெளிந்த மகாத்மாக்களாலேகூட முடியாது. உலகத்துலே பலவாறான மனுஷன் எதெ தர்மம்ன்னு நினைக்கிறானோ அதுதான்

தர்மமாகுது. மற்றது தர்மத்தின் கரையிலே தடைபட்டு நின்னுடுது. மேலும், இந்த தர்மம் ரொம்ப ஸூக்ஷமமாயிருப்பதாலேயும் அறிந்துகொள்வதற்கு அரிதாயிருப்பதாலேயும் ரொம்ப முக்கியமாயிருப்பதாலேயும் உன்னுடைய கேள்விக்கு நிச்சயமாகப் பகுத்துப் பதில் சொல்ல முடியாது.' கட்சிக்காரங்க அப்பறம் வந்தாங்க. இளங்கன்னு பயமறியாதுங்கறதெப் போல இவன் நடந்துகிட்டான்னு சொன்னாங்க. துரியோதனனோட மாமன் ரொம்ப பலம் கொண்டவனாம். இது சுவர்ல சில எழுத்துங்கங்கற சாமான்யத்திலேருந்து இவனாலே தாண்டிப்போயிடுச்சாம். அதுக்கும் மேலே இவன் ரொம்ப பலவீனமான ஸ்தானத்துலே இருக்கானாம். தாங்களெல்லாம் பகுத்தறிவுவாதிங்கன்னாலும் சமூகம் இவளெ எப்படிக் கருதுதுங்கறதுதான் ரொம்ப முக்கியமாம். அந்த வகையிலே சுவர் எழுத்துங்களுக்காக வெக்கப்படறதுலே அர்த்தமில்லேன்னும், மிராசுதார் வீட்டுப் பையனா ஹாஸ்டல்லே சேர்ந்து படின்னும் சொன்னாங்க. 'ஆமாம்'ன்னு இவன் சொன்னான். 'என்ன ?'ன்னு இவளெப் பாத்துக் கேட்டான். 'ஆமாமாம்'ன்னு அவளும் சொன்னா. அவளோட அம்மா, 'காபி குடிக்காமெ போகக் கூடாது'ன்னு அவங்க எல்லாருக்கும் கொஞ்சம்கொஞ்சம் காபியைக் கொடுத்து அனுப்பினாங்க. மறுநாள் மீண்டும் அந்த எழுத்துங்க சுவத்துலே தோன்றிச்சு. இவன் நண்பர்களோட வாளியில தண்ணியெ எடுத்துக்கிட்டுப் போய் அதெல்லாம் அழிச்சான். அதுக்கு மறுநாள் அதெல்லாம் சுவத்துக்குத் திரும்பவும் வந்துடுச்சு. அதெ என்ன செய்யறது? சும்மா இருந்துடுவோம்னாங்க, அவனோட நண்பருங்க. தலெ குனிஞ்சு நின்ன தருமனைப் பாத்து பீமன் கேட்டான். சக்கரவர்த்தின்னு, மேலான ஒரு தன்மை படைச்சிருந்தோம். பொக்குன்னு ஒரு க்ஷணத்துலே அதெல்லாம் போகத் தொலைச்சுட்டே. நாட்டெ எல்லாம் வெச்செ அண்ணே ! நாங்க பொறுத்துக்கிட்டிருந்தோம். மீண்டும் எங்களே அடிமெ செஞ்செ, மேலும் பொறுத்துக்கிட்டிருந்தோம். துருபதன் மகளே, திருஷ்டத்துய்மன் உடம்பொறப்பெ, இரு பகடன்னெ . . . ஐயோ, அவங்களுக்கு அடிமெ செஞ்செ . . . இது பொறுப்பதில்லே . . . அண்ணே, இது பொறுப்பதில்லே . . . தம்பி எரிதழல் கொண்டுவாடா . . . கதிரெ வெச்சு இழந்த அண்ணங்கையெ எரிச்சுடுவோம். சகாதேவங்கிட்டே சொன்னான். அதுக்கு அர்ச்சுனன் சொன்னான், 'பீமா, இதெ மனசாரச் சொன்னியா ? என்ன வார்த்தெ சொன்னே ? எங்கே சொன்னே ? யார் முன்னால சொன்னே ? சினம்ங்கற தீ உன் அறிவெப் பொகைச்சுடுச்சு. திரிலோக நாயகனைப் பாத்து இப்படிக் கேட்டே. தருமத்தின் வாழ்வெ சூது கவ்வும். ஆனா தருமம் மறுபடி வெல்லும். இயற்கையோட மர்மத்தை நம்மாலே

உலகம் கற்கும். வழிதேடி விதி இந்தச் செய்கையைச் செஞ்சுட்டான். கருமத்தை மேன்மேலும் காண்போம். இன்னிக்கிக் கட்டுண்டு இருக்கோம். பொறுத்திருப்போம். காலம் மாறும், தருமம் அப்போ வெல்றதப் பாப்பெ. தனுவுண்டு எங் கையிலே காண்டீபம் அதன் பேர். அப்புறம் பீமன் அண்ணனெ வணங்கினான். துச்சாசனன் இவளெ அக்ரகாரத்துக்குள்ளே இழுத்துக்கிட்டுப் போனான். பறை முன்னே போச்சு. அடியையும் மீறிப் பறை தன்னளவுல கதறினாப்போல இருந்தது. சுதந்தரம் கிடைச்ச பிறகுதான் பறை அக்ரகாரத்துக் குள்ளே நுழைஞ்சுபோக ஆரம்பிச்சது. அதுக்கு முன்னே, ஆலடியா வரும் போதெல்லாம், ஒத்தைக் கொட்டுலே கொல்லைச் சந்து வழியா ஓடிவந்து, அக்ரகாரத்துக் கீழ்மொனையிலே ஆலடியாளெ விட்டிட்டுப் பின்னே கொல்லைச் சந்து வழியாத் திரும்பி, மேற்கே பெருமாள் கோயில் பக்கம் வந்து, அவ வரவெப் புடிச்சுக்கிட்டு, தெற்கே பாவாடை முதலியார் வூட்டைக் கடந்து, கக்களத் தெருவுக்குப் போகும். இப்போ சாமி புறப்பாட்டுலே பறை முழுசா கலந்துகிட்டு அக்ரகாரத்தில வாசிச்சுக்கிட்டு வருது. இவங்க தெருவோடெ மேல் முனையிலே உள்ளே நொழைஞ்சாங்க. ஏன்னா, அது ஊர்வலமா முடியப் போறதில்லேங்கறதாலே. ஒவ்வொரு வீட்டுலேயும் ஒரு கொடம் தண்ணியே வைச்சுக்கிட்டுத் தயாரா நின்னாங்க. இவ மேக்கேயிருந்து கிழக்கே வர்றவரைக்கும் ஒவ்வொரு வீட்டுலேருந்தும் ஒரு கொடம் தண்ணி இவ தலையிலே ஊத்துவாங்க. அவளோட ஆவேசம் அப்போ தணிஞ்சுடும். அதுதான் ஊருக்கு நல்லது.

அப்படித்தான் எல்லாரும் நெனெச்சாங்க. அதுதான் மரபு. இன்னிக்கி அப்படி நேரல்லே. ரத்தத்தோட சேந்து அவளுக்குக் கோபம் வந்தது. அதுக்குப் பெறகு எல்லாரும் போய்க் குளிப்பாங்க. தண்ணியெக் கொட்டக்கொட்ட, குருதி கரைஞ்சு அக்ரகாரத்து மண்ணுலே கலந்துச்சு, துச்சாசனன் தனக்கும் தண்ணி வேணும்னு ஏங்கினான். அவ தலெயிலே ஊத்தற தண்ணி, அவளே இழுத்துக்கிட்டு வர்ற அவன் மேலெயும் படுது. ஆனா, அது போதல்லே அவனுக்கு. இன்னும் வேணும், இன்னும் வேணும்னு ஏங்கினான் அவன். யாராவது தன்மேலெ ஒரு கொடம் முழுசா ஊத்த மாட்டாங்களா? தவறி அவன்மேலெ சிந்தற தண்ணி அவனுக்குப் பலத்தெக் கொடுத்தது. அவங்க கிழக்கே கீழக் கோயிலுக்கு வடபால்லெ, ஆலங்குளத்தெ ஒட்டியிருக்கிற பிடாரி கோயிலடி நெலத்துல அமைச்சிருக்கிற மேடைக்கிப் போகணும். இன்னும் கொஞ்சம் ... இன்னும் கொஞ்சம் ... அவங்க இன்னும் கொஞ்சம் ... போனாங்கன்னா கீழக்கொளத்தெ நெருங்கிடுவாங்க. அவன் ஒரே ஓட்டமா ஓடிக் கீழக்கொளத்துலே விழுந்துடணும்னு இருந்தான். இன்னும் வேகமா அவளெ இழுத்துக்கிட்டுப்

போனான். அவன் கீழக்கொளத்துலே விழுந்தான். அவன் அப்படிச் செய்வான்னு எதிர்பார்க்காத பலர், அதுந்துபோய் அவன் பின்னாடி ஓடி, அவனோட சேந்து கொளத்துலே விழுந்து, அவனெப் புடிச்சுக் கரைக்கி இழுத்துக்கிட்டு வந்தாங்க. அவன் தனக்குள்ளெ இருக்கற துச்சாசனனெக் கொளத்தில அமுக்கிக் கொலை செஞ்சுடலாம். அவன் மீண்டும் அவ கூந்தலைப் பற்றினான். மேடைக்கிப் போகத் திரும்பினான். 'இங்கே . . . இங்கே . . . இங்கே . . . சேரிக்கி'ன்னு ஆவேசம் வந்தவங்களெப் போல பறையர்கள் வாய்விட்டாங்க. இதெ யாரும் எதிர்பாக்கலெ. அவ கீழக்கோயில் பக்கம் மொகத்தெத் திருப்பினா. அம்மன் சன்னதி முன்னே உள்ள மண்டபம், 'முன்னால மதில் சுவர்கள்லே பெரிய கம்பிக் கதவுங்களால மட்டுமே மூடப்பட்டிருந்ததுன்னும் அம்மன் சேரியைப் பாக்கறதாலே அவளோட அருள் முழுசா சேரிக்குப் போயிடுறதுன்னும், அது அக்ரகாரத்துக்கு நல்லதில்லேன்னும்' ஒரு மகானுபாவான் சொல்ல, கம்பிக் கதவுங்கள எடுத்துட்டு, அங்க ஒரு ஜன்னல் வச்சு சுவரை அடைச்சிட்டாங்க. அவ மொகத்தைத் திருப்பி அதைத்தான் பாத்தா. அவளுக்கு ஆவேசம் வந்துட்டுது. ரத்தம் பீறிட்டுக் கொப்பளிச்சுது. 'துவா'ன்னு அவ வாய்விட்டா. 'துவா.. துவா.. துவா..'ன்ன' ஏகப்பட்ட பேர் வாய்விட்டாங்க அப்போ. கீழப்பாளையத்துக்கும் . . . கீழப்பாளையத்துக்கும்னு . . . இன்னோரு சாரார்கிட்டேருந்து கொரல் வரும்னு யாரும் எதிர்பாக்கலே.

கீழப்பாளையம் புஞ்செயில இடையர் இருக்கற பகுதி. 'திருப்பு ஊர்வலத்தெ கிழக்கே'ன்னு குரல் வலுத்தது. அவ அந்தப் பக்கம் திரும்பினா. துச்சாசனனும் அவளெ அந்தப் பக்கம் இழுத்துக்கிட்டுப் போனான். கீழப்பாளையத்துலெ கிடா வெட்டறதுக்கு ஆளுங்க ஓடினாங்க. ஊர்வலம் மொத்தமா கிழக்கே திரும்பிச்சு. அவ கீழப்பாளையத்துக்குப் போயிட்டு அங்கேயிருந்து அப்படியே அக்ரகாரப் புஞ்செச் சேரிக்கும் போகணும். ரெண்டும், ரெண்டு தீவுகளா வயல்களுக்கு இடையிலே, ஒரே ஒரு வயலாலெ பிரிக்கப்பட்டு, ஒரு வரப்பாலே சேர்க்கப்பட்டு கிழக்கே இருக்கு. அன்னிக்கிக் கீழப்பாளையத்துலேயும் அக்ரகாரப் புஞ்செச் சேரியிலேயும் ஏகப்பட்ட கிடாவெட்டாம். வெறி புடிச்சதெப்போல அப்படியொரு கிடாவெட்டு. ஆவேசத்துலே எல்லாம் மறந்து போச்சு, அன்னிலேருந்து கிழக்கே போயிட்டுத் திரும்பறதுன்னு மரபாயிடுச்சு, அன்னிக்கி அவளுக்கு ஆவேசத்திலிருந்து வெளிவர முடியாமே மூர்ச்செ போட்டுட்டதாலே, அன்னிலேயிருந்து மேடைலே பாஞ்சாலி வேஷங்கட்டறது வேறாயிடுச்சு. ஆம்பளைங்க வேஷங்கட்டத் தொடங்கிட்டாங்க. சாமியெ அவ்வளவு தூரம் தூக்க முடியாதுன்னும் யாரும் சொல்ல முடியாது. இப்போ சாமியெ டிராக்டர் இழுக்குது.